AF762752

മേലേരി

Meleri
Stories

K Bhaskaran Master

CHINTHA PUBLISHERS
Thiruvananthapuram

© Rights Reserved
All rights reserved. No part of this publication may be reproduced, transmitted, or stored in a retrieval system in any form or by any means without the written permission of the publisher.

First Edition
January 2021

Published
Chintha Publishers, Thiruvananthapuram

Typesetting
Star Communications, Thiruvananthapuram

Printed at
Time offset printers, Thiruvananthapuram

Cover Design & Illustration
Ratheesh Vincent

ISBN : 978-93-90301-30-0

CO - 2970 / 5413

Email: chinthapublishers@gmail.com
Website: www.chinthapublishers.com

Distribution
DESHABHIMANI BOOKHOUSE
H O Thiruvananthapuram 695035

Branch
Head Office Kunnukuzhi • Statue Thiruvananthapuram
KSRTC Bus Station Alappuzha • KSRTC Bus Station Ernakulam
Machingal Lane Thrissur • IG Road Kozhikode
Mavoor Road Kozhikode • NGO Union Building Kannur
Central Bus Terminal Complex Thavakkara Kannur

മേലേരി

(കഥകൾ)

കെ ഭാസ്കരൻ മാസ്റ്റർ

ചിന്ത പബ്ലിഷേഴ്സ്
തിരുവനന്തപുരം-695 035
₹ 200

കെ ഭാസ്കരൻ മാസ്റ്റർ

മട്ടന്നൂർ നഗരസഭയിൽ, അയ്യല്ലൂരിൽ ശ്രീമതി കല്യാണി യുടെയും മാമന്റെയും മകനായാണ് ജനനം. വിദ്യാഭ്യാസ ത്തിനുശേഷം പഴശ്ശി ഈസ്റ്റ് എൽ പി സ്കൂളിൽ അദ്ധ്യാ പകനായി ചേർന്നു. മുപ്പത്തിരണ്ട് വർഷത്തെ അദ്ധ്യാപക ജീവിതത്തിൽ ഇരുപത് വർഷവും പ്രധാനാദ്ധ്യാപകനാ യാണ് ജോലി ചെയ്തത്. ഡി വൈ എഫ് ഐയുടെ കണ്ണൂർ ജില്ലാ പ്രസിഡന്റായി പ്രവർത്തിച്ചിട്ടുണ്ട്. 43 വർഷമായി സി പി ഐ (എം) മട്ടന്നൂർ കമ്മിറ്റി അംഗമാണ്. തലശ്ശേരി താലൂക്ക് മാർക്കറ്റിങ് ആന്റ് പ്രോസസ്സിങ് സൊസൈറ്റിയുടെ പ്രസിഡന്റായും പ്രവർത്തിച്ചു. 2007 മുതൽ 2017 വരെ ആദ്യത്തെ അഞ്ചുവർഷം മട്ടന്നൂർ നഗരസഭാ വൈസ് ചെയർമാനായും, തുടർന്ന് നഗരസഭാ ചെയർമാനായും പ്രവർ ത്തിച്ചു. *പോർ വീര്യം ജ്വലിപ്പിച്ച പഴശ്ശിയും തില്ലങ്കേരിയും* എന്ന പേരിൽ 1948 ലെ കർഷക സമരങ്ങളെ അടിസ്ഥാന മാക്കി ഒരു പുസ്തകം പ്രസിദ്ധീകരിച്ചിട്ടുണ്ട്. സി പി ഐ (എം) കേന്ദ്രകമ്മിറ്റി അംഗവും ഇപ്പോൾ ആരോഗ്യമന്ത്രി യുമായ സ. കെ കെ ശൈലജ ടീച്ചറാണ് ഭാര്യ. എഞ്ചിനീ യർമാരായി അബുദാബിയിൽ ജോലി ചെയ്യുന്ന കെ കെ ശോഭിത്തും, കണ്ണൂർ അന്താരാഷ്ട്ര വിമാനത്താവളത്തിൽ ജോലി ചെയ്യുന്ന കെ കെ ലസിത്തുമാണ് മക്കൾ. സിഞ്ചു ശോഭിത്തും, മേഘ കാരായിയും പുത്ര വധുക്കളും നിരാലും ഇഫയ ജഹനാരയും പേരക്കുട്ടികളുമാണ്.

വിലാസം : ആരതി, പഴശ്ശി
ഫോൺ : 9447284112
Email : kbpazhassi@gmail.com

ഉള്ളടക്കം

പ്രസാധകക്കുറിപ്പ്

വർത്തമാനകാലത്തിന്റെ കഥകളിൽ പലതും കാലത്തിന്റെ കാന്തിയും തീക്ഷ്ണതകളും കഥാകാരന്മാരിലേക്ക് ആവാഹിക്കുന്നവയാണ്. ആത്മനിന്ദയോടും തീക്ഷ്ണവിമർശനങ്ങളോടും ചരിത്രത്തോടു നിർവേദമായും അരാഷ്ട്രീയ നിഷ്പക്ഷതയോടും ആണ് അവയിൽ പലതും എഴുതപ്പെടുന്നത്. എന്നാൽ ആർഭാടങ്ങളില്ലാതെ എഴുതപ്പെട്ട കെ ഭാസ്കരൻമാഷിന്റെ കഥകൾ വായനക്കാരെ ചരിത്രത്തിന്റെ സ്മൃതിപഥത്തിലേക്കു കൂട്ടിക്കൊണ്ടുപോകുന്നു. ഈ കഥകളിലെല്ലാം അതു പറയുന്ന രീതിക്ക് ഫോക്‌ലോർ പിന്തുണയുണ്ട് എന്നത് *മേലേരി* എന്ന കഥാസമാഹാരത്തിന്റെ പ്രത്യേകതയാണ്. ഈ സമാഹാരത്തിലെ കഥകൾ ചരിത്രത്തോടും കാലത്തോടും നീതിപുലർത്തുന്ന ആഖ്യാനങ്ങളാണ്. ചരിത്രത്തോടു പുറം തിരിഞ്ഞു നില്ക്കുന്ന ഈ കാലഘട്ടത്തിൽ ഈ ആഖ്യാനങ്ങൾ കാലപ്രവാഹത്തിൽ ചരിത്രത്തിന്റെ പിൻബലം എത്ര വലുതാണെന്ന് ആവർത്തിച്ച് ഓർമ്മപ്പെടുത്തുന്നു. കെ ഭാസ്കരൻ മാഷിന്റെ *മേലേരി* വായിച്ചിരിക്കേണ്ട ഒരു ഉത്തമ ഗ്രന്ഥമാണ്. ഇത് വൻതോതിൽ സ്വീകരിക്കപ്പെടുമെന്ന വിശ്വാസത്തോടെ വായനാ സമൂഹത്തിനായി സമർപ്പിക്കുന്നു.

ചിന്ത പബ്ലിഷേഴ്സ്

മുഖമൊഴി

കഥകളെഴുതുക എന്നത് വഴങ്ങുമെന്ന് ഏഴാം ദശകത്തിൽ എത്തി നില്ക്കുന്ന ഈയുള്ളവന് ഈയടുത്ത കാലംവരെ ചിന്തിക്കാനായിരുന്നില്ല. നാമാരും നിനച്ചിരിക്കാതെ ഒരു കുഞ്ഞ് വൈറസ് ലോകത്തെ കീഴ്മേൽ മറിക്കുകയും, ജീവരക്ഷയ്ക്ക് അടച്ചു പൂട്ടി വീട്ടിലിരുന്നോളൂ എന്ന ഭരണകൂട കല്പന എവിടെയും മുഴങ്ങുകയും ചെയ്തപ്പോഴാണ്, വീട്ടകങ്ങളിൽ ബന്ധനസ്ഥനായി ഏവരെയുംപോലെ കഴിഞ്ഞുകൂടുകയും ചെയ്തപ്പോഴാണ്, ഇന്നോളം സ്വീകരിച്ച ജീവിതരീതികളിൽ ഒരു ബദൽ തേടാൻ നിർബ്ബന്ധിതനായത്, കോവിഡ് മഹാമാരിക്ക് നന്ദി!

ഒരു ചരിത്ര രചനയിൽ അതുവരെയും ഏർപ്പെട്ടിരിക്കുകയായിരുന്നു. മട്ടന്നൂരിന്റെ ചരിത്രം! നഗരസഭാ ചെയർമാനായിരിക്കെയാണ് ഒരു ജനകീയ സംഘടിത ചരിത്ര നിർമ്മാണ രീതി സ്വീകരിച്ച് ആയതിന് തുടക്കംകുറിച്ചത്. 2017 ൽ നഗരസഭാദ്ധ്യക്ഷ പദവിയിൽനിന്ന് ഇറങ്ങിയപ്പോൾ ആ ചുമതല മിക്കവാറും ഒരു വ്യക്തിഗത ഉത്തരവാദിത്വമായി മാറുകയും, ഏതാണ്ട് രണ്ടു വർഷക്കാലത്തെ ഏറിയ സമയവും അതുമായി കെട്ടുപിണഞ്ഞ് അഭിമുഖങ്ങൾ, വസ്തുതാന്വേഷണങ്ങൾ, രേഖാ പരിശോധനകൾ, യാത്രകൾ എന്നിങ്ങനെ പഴയ മദ്ധ്യമലബാറിലെ ഒരു സഹസ്രാബ്ദമെങ്കിലും വരുന്ന കാലത്തെ സമഗ്രമായ ജീവിതത്തിലേക്ക് പിന്തിരിഞ്ഞു നോക്കാൻ അവസരമുണ്ടാവുകയും ചെയ്തത്. ഇതിനകം ശേഖരിച്ച വസ്തുതകളെ അടിസ്ഥാനമാക്കി അച്ചടിച്ചു വന്നാൽ ഏതാണ്ട് എണ്ണൂറ് പേജോളം വരുന്ന ചരിത്രം ലിഖിത രൂപത്തിലാക്കുകയും ചെയ്ത അവസരത്തിലാണ് മഹാമാരിയുടെ തടവറയിൽ ലോകം അടയപ്പെട്ടത്. ആ ചരിത്ര രചന മുമ്പോട്ടു കൊണ്ടുപോകണമെങ്കിൽ ധാരാളം യാത്രകളും അഭിമുഖങ്ങളും വേണമെന്നിരിക്കെ, അവയ്ക്കെല്ലാം തടസ്സം നേരിട്ടതോടെ, ആയതിന് ഭംഗം വരികയും ചെയ്തു.

അതോടെ ചില അനുഭവങ്ങൾ കുത്തിക്കുറിക്കാമെന്നായി! അവ കഥകളുടെ വേഷമാർന്നെന്ന് തോന്നി! അല്പം സങ്കോചത്തോടെയാണെങ്കിലും ഫെയ്സ്ബുക്കിൽ ചിലത് പോസ്റ്റ് ചെയ്തു. ചില വേണ്ടപ്പെട്ടവരുടെ വാട്സ് ആപ്പിലും അയച്ചു കൊടുത്തു. വായിച്ചവർ പിന്തുണയ്ക്കുകയും നല്ല കമന്റുകൾ വരികയും ചെയ്തു. ചിലർ പറഞ്ഞു, മാഷിന് രാഷ്ട്രീയവും പൊതുപ്രവർത്തനവും മാത്രമല്ല, കഥാ രചനയും നന്നായി വഴങ്ങും.

ഇതെല്ലാം ഏതാനും കഥകളെഴുതാൻ പ്രേരകമായി.

എഴുതിയതെല്ലാം സ്വജീവിതാനുഭവങ്ങളുമായി ബന്ധമുള്ളവതന്നെ. ജനിച്ചുവളർന്ന നാടും വീടും പരിസരവും ഇവിടെയെല്ലാമുള്ള കാർഷിക ജീവിതവും, അവയുമായി ബന്ധപ്പെട്ട ജീവിത പ്രതിസന്ധികളും, അവ പരിഹരിക്കാൻ ജനങ്ങൾ നടത്തിയ പോരാട്ടങ്ങളും, പൊയ്പ്പോയ കാലത്തെ വിശ്വാസപ്രമാണങ്ങളും, ആചാരാനുഷ്ഠാനങ്ങളും, അതുമായെല്ലാം ബന്ധപ്പെട്ട രാഷ്ട്രീയവും ഈ കഥകളിലെല്ലാം കടന്നുവന്നു. വിദ്യാർത്ഥിയായ കാലം തൊട്ട് അരനൂറ്റാണ്ട് കാലം ജീവിതത്തിന്റെ ഭാഗമായ, ജീവിതം തന്നെയായ കമ്യൂണിസ്റ്റ്പ്രസ്ഥാനം കഥകളിലെല്ലാം ഒരു ശോണിതച്ഛായ പകർന്ന് നല്കിയിട്ടുണ്ടാവണം.

മൂന്നു പതിറ്റാണ്ടിലേറെക്കാലം സ്വീകരിച്ച അദ്ധ്യാപക ജീവിതം ഒരു അനുഭവഖനി തന്നെയായിരുന്നു. അതുകൊണ്ടുതന്നെ വിദ്യാലയ കഥകൾ ഈ കഥാസമാഹാരത്തിന്റെ പ്രധാന ഭാഗമാണ്. ഉപാദ്ധ്യക്ഷനും അദ്ധ്യക്ഷനുമായി മട്ടന്നൂർ നഗരസഭയുടെ ഭരണാധിപനായി ഒരു ദശവർഷക്കാലം പ്രവർത്തിക്കുമ്പോൾ ഒട്ടേറെ പൊള്ളുന്ന അനുഭവങ്ങളിലൂടെ കടന്നുപോയി. ചില കഥകൾക്ക് വിഷയമായത് മനസ്സിനെ വേദനിപ്പിച്ച അക്കാലത്തെ ചില അനുഭവങ്ങളാണ്.

'എച്ചിലില' മുതൽ 'മാതൃത്വം' വരെ പത്തുകഥകൾ ഈ കഥാസമാഹാരത്തിലുണ്ട്. സ്വന്തം കുഞ്ഞുങ്ങളോട് മാതാപിതാക്കൾക്ക് വിവേചനമുണ്ടാകാൻ പാടില്ല. എല്ലാ കഥകളും എനിക്കതു പോലെയാണ്. എന്നാൽ ശാരീരിക മാനസിക പീഡകൾ അനുഭവിക്കുന്ന മക്കളെ അമ്മയച്ഛന്മാർ പ്രത്യേക കരുതലോടെ കാണും. കഥാകാരനും ഇത് ബാധകം. മലയ സമുദായത്തിന്റെ ജീവിതമാവിഷ്കരിക്കുന്ന 'മേലേരി' എഴുതി പൂർത്തിയാകുന്നതുവരെ വലിയ മാനസിക സംഘർഷമാണ് അനുഭവിക്കേണ്ടി വന്നത്. എന്റെ നാടായ പഴശ്ശിയിലെ തിറയാട്ടു പണിക്കരായ രാമൻ പണിക്കർക്ക് ജന്മിനാടുവാഴി പ്രഭുത്വം സമ്മാനിച്ച നീറുന്ന ജീവിതാനുഭവങ്ങളാണ് കഥയ്ക്ക് പ്രമേയമായത്. തുടക്കത്തിൽ പരാമർശിച്ച മട്ടന്നൂരിന്റെ ചരിത്രം തയ്യാറാക്കാനായി മലയ സമുദായക്കാരെക്കുറിച്ച് പഠിക്കാൻ നടത്തിയ ഒട്ടേറെ അഭിമുഖങ്ങളിൽനിന്നാണ് ഈ കഥാബീജം കൈയിലേക്ക് വന്നത്. അത് മനസ്സിനെ പൊള്ളിക്കുകയും വേദനിപ്പിക്കുകയും ചെയ്തു. ആ കഥ *ദേശാഭിമാനി* വാരികയിൽ അച്ചടിച്ചു വരികയും ചെയ്തു.

ഒരുപാട് കുറവുകൾ എന്റെ കഥാരചനാരീതിക്ക് അനുവാചകർക്ക് കണ്ടെത്താനാവും. ആധുനിക യുവ കാഥികരുടെ കഥാരചനാരീതി ഈ

കഥകളിൽ കണ്ടെത്താനാവില്ല. പൊൻകുന്നത്തിന്റെയും കാരൂരിന്റെയും ബഷീറിന്റെയും ദേവിന്റെയും കഥകളെ പിൻപറ്റാനാണ് ശ്രമിച്ചിട്ടുള്ളത് എന്ന് പറയുന്നതിൽ ഞാൻ ഒരു കുറവും കാണുന്നില്ല. അവരുടെ കഥകളുടെ നാലയലത്തുപോലും നിരത്താൻ പറ്റാവുന്നതല്ല എന്ന ഉത്തമ ബോദ്ധ്യം ഉണ്ട് താനും. ഉയർത്തിപ്പിടിക്കുന്ന രാഷ്ട്രീയ ബോദ്ധ്യത്തോട് ഒരു വിട്ടുവീഴ്ചയും കാണിക്കാതെ കഥ എഴുതിപ്പോകണമെന്ന നിഷ്ഠ കഥാരചനയിൽ പുലർത്താൻ ശ്രമിക്കുകയും ചെയ്തു.

ഡോ. കെ പി മോഹനൻ, കേരള സാഹിത്യ അക്കാദമിയുടെ സെക്രട്ടറി എന്ന നിലയിൽ എത്രയോ തിരക്കുപിടിച്ച വ്യക്തിത്വമാണ്. എന്റെ ആദ്യ കഥാസമാഹാര പരിശ്രമത്തെ വായനക്കാരുടെ മുമ്പിലേക്ക് കൈപിടിച്ചിറക്കാൻ കഥകൾ അദ്ദേഹത്തിനയച്ചുകൊടുത്തു. സൗമനസ്യത്തോടെ തന്റെ കൃത്യാന്തര ബാഹുല്യത്തിനിടയിലും അദ്ദേഹം "കഥയും കാലവും" എന്ന തലക്കെട്ടോടെ എഴുതി അയച്ച അവതാരിക എന്റെ കഥകളേക്കാളും പത്തരമാറ്റ് മിനുങ്ങുന്നതായി നിങ്ങൾക്ക് വായിക്കാനാവും. ശ്രീ. മോഹനൻ മാഷോട് അതുകൊണ്ടുതന്നെ എനിക്കുള്ള കടപ്പാട് വിവരണാതീതമാണ്.

മദ്ധ്യമലബാറിലെ വിശേഷിച്ചും, പഴയ കോട്ടയം താലൂക്കിലെ സംസാര ഭാഷ നാടിന്റെ ചരിത്രത്തെയും സംസ്കാരത്തെയും ആവിഷ്കരിക്കുന്ന രചനകളായതുകൊണ്ട് ഗ്രാമ്യ ഭാഷ പല കഥകളിലും സമൃദ്ധമായി കടന്നുവരുന്നുണ്ട്. ഇന്ന് വിദ്യാസമ്പന്നരായ വടക്കരും തെക്കരുമായ മലയാളികൾ ഒരു പൊതു സംസാര ഭാഷയിലേക്ക് വന്നിട്ടുണ്ടെങ്കിലും ഇന്നും ആ പഴയ വർത്തമാനങ്ങൾ "അന്തോം മുന്തോം"ല്ലാതെ കലവറയില്ലാതെ എന്റെ നാട്ടുകാർ ഉപയോഗിക്കുന്നുണ്ട്. അതിനിയും എത്ര കാലം ഉപയോഗിക്കും എന്ന് പറയാനാവില്ല. ആഖ്യാനങ്ങളില്ലാതെ നാട്ടുകാരുടെ വർത്തമാനങ്ങളിലൂടെ വികസിതമാകുന്ന കഥയാണ് "മണിയോർഡർ." നല്ല ആശങ്കയുണ്ട്, മലബാറിന് തെക്കുള്ള വായനക്കാർക്ക് അത്തരം കഥകൾ വായിച്ചു പോകാനാകുമോ എന്ന്.

മേലേരി എന്ന എന്റെ ആദ്യ സമാഹാരത്തിന് അച്ചടി മഷി പുരട്ടി വായനക്കാരിലെത്തിക്കുന്നത് പുരോഗമന സാഹിത്യ പ്രസ്ഥാനത്തിന് താങ്ങായി എന്നും വർത്തിച്ചിട്ടുള്ള ചിന്ത പ്രസിദ്ധീകരണ ശാലയാണ്. സ. ശിവകുമാർ ഉൾപ്പെടെയുള്ള മുഴുവൻ പത്രാധിപസമിതി അംഗങ്ങളോടും കടപ്പാട് രേഖപ്പെടുത്തുന്നു.

ഈ പ്രഥമ സംരംഭം പുറത്തിറങ്ങുമ്പോൾ എന്റെ ആദ്യ കഥകളുടെ വായനക്കാരായ മുഴുവൻ നവ മാധ്യമ സുഹൃത്തുക്കളോടും നന്ദി രേഖപ്പെടുത്തുന്നു. എന്റെ കഥകൾക്ക് കുറ്റവും കുറവും തീർത്തു തരുന്നതിൽ മന്ത്രി എന്ന നിലയിലുള്ള ഭാരിച്ച ഉത്തരവാദിത്വത്തിനിടയിൽ സ. ശൈലജ ടീച്ചർ സമയം കണ്ടെത്തി എന്ന് ഇവിടെ പ്രത്യേകം സൂചിപ്പിക്കട്ടെ.

സ്നേഹാദരങ്ങളോടെ
ഭാസ്കരൻ മാസ്റ്റർ

കഥയും കാലവും

കെ പി മോഹനൻ

ഭാസ്കരൻ മാഷുമായുള്ള സൗഹൃദത്തിന് വർഷങ്ങളുടെ പിൻബലമുണ്ട്. വെറുതെ വായിച്ചു നോക്കൂ എന്നു പറഞ്ഞ് അദ്ദേഹം അയച്ചു തന്ന ഏതാനും കഥകളോടൊപ്പം ഉണ്ടായിരുന്ന മുൻകുറിപ്പിൽ അദ്ദേഹം എഴുതി: "മഹാമാരി വന്നപ്പോൾ നേരം പോകാൻ എഴുതിപ്പോയതാണ്. അതിപ്പോൾ പത്തെണ്ണത്തിലെത്തി. സ്വാനുഭവങ്ങളുടെ പശ്ചാത്തലമാണെല്ലാറ്റിലും." സ്വാനുഭവങ്ങളുടെ പശ്ചാത്തലത്തിലെഴുതിയ ആ പത്തു കഥകൾ ഇപ്പോൾ പ്രസിദ്ധീകരിക്കുകയാണ്. ഒരുപാട് ചെറുപ്പക്കാർ ഒപ്പത്തിനൊപ്പം നിന്ന് എഴുതി വലുതാക്കുന്ന മലയാള ചെറുകഥാ പ്രപഞ്ചത്തിലേക്ക് താരതമ്യേന പഴയ തലമുറയിൽപ്പെട്ട ഒരു കഥാകൃത്തിന്റെ പത്തുകഥകൾ "എഴുതിപ്പോയത്" എന്ന അപരാധബോധത്തിന്റെ പരിഭ്രമം നിഴലിക്കുന്ന കണ്ണുകളോടെ കടന്നുവരുമ്പോൾ, ആ കഥകളോടൊപ്പംനിന്ന് ഒന്നു രണ്ടു ന്യായീകരണവാക്കുകൾ പറയുക എന്ന സൗഹൃദദൗത്യം മാത്രമാണ് ഈ അവതാരികയ്ക്ക് ഉള്ളത്.

കഥ പറയുന്നതിന്റെ രീതിഭേദങ്ങൾ വിസ്മയകരമാണ് ഇപ്പോൾ മലയാളത്തിൽ. ആ കഥകളിൽ പലതും കത്തുന്ന വർത്തമാനകാലത്തിന്റെ കാഞ്ചനകാന്തിയും കടുതീക്ഷ്ണതകളും തങ്ങളിലേക്ക് ആവാഹിക്കുന്നുമുണ്ട്. കടുത്ത ആത്മനിന്ദയോടെ, നിശിതമായ വിമർശനരൂക്ഷതയോടെ, ചരിത്രത്തോടുള്ള തികഞ്ഞ നിർവേദത്തോടെ, ഒട്ടൊരു അരാഷ്ട്രീയ നിഷ്പക്ഷതയോടെ എഴുതപ്പെടുന്ന വർത്തമാനകഥകളിൽ പലതും എല്ലാത്തിനോടും ഒരുതരം നിർമ്മമത്വം പ്രകടിപ്പിക്കുമ്പോൾ, ആർഭാടങ്ങളില്ലാതെ കഥപറയുക എന്ന പ്രാഥമിക ദൗത്യം മാത്രം നിർവ്വഹിക്കുന്ന ഈ പത്തുകഥകൾ ഒരിക്കൽക്കൂടി ചരിത്രത്തിന്റെ സ്മൃതിപഥങ്ങളിലേക്ക് വായനക്കാരെ കൂട്ടിക്കൊണ്ടുപോകുന്നു. ഈ കഥപറച്ചിലിന്

തികഞ്ഞ ഫോക്‌ലോർ പിൻബലം നല്കാനുള്ള ശ്രമവും കഥകളിൽ കാണാം. കഥകളിലെ ഭാഷ, ആവിഷ്കാരം, ദൃശ്യസൂചകങ്ങൾ, ജീവിത സംസ്കൃതി ചിഹ്നങ്ങൾ (മെറ്റീരിയൽ കൾച്ചർ) എന്നിവയിലൊക്കെ നിറയുന്ന ഫോക്‌ലോർ അടയാളങ്ങൾ ഈ കഥകളെ ശ്രദ്ധേയമാക്കുന്നുണ്ട്. ഫോക്‌ലോർ പഠനങ്ങൾ കേവലം 'ലോർ' (Lore) പഠനങ്ങളല്ല 'ഫോക്' പഠനങ്ങൾ കൂടിയാണെന്ന ബോദ്ധ്യം, ഒരുപക്ഷേ, കൂടുതലും അതാണെന്ന ബോദ്ധ്യം ഇപ്പോൾ വന്നുകഴിഞ്ഞിട്ടുണ്ട്. പ്രത്യേകരീതിയിൽ ബഹുജനക്കൂട്ടായ്മകൾ രൂപംകൊള്ളുന്നതെങ്ങനെ (ഫോക് ഫോർമേഷൻ എന്ന അർത്ഥത്തിൽ), ഒരു പ്രാദേശിക ജനതതിയുടെ സംസ്കാരം രൂപം കൊള്ളുന്നതെങ്ങനെ എന്നതിന്റെ ചിത്രം ഈ സമാഹാരത്തിലെ ചില കഥകളെങ്കിലും വരച്ചു കാണിക്കുന്നുണ്ട്. നമ്മൾ എങ്ങനെ നമ്മളായി എന്ന് അടയാളപ്പെടുത്തുന്ന കഥകൾ എന്നു പറയാം. ചരിത്രത്തിൽ നയിക്കപ്പെടുകയും ചരിത്രത്തെ നയിക്കുകയും ചെയ്യുന്ന പ്രാദേശിക ജനസഞ്ചയരൂപീകരണത്തിന്റെ ചിത്രങ്ങൾ ഈ കഥകളിൽ കാണാൻ കഴിയും. ചരിത്രത്തെ നിർവ്വേദത്തോടെയോ നിർമ്മമതയോടെയോ കാണുന്ന രീതിയല്ല, ജനസഞ്ചയരൂപീകരണത്തിൽ ആധിപത്യശേഷിയും നിർണ്ണയനശേഷിയുമുള്ള ഒരു ഘടകമായി ചരിത്രത്തെ സമീപിക്കുന്ന ശൈലിയാണ് ഈ കഥകളിൽ പ്രകടമാകുന്നത്. അതാണ് ഒരുപക്ഷേ, ഈ കഥകൾക്ക് സ്വന്തം കാലിൽ നില്ക്കാനുള്ള കരുത്ത് നല്കുന്നത്. "അറിയും വിശപ്പേ, ഞാൻ അസ്സലായ് നിന്നെ" എന്ന് ഉറച്ച ശബ്ദത്തിൽ പറയാൻ കഴിയുന്ന ഒരാളുടെ കഥകൾ എന്നു വേണമെങ്കിൽ പറയാം. കേവലം വയറിന്റെ വിശപ്പുമാത്രമല്ല, തന്റേടത്തിനും സ്വാതന്ത്ര്യത്തിനുംവേണ്ടിയുള്ള വിശപ്പ് എന്ന് ഒരല്പം വലിയ അർത്ഥം ആ വാക്കിന് കൊടുക്കണം എന്നുമാത്രം. വിശപ്പിന്റെ സൗന്ദര്യശാസ്ത്രം നമ്മുടെ എഴുത്തിൽ ക്രമേണ അന്യമാവുകയാണല്ലോ. വിശക്കുന്ന ജനത തൃണതലങ്ങളിൽ സൃഷ്ടിക്കുന്ന മാറ്റം (മോളിക്യൂളർ ട്രാൻസ്ഫോർമേഷൻ എന്ന അന്റോണിയോ ഗ്രാംഷി പറയുന്ന കാര്യം) ഈ കഥകളിലെ അടിയൊഴുക്കാണെന്ന് പറയാം. അതുകൊണ്ടുതന്നെ "എഴുതിപ്പോയത്" എന്നത് എഴുത്തിലെ ഒരു നല്ല വാക്കാണ്. പിറകോട്ടു നടക്കുക എന്നതിന് മുന്നോട്ടു നോക്കുക എന്നുകൂടി അർത്ഥമുണ്ടെന്നു പറയുന്ന കഥകളാണ് ഈ സമാഹാരത്തിലുള്ളത്.

'എച്ചിലില' എന്ന ആദ്യകഥയിലെ വണ്ണാത്തിയമ്മയുടെ പശ്ചാത്തലത്തിൽ അനാവൃതമാകുന്ന ഒരു ഗ്രാമചിത്രം നോക്കുക. ചോദ്യം ചെയ്യുന്ന ഒരു ചെക്കന്റെ കണ്ണിലൂടെ ആവിഷ്കരിക്കുന്നിടത്ത് വടക്കേ മലബാറിന്റെ ഒരു കാലത്തെ ഭാഷയും ആചാരങ്ങളും സാമ്പത്തികശ്രേണീബന്ധങ്ങളും, എല്ലാം ചിത്രീകൃതമാകുന്നതു കാണാം. മിശ്രഭോജനം എത്ര വലിയ ഒരു സമരമായിരുന്നു എന്നു പറയാതെ പറയുന്ന ഒരു കഥയും കൂടിയാണത്. 'നീചജാതിക്കാർ' വെള്ളംകോരിയാൽ കിണർ അശുദ്ധമാകും എന്നു കരുതിയിരുന്നു എന്ന് ഇന്ന് ഒരു കുട്ടിക്ക് പറഞ്ഞു

കൊടുത്താൽ വിശ്വസിക്കാൻ പ്രയാസം തോന്നും. പക്ഷേ, അനാഥമായ ഒരു എച്ചിൽ ഇല അതിൽ ഉണ്ടവനെ കാത്ത് ചരിത്രത്തിന്റെ പാതയിൽ വിലങ്ങനെ വഴിമുടക്കി കിടക്കുകതന്നെ ചെയ്യുന്നുണ്ട്. എപ്പോൾ വേണ മെങ്കിലും നെടുകെ കീറാവുന്ന ഒരു പിഞ്ഞിയ പഴയ മുണ്ടായി ഓർമ്മ കൾ വിശക്കുന്ന ഒരു കുട്ടിയെ ആഡംബരത്തിന്റെ മഹാസദസ്സുക ളിൽപ്പോലും വേട്ടയാടിക്കൊണ്ടിരിക്കും. ഒരിറ്റ് പൊടിയരിക്കഞ്ഞി വിശ ക്കുന്നവന്റെ ഹിംസാത്മകമായ ചിന്താലോകത്തിൽ സ്നേഹവാത്സല്യ ങ്ങളുടെ അമൃതകണമായി നിറഞ്ഞുനില്ക്കും. ഒരു രക്തസാക്ഷിത്വ ത്തിന്റെ പ്രാദേശികസ്മൃതി ഒരാളെ എല്ലാത്തരം അനീതികളെയും ചോദ്യം ചെയ്യാൻ പ്രേരിപ്പിക്കും. കുലീനമായ ഒരു തൊഴിൽ ബോധം, ജീവിതത്തിന്റെ കരുത്തുറ്റ പിൻബലമായി മാറും. ചരിത്രം ഒരുക്കിവെച്ച മേലേരിയിൽ അമർന്ന് താണ്ഡവമാടി ആത്മപീഢ അനുഭവിക്കുന്നവരാണ് “പിന്നാലെ വന്നിടും പിഞ്ചുപദങ്ങൾക്ക് വിന്യാസവേളയിൽ, വേദന തോന്നാത്ത” ഒരു പുതിയ ലോകം നിർമ്മിച്ചുകൊടുക്കുന്നത്. ഈ സമാ ഹാരത്തിലെ ‘മേലേരി’ എന്ന കഥ ഞാൻ നേരത്തെ പറഞ്ഞ ഫോക്‌ലോർ പശ്ചാത്തലത്തിലും ചരിത്രപശ്ചാത്തലത്തിലും സവിശേഷം ശ്രദ്ധിക്ക പ്പെടേണ്ട ഒന്നാണെന്ന് പ്രത്യേകം പറയട്ടെ. അതുപോലെ ‘മണി യോർഡർ’ എന്ന കഥ സവിശേഷമായ ഒരു ആഖ്യാനശൈലികൊണ്ട് സവിശേഷം ശ്രദ്ധിക്കപ്പെടേണ്ടതുണ്ട്.

ചുരുക്കത്തിൽ, ചരിത്രത്തോടും കാലത്തോടും നീതി പുലർത്തുന്ന ആഖ്യാനങ്ങൾ എന്ന് ഈ സമാഹാരത്തിലെ കഥകളെ നിസ്സംശയം വിശേഷിപ്പിക്കാൻ കഴിയും. ചരിത്രം വേണ്ട. ബൃഹദാഖ്യാനങ്ങൾ ഒന്നും വേണ്ട എന്ന് നിരന്തരം പ്രഖ്യാപിക്കപ്പെട്ടുകൊണ്ടിരിക്കുന്ന ഒരു കാലത്ത് ഓർമ്മകൾ ഉണ്ടായിരിക്കണം എന്ന് ആവർത്തിച്ചുപറയുന്ന ഏതാനും കഥകളിലേക്ക് ഞാൻ വായനക്കാരെ ക്ഷണിക്കുന്നു.

കേരള സാഹിത്യ അക്കാദമി
തൃശൂർ.

എച്ചിലില

ചെക്കന് ആറ് വയസ്സുണ്ട്.

അങ്ങട്ടേലെ പിള്ളറുമായിട്ടാണ് ചെക്കന്റെ കൂട്ട്.

അവിടത്തെ കുഞ്ഞിത്തേയ് അമ്മയ്ക്ക് പിള്ളറ് പത്തെണ്ണം! എല്ലാം പെൺ വർഗ്ഗം!

ആയമ്മയും കുഞ്ഞൂട്ടിപ്പെരുവണ്ണാനും കിണഞ്ഞ് ശ്രമിച്ചിട്ടും ആണൊന്നിനെ കിട്ടിയില്ല! പെണ്ണൊന്നിന് ചെക്കന്റെ പ്രായം. പിന്നെ ക്രമ പ്രകാരം ഒന്നും ഒന്നരയും വയസ്സ് മൂപ്പുള്ളത്. ചെക്കന്റെ പൊരേന്റെ ഏറേത്തിനടുത്ത് ചാണകം മെഴുകിയ ചേതീമ്മൽ കുന്തിച്ചിരുന്ന് കുഞ്ഞിത്തേയ്യമ്മ ഇങ്ങനെ പറഞ്ഞു.

"... എന്തിനാ തീത്തമ്മേ സങ്കടപ്പെടണ്ടും?

ആണില്ലായ്റ്റോ? പെണ്ണുണ്ടെങ്കി ആണും... ണ്ടാവും."

അപ്പറഞ്ഞത് അച്ചട്ടായി നടന്നു... പത്ത് പെണ്ണിനും പത്ത് പുരുവൻമാര്! നല്ല യോഗ്യര്! പലരും ഉദ്യോഗസ്ഥർ. പെണ്ണുങ്ങള് പത്തെണ്ണവും മക്കളും മക്കളേ മക്കളുമായി സസുഖം വാഴുന്നു.

കുഞ്ഞിത്തേയ്യമ്മ എല്ലാന്നും രാവിലന്നെ

വണ്ണാത്തിപ്പൊരേന്ന് പുറപ്പെട്ട് എല്ലാ തീയ്യപ്പൊരേലും ചെട്ട്യാം ബീട്ടിലും കേറും!

അവിടെള്ളോറെല്ലാം ഉടുത്ത് അയ്ച്ചിട്ട തുണിയെല്ലാം വാരിക്കെട്ടി മൂലത്തോട്ടിലെത്തും.

അവിടെയാണവരുടെ പണിശാല!

ഞങ്ങടെ നാട്ടിലെ കൊച്ചു തോട്ടിലെ അല്പം വീതിയും ആഴവുമുള്ളൊരിടം!

നാട്ടുകാർ അലക്കാനും കുളിക്കാനും എത്തുന്നൊരിടം!

വണ്ണാത്തിയമ്മയ്ക്ക് വീതിയുള്ള ഒരലക്കുകല്ല് പ്രത്യേകമായി അവിടെയുണ്ട്.

തോട്ടുങ്കരയിൽ അടുപ്പു കൂട്ടി തെങ്ങിന്റെ മട്ടൽ കത്തിച്ച ചാരത്തിൽ അഴുക്കു തുണി പുഴുങ്ങി കല്ലിലടിച്ച് വെളുപ്പിച്ചെടുക്കും.

ചിലപ്പോൾ സാബൂൻകായ് പതപ്പിച്ച് തുണി കഴുകിയെടുക്കും.

അല്പം ശേഷിയുള്ള വീട്ടിൽനിന്ന് അഴുക്കു തുണിയോടൊപ്പം സോപ്പും കൊടുക്കും.

അവരുടെ തുണി അതുകൊണ്ടാണ് കഴുകുന്നത്.

ചെക്കന്റെ പൊരേല് കുഞ്ഞിത്തേയിയമ്മയ്ക്ക് അടുപ്പം കൂടുതലാണ്.

ചെക്കന്റെ അമ്മയെ "തീത്തമ്മേ" എന്നാണ് വിളിക്കുന്നത്.

തീത്തമ്മ എന്നാൽ തീയ്യത്തമ്മ.

തീയ്യത്തിപ്പെണ്ണുങ്ങളെ വണ്ണാന്മാരും മലയിമാരും അങ്ങനെയാണ് വിളിക്കുന്നത്. ഇടയ്ക്കൊക്കെ മലയിമാതു അമ്മയും ചെക്കന്റെ അമ്മയെ അങ്ങനെ വിളിക്കുന്നത് കേട്ടിട്ടുണ്ട്. വണ്ണാത്തിയമ്മ വന്നാൽ ചെക്കന്റെയും അനിയത്തിക്കുട്ടിയുടെയും ...പ്പാപ്പന്റെയും അമ്മാന്റെയും അമ്മയുടെയും അഴുക്ക് തുണികളൊക്കെ മുമ്പിലിട്ടു കൊടുക്കും. എല്ലാം വാരിക്കെട്ടി തലയിൽ വെച്ച് ഉയരത്തിൽ കെട്ടിയുയർത്തിയ നടവഴി ഇറങ്ങി പോകുന്ന കാഴ്ച ഇന്നും മനസ്സിലുണ്ട്.

കഴുകിയ തുണിക്കെട്ട് തലയിലേന്തി നടപ്പടി കേറിവരുന്ന വണ്ണാത്തിയമ്മയുടെ "തീത്തമ്മേ" എന്ന വിളി ചെക്കനിന്നും ഓർക്കുന്നുണ്ട്.

തുണിക്കെട്ട് ഇറയത്തിറക്കി... "ശ്.. ശൂ" എന്നൊരു സീൽക്കാരത്തോടെ ചേതിയിൽ ഇരുന്ന് ചോദിക്കയായി.

"...തായ്ച്ചിറ്റ് ബയ്യ... കഞ്ഞിക്കലത്തിലെ ബെള്ളത്തില് കൊറച്ച് ഉപ്പും ഇട്ടിറ്റിങ്ങ് തന്നാ..." എന്നാൽ ചെക്കന്റമ്മ വണ്ണാത്തിയമ്മയ്ക്ക് കരുതി വെച്ചിട്ടുണ്ട് കഞ്ഞിയിലൊരു പങ്ക്.

അത് കിണ്ണത്തിൽ പാർന്ന് ഒരു പിഞ്ഞാണത്തിൽ ചക്കയോ, കിഴങ്ങോ, വാഴക്കണ്ടയോ, കാമ്പോ, കൂമ്പോ, എന്തെങ്കിലുംകൊണ്ടുള്ള പുഴുക്കും മുമ്പിലെത്തുകയായി. കൂട്ടിന് ഒരിലച്ചീന്തിൽ കുറച്ചുപ്പും ഏതാനും കാന്താരിപ്പറങ്കിയും.

ആയമ്മ ഓട്ടുകിണ്ണത്തിലെ കഞ്ഞിയിൽ കാന്താരിപ്പറങ്കി ഞരടി ഉപ്പും ചേർത്ത് ആദ്യം വെള്ളം മുഴുവൻ മോന്തിക്കുടിക്കുകയായി.

പിന്നെ കിണ്ണത്തിലെ കഞ്ഞിയിൽ പുഴുക്ക് ചേർത്ത് വാരിത്തിന്നുന്നതിനിടയിലാണ് നാട്ടിലെ ചൂടൻ വാർത്തകളെല്ലാം ചെക്കന്റെ അമ്മയുടെ മുമ്പിൽ പ്രക്ഷേപണം ചെയ്യുന്നത്. കുന്നുമ്പുറത്തെ ഇളയ പെങ്കുഞ്ഞി തീണ്ടാരിയായതും കപ്പണപ്പറമ്പിലെ കല്ലൂന് ഒട്ടനാൾ കൂടി വിശേഷമായതും ചിണ്ടൻ നായര് ഇരിട്ടിപ്പുഴയിൽ മുങ്ങിമരിച്ചതും കാഞ്ഞിരത്തിൻ കീഴിൽ തെയ്യത്തിന് തീയതി കുറിച്ചതും ചാരുതയോടെ അവർ വർണ്ണിച്ചു തീരുമ്പോഴേക്കും കിണ്ണത്തിലെ അവസാനത്തെ വറ്റും അവരുടെ വയറ്റിലെത്തിയിരിക്കും.

ഒരേമ്പക്കവും വിട്ട് അവർ കിണറ്റിൻകരയിലേക്ക് കിണ്ണവും പിഞ്ഞാണവുമായി നടക്കുമ്പോൾ "തീത്തമ്മേ, ബെള്ളം കോരിത്തായോ" എന്ന് വിളിക്കുന്നുണ്ട്.

ചെക്കന്റെ അമ്മ വെള്ളം കോരി കിണ്ണത്തിൽ ഒഴിച്ചു കൊടുത്തു.

ചെക്കന് ചെറിയൊരു ഈൗർഷ്യ തോന്നി.

അതെന്താ വണ്ണാത്തിയമ്മയ്ക്ക് കിണറ്റിൽനിന്ന് വെള്ളം കോരിയാൽ?

ചെക്കന്റെ അമ്മയെക്കൊണ്ട് കോരിക്കണോ?

അവർ കിണ്ണത്തിൽ വെള്ളമെടുത്താണ് വരുന്നത്!

താനിരുന്ന ചേതിയിൽ ആ വെള്ളം തളിക്കുന്നു.

വെള്ളം കുടഞ്ഞ് അവിടം തന്റെ കൈ കൊണ്ട് തുടയ്ക്കുന്നു!

ചെക്കന് അത്ഭുതം തീരുന്നില്ല! കിണ്ണവും പിഞ്ഞാണവും ഇറയത്ത് കുമ്പ് ടിത്തി വെക്കുന്നു. ഇതെല്ലാമെന്തിന്?

ചെക്കന്റെ അമ്മ അകത്ത് ചെന്ന് മുറത്തിൽ അരിയോ ചിലപ്പോൾ നെല്ലോ ഒരു മുറിച്ചക്കയോ ഒരു തേങ്ങയോ രണ്ടു നേന്ത്രക്കായോ ചക്ക ക്കുരുവോ ഒക്കെ നല്കിയാണ് യാത്രയയക്കാറ്. നടവഴി ഇറങ്ങുമ്പോൾ ചിലപ്പോൾ അവർക്കൊരു നിവേദനമുണ്ടാകും!

"എയ്ത്തള്ളി തുറക്കാറായി... എന്തുടുത്തി റ്റാ എന്റെള്ളേത് പോവ്വാ ന്നറിയില്ല.... കുഞ്ഞുമ്പോച്ചനോട് പറയണേ... ഒരുറുപ്യ തരാൻ"

''കുഞ്ഞുമ്പോച്ചൻ' എന്നാൽ ചെക്കന്റെ അമ്മയുടെ അച്ഛൻ. ചെക്കന്റെ... പ്പാപ്പൻ/ പിറ്റേന്ന് വരുമ്പോൾ അമ്മ ഒരുറുപ്യ കുഞ്ഞിത്തേ യിയമ്മയ്ക്ക് നല്കിയിരിക്കും.

വണ്ണാത്തിയമ്മ ഇറങ്ങിപ്പോയതോടെ ചെക്കൻ അമ്മയുടെ മുണ്ടിന്റെ കോന്തലയ്ക്ക് പിടിച്ച് ഒരു നൂറ് ചോദ്യങ്ങളെറിഞ്ഞു.

"എന്തിനാ അമ്മ ബെള്ളം കിണറ്റിന്ന് കോരി ഓർക്ക് ഒയ്ച്ച് കൊടു ക്കുന്ന്? ഓർക്ക്ന്നെ കോര്യാ പേരേ?"

"ഓർക്ക് മ്മളെ കെണറ് തൊടാൻ പറ്റൂല്ല. താണ ജാത്യാ."

ജാത്യോ? അതെന്താ?

"മ്മേ, മ്മേ എന്തിനാ ഓറ് കിണ്ണം കുമ്പ്ടിത്തീന്?

ചേതിമ്മലെന്തിനാ ബെള്ളം കൊടഞ്ഞ് കയ്ക്യേ?"

"ഞ്ഞ്.. പോന്ന്ണ്ടോ.. ന്റെ മുമ്പ ന്ന്.. ചെക്കന്റെ ഓരോ ചോദ്യം?"

ഇനിയൊന്നും അമ്മ പറയില്ലെന്ന് ഉറപ്പായതോടെ ചെക്കൻ മുറ്റത്തി റങ്ങി ചെറുകല്ല് പെറുക്കി കൊത്തങ്കല്ല് സ്വയം കളിക്കാൻ തുടങ്ങി.

ചെക്കൻ കളിക്കുന്നെന്നേയുള്ളൂ. മനസ്സിൽ മുഴുവൻ വണ്ണാത്ത്യമ്മ യാണ്. ചെക്കന്റെ അമ്മ മാസന്തോറും അടുക്കളയുടെ അപ്പുറത്തുള്ള ഇരുട്ടുനിറഞ്ഞ ചായ്പിൽ രാവ് പകൽ അടുക്കളേലും മറ്റു മുറികളിലും കേറാതെ ഒറ്റയ്ക്കിരുന്ന് കഴിയുന്നത് ഓർമ്മയിൽ ഓടിക്കയറി.

ചെക്കനും അനിയത്തിപ്പെണ്ണിനും അമ്മേന

തൊട്ടൂട! അടുത്തു പോയ്ക്കൂട!

എന്തായിങ്ങനെ?

ചെക്കന് മനസ്സിലാകുന്നില്ല.

ഒരീസം ചെക്കന്റമ്മ പറഞ്ഞു

"കുഞ്ഞടുക്കളേൽ പോയി അമ്മേന്റെ തോർത്തെടുത്ത് കൊണ്ട ന്നാ."

ഓടിച്ചെന്ന് തോർത്തും കൊണ്ട് വരുമ്പം അമ്മ പറയേയ്!

"അടുത്തോട്ടു വരണ്ട നീയ്യ്, അതാ കോങ്കത്തി... അയ്ന്റെ കൊക്കു മ്മൽ തോർത്ത് കൊളുത്ത്.. എന്നിറ്റ് കത്തി ഇങ്ങോട്ട് നീട്ട്."

"ആ... ന്തിനാ?" ചെക്കന് സങ്കടം സഹിക്കുന്നില്ല.
"തോർത്തിങ്ങു താ... പോയാട്ടോ."

ചെക്കന്റമ്മ പുറത്തായാൽ പുഴക്കക്കരെനിന്ന് മൂത്തമ്മ വരും. പൊരേലെ കാര്യങ്ങൾ നോക്കാൻ. ചെക്കന്റമ്മേന്റമ്മയുടെ ഏടത്തീന്റെ മോള്. അമ്മയ്ക്ക് മൂത്തത്. വിവാഹം കഴിച്ചിട്ടില്ല.

അവർക്ക് മക്കൾ ചെക്കനും അനിയത്തിക്കുട്ടിയും ഒക്കെയാണ്.

അമ്മ പുറത്തായതോടെ മോന്തിക്ക് അമ്മേടെ അരികത്ത് കിടക്കുന്ന ചെക്കൻ മൂത്തമ്മയുടെ അടുത്ത് കിടക്കും.

മൂത്തമ്മ ചെക്കന്റെ തലമുടിയിൽ അവരുടെ പണിയെടുത്ത് തഴമ്പിച്ച കൈവിരലുകൾ പതുക്കെ ഓടിച്ചുകൊണ്ട് പുഴയ്ക്കക്കരെയുള്ള നാട്ടിലെ കഥകൾ പറയും. ഒതേനന്റെ പാട്ടും ഉണ്ണിയാർച്ച നാദാപുരം അങ്ങാടിയിൽ ജോനകരോട് പൊയ്തു നടത്തിയ പാട്ടും രാത്രിയിൽ മൂളിത്തരും.

കുട്ടിത്തം വിട്ടു മാറിയ പ്രായമെത്തിയപ്പോഴാണ് ഇതിന്റെയെല്ലാം അർത്ഥം ചെക്കനറിഞ്ഞത്! പെണ്ണുങ്ങൾക്ക് തീണ്ടാരിയെന്നൊന്നുണ്ടത്രെ! മൂന്നീസം ആരേം തൊടാതേം കാണാതേം മറപ്പുരേൽ കഴിയണത്രേ! അയിത്താണത്രേ, അയിത്തം! ഇരുമ്പുള്ള സാധനങ്ങൾകൊണ്ട് തൊട്ടാൽ അയിത്താവൂല ത്രെ!

ചെക്കന്റമ്മ മറപ്പുരേ കേറിയേന്റെ മൂന്നാം ദിവസം വൈകുന്നേരം വണ്ണാത്തിയമ്മ അലക്കാൻ കൊടുത്ത തുണിക്കെട്ടുമായി കേറി വന്നു.

"മാണിക്ക തീത്തമ്മേ... ഈ തുണിയങ്ങെടുത്താട്ടെ.... നാള... ചീരുത്തീത്തമ്മയ്ക്ക് കുളിച്ചു മാറ്റാനുള്ള മാറ്റും ണ്ട്."

മാറ്റ്! വണ്ണാത്തി മാറ്റ്! അലക്കി വെളുപ്പിച്ച ഒരു കണ്ടം തുണി!

തീണ്ടാരിയായ പെണ്ണ് കുളത്തിലോ തോട്ടിലോ നാലാംദിവസം രാവിലെ മുങ്ങിക്കുളിച്ച് തോർത്തി വണ്ണാത്തി മാറ്റുടുത്താൽ അയിത്തം പോയി!

ചെക്കന്റമ്മ നാലാംദിവസം വെളുപ്പിന് മൂലത്തോട്ടിൽ പോയി കിടന്ന പായും ഉടുത്ത തുണിയുമായി മുങ്ങിക്കുളിച്ച് വരുന്നത് മനസ്സിൽ ഓടിക്കയറി.

വണ്ണാത്തിയമ്മ താണ ജാതിയാണത്രേ!

താണ ജാതി!

അവർ കൊടുത്ത ഒരു കഷണം തുണി കൊണ്ട് ഏതൊരു അശുദ്ധവും മാറുമത്രെ! ഇതെന്തൊരു ജാതി?

ഈ ജാതി ഒരീസം ചെക്കനെയും പിടികൂടി!

ചെക്കന്റെ നാട്ടിലെ കേളപ്പൻ നമ്പ്യാരുടെ വീട്ടിൽ ഗണപതി പൂജയുണ്ട്.

നമ്പ്യാർ നാട്ടിലെ സാമാന്യം ധനാഢ്യനായ ഒരാളാണ്! മക്കളൊക്കെ നല്ല നിലയിലാണ്! പലരും ജോലിസ്ഥലത്താണ്. നമ്പ്യാരുടെ മകളുടെ മകൾ അമ്മിണി രണ്ടാം ക്ലാസിലെത്തിയ ചെക്കന്റെ തൊട്ടടുത്തിരിക്കുന്ന കുട്ടിയായത് കൊണ്ട് ചങ്ങാത്തത്തിലാണ്.

ഒരീസം അവൾ മുടി ചീകി മെടഞ്ഞ് അതിലൊരു പൂമാലയും ചാർത്തി വന്നിരിക്കുന്നു. മാലയിൽ കോർത്ത പൂക്കൾക്ക് നല്ല മണം!

"...തെന്തായി പ്പൂ? ... എബ്ട്ന്നായി മാല?"

"ഞങ്ങളെ ബീട്ടിന്റെ മുറ്റത്ത് ഒരു ബല്യ എരിഞ്ഞി മരം ണ്ട്.... നിറയെ പൂത്തി റ്റി ണ്ട്. പ്പളും... ഒരു മൊറം നിറയെ പൂ കിട്ടും... അമ്മ ണ്ടാക്കിയതാ മാല... നല്ല മണം... ല്ലേ? ബര്ന്നോ, പൂ പെറുക്കാൻ?"

ഈ ക്ഷണത്തിന്റെ പുറത്താണ് കേളപ്പൻ നമ്പ്യാരുടെ വീട് കാണാനിടയായത്. സാമാന്യം നല്ലൊരു വീട്. നീണ്ടു നിരന്നു കിടക്കുന്ന പൂമുഖം!

അതിനൊത്ത മുറ്റവും!

പൂമുഖത്തൊരു തുണിക്കസേരയിൽ ചാർന്നിരിക്കുന്നു, കേളപ്പൻ നമ്പ്യാർ!

...പ്പാപ്പന്റെ പ്രായം തന്നെ!

....പ്പാപ്പന്റെ ഉറ്റ ചങ്ങാതിയാണ് കേളപ്പൻ നമ്പ്യാർ. രണ്ടുപേരും നല്ല കൃഷിക്കാർ! ഒപ്പം നല്ല ഭക്തരും!

പലപ്പോഴും ഗുരുവായൂരും കൊടുങ്ങല്ലൂരും പറശ്ശിനിക്കും തീർത്ഥയാത്ര പോകുന്നതും ഇടയ്ക്കെല്ലാം വെടി പറഞ്ഞിരിക്കുന്നതും കള്ളു ചെത്ത് നിരോധിച്ച അക്കാലത്ത് ചക്കരച്ചെത്തിന്റെ മറവിൽ ചെത്തുകാർ നല്കിയ കള്ള് ആരും കാണാതെ സേവിക്കുന്നതും ഇവരുടെ ഉടയാത്ത സൗഹൃദത്തിന്റെ ഉത്തമ ദൃഷ്ടാന്തങ്ങൾ തന്നെ. കേളപ്പൻ നമ്പ്യാരുടെ ഗണപതി ഹോമത്തിന്റെ ആദ്യ ക്ഷണിതാവ്... പ്പാപ്പനായതിൽ അശേഷം അയുക്തിയില്ല.

....പ്പാപ്പന്റെ സൗഹൃദ സന്ദർശനങ്ങളിലും ചില തീർത്ഥാടനങ്ങളിലും അനുഗമിക്കാനുള്ള ഭാഗ്യം പുത്രപൗത്രരെത്രയുണ്ടെങ്കിലും പലപ്പോഴും അവസരമുണ്ടാകാറുള്ളത് ഈ ചെക്കനു തന്നെ! ഗണപതി ഹോമത്തിനും ചെക്കൻ തന്നെ അകമ്പടി പോയി. നമ്പ്യാരുടെ കുന്നിൻ മുകളിലെ വീട്ടിലെത്തണമെങ്കിൽ വയൽക്കരയിൽനിന്ന് തട്ടിൽനിന്ന് തട്ടിലേക്ക് കെട്ടിയുയർത്തിയ ചെങ്കൽ പടികളുള്ള നടവഴികൾ ഏതാനും താണ്ടണം. മുറ്റത്തെത്തിയപ്പോഴെ അവിടെയുള്ള ഒരൻപത് പേരുടെയെങ്കിലും സാന്നിദ്ധ്യം അറിഞ്ഞുള്ളൂ അകത്തുനിന്ന് മണി മുഴങ്ങുന്നുണ്ട്. പൂജ തുടങ്ങിയിട്ടുണ്ട്.

....പ്പാപ്പനെ ഉപചാരപൂർവ്വം നമ്പ്യാർ പൂമുഖത്തെ ഒരു കസാരയിലിരുത്തി. അവിടെയൊരു മൂലയിൽ ഒരു വലിയ കോളാമ്പി ചെരിച്ചു വെച്ചതു

പോലെ ഒന്നിൽനിന്ന് നല്ല മധുര സംഗീതം ഒഴുകി വരുന്നുണ്ട്. എന്താണത്?

അടുത്തു ചെന്നു നോക്കി!

ഏതാനും പേർ അതിന്റെ ചുറ്റും നില്ക്കുന്നുണ്ട്.

അവരുടെ ഇടയിലൂടെ തലയിട്ടു നോക്കിയപ്പോഴാണ് ഒരു തട്ടിന്റെ മേലെ മിനുസമുള്ള ഒരു കറുത്ത വൃത്താകൃതിയിലുള്ള ഒന്ന് കിടന്ന് കറങ്ങുന്നു.

ഇതെന്തൊരു കിൽപിത്തിരി? വയസ്സല്പം ചെന്നപ്പോഴാണ് അന്ന് കണ്ടത് ഒരു ഗ്രാമഫോൺ റിക്കാർഡറാണെന്ന് മനസ്സിലായത്! കുറച്ചു നേരമേ അവിടെ നിന്നുള്ളൂ. കൂട്ടുകാർ ചിലരുണ്ട്. അവരോടൊന്നിച്ച് കൊത്തം കല്ലാടിയും കക്കും തലമയും കളിച്ചും നേരം പോയി! മണി മുഴക്കം തീർന്നു.

പൂജ അവസാനിച്ചു.

ഒരാൾ മുറവുമായി ആളുകളുടെ ഇടയിലേക്ക് വരുന്നുണ്ട്. അതിൽ പൂജിച്ച അവിലും മലരും കല്ക്കണ്ടവും പഴം നുറുക്കിയതും കരിമ്പിൻ ചിന്തുകളും അടങ്ങിയ മിശ്രിതമാണ്.

എല്ലാവർക്കും നുള്ളിക്കൊടുക്കുന്നുണ്ട്. ചെക്കന്റെ നീട്ടിയ കൈവെള്ളയിൽ ഒരു നുള്ള് പൂജയുടെ അംശം അയാൾ നല്കി. അത് വായിലിട്ട് നുണയുമ്പോൾ അറിയിപ്പു വന്നു. ഊണ് കഴിക്കാം. എല്ലാവരും വന്നോളൂ.

....പ്പാപ്പൻ ഊണിനിരിക്കുമ്പോൾ ചെക്കനെ ഇടതു വശത്തിരുത്തി. ഇറയത്ത് ചുവരരികിൽ പുൽപ്പായിട്ട് എല്ലാവരും നിരന്നിരുന്നിട്ടുണ്ട്. ഇല വച്ചു, ചോറും സാമ്പാറും പച്ചടിയും വറവുമുണ്ട്. പപ്പടവും ഉപ്പേരിയുമുണ്ട്. ചെക്കൻ തീറ്റയ്ക്കല്പം വേഗത കൂടുതലുള്ള കൂട്ടത്തിലാണ്. അവസാനം വിളമ്പിയ പായസവും കഴിച്ചെഴുന്നേറ്റു കൈ കഴുകി!

ഇനി അവിടെ എന്തു കാര്യം?

.... പ്പാപ്പനെയൊന്നും കാത്തില്ല. ഒറ്റ ഓട്ടം പൊരേലേക്ക്! വെളിച്ചെങ്ങകൊണ്ട് അമ്മയുണ്ടാക്കിത്തന്ന പ്ലാവില വണ്ടിയുണ്ട് മുറ്റത്ത്. അതും കൊണ്ട് അനിയത്തിപ്പെണ്ണിനെയും കൂട്ടി മുറ്റത്ത് ഉരുട്ടിക്കളിക്കുകയാണ്. ഒരാൾ നടവഴി കയറി വരുന്നു. കേളപ്പൻ നമ്പ്യാരുടെ ഇളയ മകനാണ്.

"നിന്നെ വിളിക്കുന്നു." അയാൾ കൈകൊട്ടി പറയുകയാണ്.

"ന്തിനാ?"

"വാ... പറയാം."

അയാൾ ചെക്കനെയും കൂട്ടി ആ വലിയ പടി കയറി.

അതിഥികളെല്ലാം പോയ്ക്കഴിഞ്ഞിരുന്നു. ബന്ധുക്കളേയുള്ളൂ.

"ദാ... അതു കണ്ടോ?" അയാൾ ഇറയത്തേക്ക് ചൂണ്ടിക്കാണിച്ചു. അവിടെ പുൽപ്പായയിൽ ചെക്കനിരുന്ന സ്ഥലത്ത് ഒരെച്ചിലില! ചെക്കൻ ഊണ് കഴിച്ച ഇല!

"നിന്റെ എലയല്ലേ അത്? അതാരാ എടുക്കാ?"

"ഞ്ഞി.. തൊട്ടത് ഞാങ്ങാൾക്കും തൊടാൻ പറ്റൂലാ... അതു തൊട്ടാ ഞാള് കുളിക്കണം. അതോണ്ട് അതങ്ങ് വേഗം എടുത്തങ്ങ് കളഞ്ഞു ട്ടാ..."

പൂമുഖത്തുള്ള എല്ലാ കണ്ണുകളും ചെക്കന്റെ നേർക്കുയരെ ആ എച്ചിലില എടുത്ത് അവൻ അടുത്തുള്ള തൈത്തെങ്ങിൻ കുഴിയിലിട്ടു.

പിന്നെ ഒരോട്ടമാണ്... ചെക്കന്റെ പൊരേലേക്ക്....

ഇറയത്തൊരു മൂലയിൽ ചാണകം തേച്ച ആ തറയിൽ കമിഴ്ന്നു കിടന്നു... ചെക്കന്റെ ഉപ്പു കലർന്ന കണ്ണീർ ആ ചാണക നിലത്തിന് കുളിരുനല്കി...

കീറിയ മുണ്ട്

മൂന്നു മണിക്ക് നിശ്ചയിച്ച പരിപാടിയിലാണ് പങ്കെടുക്കേണ്ടത്. തന്റെ സമയം നോക്കിയാണ് ആ പരിപാടി നിശ്ചയിച്ചത്.

ജീവിതത്തിൽ പുലർത്തിയ സമയനിഷ്ഠ തെറ്റിയിരിക്കുന്നു. ഓഫീസിൽനിന്ന് ഇറങ്ങുമ്പോൾതന്നെ മൂന്നര മണിയായി. പതിനഞ്ച് മിനിറ്റെങ്കിലും ഉണ്ടെങ്കിലേ ആ ഹൈസ്കൂളിലെ പരിപാടിക്കെത്താനാവൂ. കാറിൽ കയറിയിരുന്നു. വേഗം കുറക്കേണ്ടെന്ന് ഡ്രൈവർക്ക് നിർദ്ദേശം നല്കി. മീറ്ററിലെ വേഗസൂചി തന്റെ ആവശ്യകതയ്ക്കും ആഗ്രഹിക്കുന്നതിനനുസരിച്ചുമാണോ സഞ്ചരിക്കുന്നത്!

ഉപജില്ലാ വിദ്യാഭ്യാസ ഓഫീസറായി ചാർജെടുത്തതിനുശേഷം ആദ്യം കിട്ടിയ ഒരു പരാതിക്കു തീർപ്പു കല്പിക്കാൻ അല്പ സമയം വേണ്ടിവന്നു. ഉപജില്ലയിലെ പേരും പ്രശസ്തിയുമുള്ള ഒരു യു പി സ്കൂളിൽ നിന്ന് വന്ന പരാതിയാണ്. അവിടെത്തെ ഒരു രക്ഷിതാവാണ് പരാതിക്കാരി.

ആ സ്ത്രീയുടെ മകൾ നഗരത്തിലെ നൃത്തവിദ്യാലയത്തിൽ നൃത്തം അഭ്യസിക്കുന്നു. സബ് ജില്ലായുവജനോത്സവത്തിൽ അവളെ പങ്കെടുപ്പിക്കുന്നില്ല. സ്കൂൾ നിലവാരത്തിൽ നടത്തിയ മത്സരത്തിൽ ഭരതനാട്യം, കുച്ചുപ്പുടി, നാടോടി നൃത്തം എന്നിവയിലെല്ലാം ഏറ്റവും മികവു പുലർത്തിയതവളാണ്.

സബ്ജില്ലാ മത്സരത്തിൽ പങ്കെടുക്കേണ്ടവരുടെ ലിസ്റ്റിൽ അവളില്ല. സ്കൂളിൽ നൃത്തം അഭ്യസിക്കുന്നുണ്ട്. ആ നൃത്താദ്ധ്യാപിക പ്രധാനാദ്ധ്യാപികയുടെ ബന്ധുവാണ്. അദ്ധ്യാപക രക്ഷാകർത്തൃസമിതിയുടെ പ്രസിഡന്റിന് വേണ്ടപ്പെട്ടവരാണ്! നൃത്തയിനങ്ങളിൽ സബ്ജില്ലാ തലത്തിൽ മത്സരിക്കേണ്ടവരുടെ ലിസ്റ്റ് തയ്യാറാക്കുന്നത് ആ നൃത്താദ്ധ്യാപികയാണ്.

22 മേലേരി

കെ ഭാസ്കരൻ മാസ്റ്റർ

പരാതിക്കാരിയുടെ മകൾ ആ പട്ടികയിലില്ല. ഇതന്യായമാണ്. കഴിവുള്ളവരെയല്ല, സ്കൂളിലെ അദ്ധ്യാപകരുടെ മക്കളാണ് ലിസ്റ്റിൽ സ്ഥാനം നേടാനുള്ള യോഗ്യതയായി അവർ കണക്കാക്കിയിട്ടുള്ളത്.

ആ വീട്ടമ്മയുടെ പരാതിയിലുള്ള ഉള്ളടക്കമാണത്!

യുവജനോത്സവം മൂന്നു നാൾക്കകം നടക്കേണ്ടതുണ്ട്. അതിന്മുമ്പ് പരാതിക്കു തീർപ്പു കല്പിക്കണം. ഹെഡ്മാസ്റ്ററെയും പി ടി എ പ്രസിഡന്റിനെയും വിളിപ്പിച്ചു. പരാതിക്കാരിയുമുണ്ട്.

ഓരോരുത്തരുടെയും വാദങ്ങൾക്കു പിന്നിൽ അവരുടേതായ ന്യായങ്ങളുണ്ട്! എല്ലാം സശ്രദ്ധം കേട്ടു. ഇടയ്ക്ക് ചില ചോദ്യങ്ങളാൽ സംശയനിവൃത്തി വരുത്തി. ഹിയറിങ് സംബന്ധിച്ച മിനിറ്റ്സ് ഓഫീസ് ക്ലാർക്ക് രേഖപ്പെടുത്തുന്നുണ്ട്. പരാതി കേൾക്കുന്നത് ഏകപക്ഷീയമാകരുതെന്ന് കരുതി ഓഫീസ് സുപ്രണ്ടിനെയും ഇരുത്തിയിട്ടുണ്ട്.

എല്ലാവരുടെ വിശദീകരണങ്ങളും കേട്ടതിൽ പരാതിക്കാരിയുടെ ഭാഗത്താണ് ന്യായങ്ങളുള്ളതെന്ന് പ്രഥമദൃഷ്ട്യാ തോന്നി. സുപ്രണ്ടിന്റെ അഭിപ്രായവും അതുതന്നെ!

പ്രശ്നത്തിന് പരിഹാരമുണ്ടാക്കുന്നതെങ്ങനെ? തീർപ്പുണ്ടാക്കുന്നതിന് മുമ്പെ സ്കൂൾ അധികൃതർ തെരഞ്ഞെടുത്തിട്ടുള്ളവരെയും പരാതിക്കാരിയുടെ മകളെയും പിറ്റേദിവസം സ്കൂൾ വേദിയിൽവെച്ച് മത്സരിക്കുന്നതിനായി തീരുമാനിച്ചു. അതിൽ മികവ് പുലർത്തുന്നവരെ സബ്ജില്ലാ തലത്തിലേക്കയച്ചാൽ മതി. മത്സരം ജഡ്ജു ചെയ്യാൻ പ്രത്യേകം വിദഗ്ദ്ധരെ എ ഇ ഒ ഓഫീസിൽ നിന്നയക്കും തന്റെ ശിഷ്യയും പ്രശസ്തയുമായ നൃത്താദ്ധ്യാപികയുണ്ട്. അവരെ അയച്ചു കൊടുക്കാമെന്ന് മനസ്സിൽകണ്ടു. മത്സരത്തിന്റെ നിരീക്ഷകനായി സുപ്രണ്ടിനെ അയക്കുമെന്ന് തീർപ്പുണ്ടാക്കി ഫയലിൽ രേഖപ്പെടുത്തി.

ഹിയറിങ്ങിൽ ദത്തശ്രദ്ധനായതുകൊണ്ട് സമയം നീണ്ടു പോയതറിഞ്ഞില്ല.

സീറ്റിൽ നിന്നെഴുന്നേറ്റ് വാച്ചുനോക്കുമ്പോഴാണ് നേരം വൈകിയതും, അനുമോദന പരിപാടിക്കെത്താൻ വൈകിയിരിക്കുന്നു എന്നതും മനസ്സിൽ ഇരമ്പിക്കയറി വന്നത്.

താൻ പഠിച്ച ഹൈസ്കൂളാണ്. അവിടെ പഠിച്ച ഒരു വിദ്യാർത്ഥിനിക്ക് കണ്ണൂർ സർവ്വകലാശാലയിൽനിന്ന് ഡോക്ടറേറ്റ് ലഭിച്ചിരിക്കുന്നു. അവൾ ഒരു ചരിത്ര വിദ്യാർത്ഥിനിയാണ്. വീരകേരള വർമ്മ പഴശ്ശി രാജായുടെ കമ്പനി വിരുദ്ധ പോരാട്ടങ്ങൾക്കു കാരണമായ കാർഷിക പ്രശ്നങ്ങളെക്കുറിച്ചാണ് അവൾ ഗവേഷണം നടത്തിയിരിക്കുന്നത്. അവളെന്റെ നാട്ടുകാരിയായതുകൊണ്ടും, ഈ വിഷയത്തിൽ എന്റെ താല്പര്യം അറിയാവുന്നതുകൊണ്ടും, എന്റെ ഹോം ലൈബ്രറിയിലെ പുസ്തകങ്ങൾ തേടി പലവട്ടം അവൾ വന്നതെനിക്കോർമ്മയുണ്ട്.

വിദ്യാലയ കവാടത്തിൽ തന്നെയും പ്രതീക്ഷിച്ച് ഒട്ടും ചെറുതല്ലാത്ത ഒരു സംഘം അക്ഷമരായി നില്ക്കുന്നതുകണ്ടപ്പോൾ, നേരം വൈകിയ

തിന്റെ ജാള്യതയാൽ മുഖം കുനിഞ്ഞുപോയി. പ്രധാന അദ്ധ്യാപകന്റെ നേതൃത്വത്തിലുള്ള സംഘത്തിൽ അദ്ധ്യാപകരെക്കൂടാതെ പഞ്ചായത്തു പ്രസിഡന്റും മറ്റു ജനപ്രതിനിധികളുമുണ്ട്. പി ടി എ പ്രസിഡന്റും ഏതാനും രക്ഷാകർത്താക്കളുമുണ്ട്.

ഹെഡ്മാസ്റ്റർ ആദരപൂർവ്വം നല്കിയ പൂച്ചെണ്ട് ഏറ്റുവാങ്ങി സമ്മേളനഹാളിലേക്ക് അതിഥി ആതിഥേയരോടൊപ്പം നടന്നു. യോഗാദ്ധ്യക്ഷൻ പഞ്ചായത്തു പ്രസിഡന്റാണ്. ആരെല്ലാമോ, ഏതെല്ലാമോ വിശിഷ്ടാതിഥികൾ വേദിയിലുണ്ട്. ഒരു തൂമന്ദസ്മേരം കവിളിലൊളിപ്പിച്ച് അവാർഡ് ജേതാവ് മുൻ നിരയിലിരിക്കുന്നുണ്ട്.

വിശിഷ്ടാതിഥിക്കായി ഒഴിച്ചിട്ട കസേരയിൽ താനിരുന്നതോടെ ഹെഡ്മാസ്റ്റർ സ്വാഗത ഭാഷണത്തിലേക്ക് പ്രവേശിച്ചു. അതല്പം നീണ്ടതു തന്നെയായിരുന്നു!

അവാർഡ് ദാനത്തിനെത്തിയ തന്നെ പരിചയപ്പെടുത്താൻ ഉപയോഗിച്ച പദങ്ങളും ശൈലികളും വിശേഷണങ്ങളും ഉചിതം തന്നെയോ എന്ന് ചിന്തിച്ച് അമ്പരന്നിരിക്കുകയാണയാൾ!

ആ വിദ്യാലയത്തിലെ ആറു മുതൽ പത്തുവരെ ക്ലാസുകളിലെ പൂർവ്വവിദ്യാർത്ഥി, നല്ല ചരിത്രാദ്ധ്യാപകൻ, ഒട്ടേറെ കഥകളുടെ രചയിതാവ്, വിദ്യാർത്ഥി ആയിരുന്ന കാലത്തെ സംഘടനാ പ്രവർത്തനം, അക്കാലത്തെ വിദ്യാർത്ഥി സമരങ്ങളും പൊലീസ് മർദ്ദനങ്ങളും, ഇപ്പോൾ ഉപജില്ലാ വിദ്യാഭ്യാസ ഓഫീസർ ഇങ്ങനെ ഒരല്പം നീണ്ടുപോയി അദ്ദേഹത്തിന്റെ പരിചയപ്പെടുത്തൽ. ഇതേ തോതിൽ ആ വേദിയിലുള്ള ഓരോരുത്തരെയും പരിചയപ്പെടുത്തേണ്ട ബാദ്ധ്യത അല്പം സമയമെടുത്തു തന്നെ ആ സ്വാഗത പ്രാസംഗികൻ നിർവ്വഹിച്ചു കളഞ്ഞു.

അദ്ധ്യക്ഷ പ്രസംഗത്തിനുശേഷമാണ് അനുമോദനച്ചടങ്ങ്, ഉപഹാരം ഏല്പിക്കുന്ന അവസരത്തിൽ എത്രയോ വേദികളിൽ പങ്കെടുത്ത് അനുഭവമുള്ള അയാൾക്ക് അവിടെയൊന്നും അനുഭവിക്കാത്ത വൈകാരിക ഭാവം തന്നെ പൊതിയുന്നതായി തോന്നി!

അതെന്തായിരുന്നു! ആ വിദ്യാലയത്തിലെ വിദ്യാർത്ഥി എന്ന നിലയിലുള്ള അനുഭവങ്ങൾ അയാളെ, താപനില മയപ്പെടുത്താൻ ഒട്ടേറെ ഫാനുകൾ കറങ്ങിക്കൊണ്ടിരിക്കുന്ന ആ ഹാളിനകത്ത്, ചുട്ടുപൊള്ളിക്കുകയായിരുന്നു!

അവാർഡ് ജേത്രിയെ അഭിനന്ദിച്ചു. ഏതാനും കാര്യങ്ങൾ സംസാരിച്ചുകൊണ്ടിരിക്കെ താനെ തന്റെ സ്കൂൾ അനുഭവങ്ങളിലേക്ക് കടന്നു.

ഇതേ അനുമോദന വേദിയിൽ മറ്റൊരു അനുമോദനച്ചടങ്ങ് നടക്കുന്നതാണ് സ്മരണകളുടെ തിരയിളക്കത്തിലൂടെ തിക്കിത്തിരക്കി കയറി വരുന്നത്. വർഷങ്ങൾക്കുമുമ്പ് താൻ ഈ വിദ്യാലയത്തിൽ ഒമ്പതാം ക്ലാസ് വിദ്യാർത്ഥിയായിരുന്ന കാലം. തന്നെ അനുമോദിക്കാനാണ് വിദ്യാർത്ഥികളും അദ്ധ്യാപകരും അവിടെ ഒത്തു കൂടിയിരിക്കുന്നത്. അനുമോദിക്കാൻ എത്തിച്ചേർന്നിരിക്കുന്നത് ഡെപ്യൂട്ടി കളക്ടറാണ്. ബഹു

മാനപ്പെട്ട ജില്ലാ കളക്ടറുടെ നിർദ്ദേശപ്രകാരമാണ് അദ്ദേഹം സ്കൂളിൽ എത്തിച്ചേർന്നിരിക്കുന്നത്.

അന്ന് സ്വാതന്ത്ര്യദിനം കൂടിയാണ്! സ്കൂളിൽ സമുചിതമായി അന്നത്തെ ദിവസം ആഘോഷിക്കാൻ തീരുമാനിച്ചിട്ടുണ്ട്. വിദ്യാലയം അങ്ങോളമിങ്ങോളം തോരണങ്ങളാലും വർണ്ണക്കടലാസുകളാലും അലങ്കരിച്ചിട്ടുണ്ട്. പായസ വിതരണമുണ്ട്. പായസം സ്കൂളിന്റേയോ അദ്ധ്യാപകരുടെയോ ചെലവിലല്ല. കുട്ടികളുടെ ചെലവിലാണ്! അവർ കൊണ്ടുവന്ന അരിയും തേങ്ങയും ഉപയോഗിച്ചത്! അല്ലാത്തവർ അര രൂപയോ കാൽ രൂപയോ കൊണ്ടുവന്നിട്ടുണ്ട്. മധുരം വേണമെങ്കിൽ വെല്ലം വാങ്ങേണ്ടേ? ദേഹണ്ണക്കാരന് കൂലി കൊടുക്കേണ്ടേ?

തന്നെ അനുമോദിക്കാൻ കാര്യമെന്തെന്നോ? തനിക്ക് ജില്ലയിൽ ഒരു പ്രബന്ധ രചനാമത്സരത്തിൽ ഒന്നാം സ്ഥാനം കിട്ടിയിരിക്കുന്നു.

അന്ന് കണ്ണൂർ ജില്ല ഇന്നത്തെ ജില്ലയല്ല! ഇന്നത്തെ കണ്ണൂരും കാസർഗോഡും ചേർന്ന വലിയ ജില്ലയാണ്. അക്കാലത്ത് സ്വാതന്ത്ര്യദിനത്തിന്റെ മുന്നോടിയായി ജില്ലയിലെ ഹൈസ്കൂൾ വിദ്യാർത്ഥികൾക്കുവേണ്ടി സ്വാതന്ത്ര്യസമരസേനാനി ശ്രീ മോത്തിലാൽ നെഹ്റുവിന്റെ സ്മരണാർത്ഥം ഒരു ഉപന്യാസ മത്സരം നടത്താറുണ്ടായിരുന്നു.

ആദ്യം സ്കൂൾ തലത്തിൽ ഒരു മത്സരം നടക്കും. അതിൽ ഒന്നാം സ്ഥാനം ലഭിക്കുന്നവർക്കാണ് ജില്ലാതല മത്സരത്തിൽ പങ്കെടുക്കാനുള്ള അർഹത,

അയാളൊരു മിടുക്കനായ വിദ്യാർത്ഥിയായി ആരും കണക്കാക്കിയിരുന്നില്ല. പ്രത്യേകിച്ചും അദ്ധ്യാപകർ! അവർ വികൃതിച്ചെക്കന്മാരുടെ കൂട്ടത്തിലാണ് തന്നെ കൂട്ടിയിട്ടുള്ളത്.

ക്ലാസിൽ ആരെങ്കിലും കുരുത്തക്കേട് ഒപ്പിച്ചാൽ അതിന്റെ ഒരറ്റത്ത് താനും കാണും. നീളമുള്ള ചൂരൽ വടി അക്കാലത്ത് എല്ലാ ക്ലാസിലെയും ഒരു പ്രധാന പഠനോപകരണമായിരുന്നു. അതിന്റെ പ്രഹരമേറ്റ് ചുവന്ന കൈവെള്ള അമ്മയുടെ ദൃഷ്ടിയിൽനിന്ന് മറച്ചുപിടിക്കാൻ പെടാപ്പാട് പെട്ടൊരു കാലമായിരുന്നു അത്! നീറുന്ന കൈവെള്ള ഉയോഗിച്ച് ചോറുരുട്ടുമ്പോൾ എരിവുള്ള കറിയാണെങ്കിൽ കണ്ണു നിറഞ്ഞുപോകുന്നത് ആ കൗമാരപ്രായക്കാരന്റെ നിത്യാനുഭവമായിരുന്നു.

ഇന്നത്തെ വിദ്യാർത്ഥികളുമായി അക്കാലത്തെ കുട്ടികളുടെ സ്ഥിതി താരതമ്യം ചെയ്യാനേ പറ്റില്ല. അന്ന് വീട്ടിലെ ദാരിദ്ര്യം ഏറ്റവും കൂടുതൽ അനുഭവക്കേണ്ടവർ കുട്ടികളായിരുന്നു. ജനങ്ങൾ ഏറിയ കൂറും പട്ടിണിക്കാരായിരുന്ന കാലം! കഴിക്കാൻ നല്ല ഭക്ഷണമുണ്ടോ? ഉടുക്കാൻ നല്ല വസ്ത്രമുണ്ടോ? മക്കളെ സ്കൂളിലയച്ച് പഠിപ്പിക്കണമെന്ന് അച്ഛനമ്മമാർക്ക് ഉദ്ദേശ്യമേ ഉണ്ടായിരുന്നില്ല! പെൺമക്കൾ അടുക്കളപ്പണിയും വീട്ടുജോലിയും എടുക്കട്ടെ! ചെക്കന്മാർ കന്നാലി നോട്ടവും, കൃഷിപ്പണിയും ശീലിക്കട്ടെ! എന്നൊക്കെയായിരുന്നു അക്കാലത്തെ പട്ടിണിക്കാരായ രക്ഷിതാക്കളുടെ ചിന്ത. അല്പം സമ്പത്തുള്ളവർക്ക് മക്കളെ പഠി

പ്പിക്കണമെന്നും എന്തെങ്കിലും ഉദ്യോഗത്തിലാക്കണമെന്നും ലക്ഷ്യമു ണ്ടാകും. അന്നത്തെ തലമുറയുടെ നിരക്ഷരതയാണ് ഇതിനെല്ലാം കാരണം. അതുകൊണ്ട് തന്റെ പഠിക്കുന്ന പിള്ളേർക്ക് വല്ലതും പറഞ്ഞു കൊടുക്കാൻ, അല്ലെങ്കിൽ അവർ പഠിക്കുന്നുണ്ടോന്ന് നോക്കാൻ അവർക്ക് താല്പര്യമേ ഉണ്ടായിരുന്നില്ല. ചില അമ്മയച്ഛന്മാർ ചിലരെങ്കിലും പിള്ളേരെ പള്ളിക്കൂടത്തിലയച്ചിരുന്നത് പത്തു മുതൽ നാലു വരെ അവ രുടെ ശല്യമൊഴിവാക്കാമല്ലോ എന്ന് കരുതിയായിരുന്നു.

ഇന്നത്തെ തലമുറയ്ക്ക് ആ കാലത്തെ സ്കൂളുകളും പഠനരീതി കളും മനസ്സിലാക്കാനാവുമോ? തങ്ങളെത്ര ദൂരം മുന്നോട്ടു സഞ്ചരിച്ചെന്ന്! തങ്ങളുടെ അമ്മയച്ഛൻമാർക്ക് ഇന്നത്തെ ഒരു പഠന സൗകര്യവും ഉണ്ടാ യിരുന്നില്ലെന്ന്!

ഇന്ന് ജനിച്ചുവീഴുന്ന കുട്ടിയുടെ പഠനത്തെക്കുറിച്ചാണ് പുതിയ കാലത്തെ മാതാപിതാക്കൾ ആദ്യം ചിന്തിക്കുന്നത്! കുട്ടിയെ ചേർക്കാ നുള്ള സ്കൂൾ നല്ലതേതെന്ന് ഗൂഗിളിൽ തിരയുന്ന മാതാപിതാക്കളുടെ കാലം! കുട്ടിയുടെ വിദ്യാഭ്യാസം തന്റെ വ്യക്തിവികാസത്തിനല്ല മറിച്ച് തങ്ങളുടെ മിഥ്യാഭിമാനം കാത്തുസൂക്ഷിക്കാനെന്ന് ചിന്തിക്കുന്ന മാതാ പിതാക്കളുടെ നാടായി ഇവിടം മാറി.

ഇപ്പോഴിവിടത്തെ സർക്കാർ വിദ്യാഭ്യാസ സംരക്ഷണ പദ്ധതി കൊണ്ടുവന്നു. പള്ളിക്കൂടങ്ങൾ നന്നാക്കി. സൗജന്യ ഉച്ചഭക്ഷണം സൗജന്യ പാഠപുസ്തകം, സൗജന്യ യൂണിഫോം, ഹൈടെക്കായ ക്ലാസു മുറികൾ, സൗജന്യമായി ലാപ്ടോപ്പ്, ഇങ്ങനെ പറഞ്ഞു തുടങ്ങിയാൽ തീരില്ല. തങ്ങളുടെ കൈത്തരിപ്പു തീർക്കാനുള്ള ഉപകരണമാണ് പിഞ്ചു പൈതങ്ങൾ എന്ന് ഏതെങ്കിലും അദ്ധ്യാപകർക്ക് ഇന്ന് ചിന്തിക്കാനാ വുമോ?

തന്റെ സ്കൂൾ വസ്ത്രങ്ങൾ അയാളൊന്ന് ഓർമ്മിച്ചെടുത്തു. ഇന്നല്ലേ ആൺകുട്ടികൾക്ക് പാന്റ്സ്! അതും എത്ര തരം! അന്ന് കൊല്ലത്തിനൊരു സെറ്റ് വസ്ത്രങ്ങൾ കിട്ടിയാലായി! അത് സ്കൂളിൽപോകുമ്പോഴും. തിരിച്ചുവന്ന് കളിക്കുമ്പോഴും മാറിയിടാൻപോലും മറ്റൊന്നില്ലാത്ത കാലം! പിള്ളേരല്ലേ അങ്ങനെയെല്ലാം മതിയെന്ന് അച്ഛനമ്മമാർ! കുപ്പായത്തിന് കുടുക്കുണ്ടാവില്ല! ട്രൗസറിന്റെ പിൻഭാഗം കീറിയിരിക്കും! അക്കാലത്തെ ഒരു കോലം!

ക്ലാസുകയറ്റം കിട്ടിയാൽ അടുത്ത വീട്ടിലെ കുട്ടികളോട് ആ ക്ലാസിലെ പാഠപുസ്തകം ഇരന്ന് വാങ്ങിപ്പഠിച്ച കാലം! ആവശ്യത്തിന് നോട്ടു പുസ്തകങ്ങളും കോപ്പി രചനാ പുസ്തകങ്ങളും ഇല്ലാത്തതിന് മാഷ് ക്ലാസിന് പുറത്ത് മാനം കാണാൻ നിർത്തിയ അനുഭവങ്ങൾക്ക് കണക്കില്ല.

ഇന്ന് കുട്ടികൾക്ക് വീട്ടിൽ ഭക്ഷണമില്ലെങ്കിലും സ്കൂളിൽ ഭക്ഷണ മുണ്ട്. കഞ്ഞിയിലും പുഴുക്കിലും തുടങ്ങി ചോറിലും സാമ്പാറിലും എത്തി നില്ക്കുന്നു. കുഞ്ഞുങ്ങൾക്ക് നന്നായി പഠിക്കാനാവണമെങ്കിൽ

വയർ നിറഞ്ഞിരിക്കണമെന്ന് കരുതുന്ന കാലം വന്നിരിക്കുന്നു.

സ്കൂൾ പഠനകാലത്ത് താൻ ഉച്ചഭക്ഷണം കഴിക്കണമെന്നൊരു നിർബ്ബന്ധവും രക്ഷിതാക്കൾക്കുണ്ടായിരുന്നില്ല. നാല് മണിക്ക് അവനിങ്ങുവരുമല്ലോ! ഉച്ചയ്ക്ക് പാകം ചെയ്തത് അപ്പോൾ കഴിക്കാമല്ലോ! അതായിരുന്നു അവരുടെ ചിന്ത!

ഹൈസ്കൂളിലെത്തിയ ആദ്യ കാലങ്ങളിൽ രക്ഷിതാക്കളുടെ നിലപാടുമായി ഒത്തുപോവാൻ ശ്രമിച്ചുനോക്കി! ഒരു രക്ഷയുമില്ല! വിശപ്പിന്റെ വിളി അതിരൂക്ഷമാവുകയും, ഉച്ചയ്ക്കു ശേഷത്തെ ക്ലാസുകളിൽ കണ്ണുകൾ അറിയാതെ അടഞ്ഞുപോവുകയും, ശിക്ഷയായി നീട്ടിപ്പിടിച്ച കൈവെള്ളയിൽ ചൂരൽ ചാടി വീഴുകയോ, ബഞ്ചിൽ കയറ്റി നിർത്തപ്പെടുകയോ ചെയ്യുന്ന അനുഭവങ്ങൾക്ക് ഒരു കുറവുമില്ലെന്ന് വരുകയും ചെയ്തു. എന്നാൽ ചില സഹപാഠികൾ സ്കൂളിന് മുമ്പിലുള്ള ചായക്കടയിൽ ചെന്നിരുന്ന് പുട്ടും കറിയും, അല്ലെങ്കിൽ ചോറും കറിയുമായി വിശപ്പ് മാറ്റുന്നത് കൊതിയൂറുന്ന നാക്കും കണ്ണുകളുമായി ഓട്ടക്കണ്ണിട്ട് നോക്കി നിന്നത് ഇന്ന് ചിന്തിക്കുമ്പോൾ സ്വയം ലജ്ജ തോന്നുന്നു. അവർ അദ്ധ്യാപകരുടെയും ജീവനക്കാരുടെയും മക്കളായിരുന്നു! സമ്പന്ന പശ്ചാത്തലമുള്ളവർ, വായിൽ വെള്ളിക്കരണ്ടിയുമായി ജനിച്ചവർ!

അങ്ങനെയാണ് ഉച്ചനേരത്ത് വീട്ടിൽചെന്ന് വിശപ്പ് മാറ്റി തിരിച്ചെത്താമെന്ന തീരുമാനെടുത്തത്. സ്കൂളും വീടും തമ്മിൽ മൂന്ന് കിലോമീറ്റർ ദൂരം. ഒരു കൊടുങ്കാറ്റിന്റെ വേഗതയിൽ അങ്ങോട്ടുമിങ്ങോട്ടും ഓടിയാലേ ഭക്ഷണം കഴിച്ചെന്ന് വരുത്തി ഫസ്റ്റ് ബെല്ലടിക്കുമ്പോഴെക്കും ക്ലാസിൽ തിരിച്ചെത്താൻ പറ്റുമായിരുന്നുള്ളൂ. എന്ത് ഫലം! ഈ ഓട്ടത്തിനിടയിൽ കഴിച്ച ഭക്ഷണം ആവിയായിപ്പോയത് മിച്ചം!

ഈ ഉച്ച ഭക്ഷണയജ്ഞത്തിലൊരുദിനം അയാൾക്കുണ്ടായ അനുഭവം. ആ സദസ്സ് കാതോർത്ത് കേട്ടു. ഏഴാം ക്ലാസിലാണ് താനന്ന്! എങ്ങനെയെല്ലാമോ വായ പൊള്ളുന്ന ഭക്ഷണമകത്താക്കി. കൈയും വായും കഴുകിയെന്ന് വരുത്തി രണ്ടു മണിയടിക്കുന്നതിനിടയിൽ ക്ലാസിലെത്തണമെന്ന വ്യഗ്രതയോടെ തത്രപ്പെട്ട് ഓടി മുറിയിലേക്ക് കയറുകയാണ്. തന്റെ ഇരിപ്പിടം ഇടതുവശത്ത് രണ്ടാം നിരയിലാണ്. വലതുവശത്താണ് പെൺകുട്ടികൾ ഇരിക്കുന്നത്. ക്ലാസിൽ ഡസ്കും ബഞ്ചുമുണ്ട്.

ഒരുത്തിയതാ എന്റെ വഴി തടഞ്ഞ് നടുവിലെ വഴിയിൽ അപ്പുറവും ഇപ്പുറവുമുള്ള ഡസ്കുകളുടെ മുകളിൽ രണ്ടു കൈയും കുത്തി നില്ക്കുന്നു! ഒരു സഹപാഠിനിയാണ്! ക്ലാസിൽ അല്പം വമ്പത്തിയുമാണ്! തന്റെ പ്രവേശനം തടഞ്ഞിരിക്കുന്നു!

"എനിക്കു പോണം"

"പോയ്ക്കോ..."

"കൈയെടുക്കാൻ..."

"എടുത്തില്ലെങ്കിലോ..."

"കൈ മാറ്റില്ലാ...?"

"ഇല്ലാ...."

അരിശം ഇരച്ചുകയറുകയാണ്! ഇവളാര്! അവൾ ഡസ്കുകളിൽ ബലമായി പിടിച്ചിരിക്കുകയാണ്! ശരീരം മുന്നോട്ടാഞ്ഞ് ഊക്കിൽ ഒരു തട്ടു കൊടുത്തു! ആ പെൺകുട്ടി പിന്നിലേക്ക് തെറിച്ചു പോയി! തട്ടിന്റെ ശക്തികൊണ്ട് മുൻവരിയിലെ ഡസ്ക് നിലത്തു വീണു! അതിന്റെ ഒരു പലക ഇളകിപ്പോയി! ഡസ്ക് വീഴുന്ന ശബ്ദംകേട്ട് അടുത്ത ക്ലാസുകളിൽ നിന്നുൾപ്പെടെ കുട്ടികൾ ഏന്തിവലിഞ്ഞു നോക്കി! ചില അദ്ധ്യാപകരും ഓടിയെത്തി! ഹെഡ്മാസ്റ്ററുടെ മുറി ഈ ക്ലാസ് മുറിയുടെ എതിർവശത്ത്, ഒരു ചെറുമുറ്റത്തിനപ്പുറത്താണ്.! അദ്ദേഹം ശബ്ദം കേട്ട് വരികയാണ്! അച്ചടക്കത്തിന്റെ കാര്യത്തിൽ അദ്ദേഹത്തിന് ഒരു വിട്ടുവീഴ്ചയുമില്ല! ആയിരത്തിലേറെ വിദ്യാർത്ഥികൾ പ്രശ്നങ്ങളില്ലാതെ കഴിഞ്ഞു പോകുന്നതിൽ അദ്ദേഹത്തോടുള്ള ഭയം ഒരു കാരണമാണെന്ന് പറയേണ്ടിവരും. കുരുത്തക്കേടുകാട്ടുന്ന വിദ്യാർത്ഥിക്ക് പ്രധാന അദ്ധ്യാപകന്റെ മുമ്പിൽ ഒരു ദയാദാക്ഷിണ്യത്തിനും അവകാശമില്ല!

തന്റെ രോമാവൃതമായ വലതു കൈത്തണ്ട ഇടതുകൈകൊണ്ട് ഉഴിഞ്ഞുകൊണ്ടാണ് അദ്ദേഹത്തിന്റെ വരവ്! കോപാകുലനാകുമ്പോൾ ഇത്തരമൊരു ശരീര വ്യായാമം പ്രകടിപ്പിക്കാറുണ്ടെന്ന് ശിക്ഷയ്ക്കു വിധേയരായ ചില കുട്ടികൾ പറഞ്ഞ് കേട്ടിട്ടുണ്ട്.

ഹെഡ്മാസ്റ്റർ ചുകന്നുരുണ്ട കണ്ണുകൾ ജ്വലിപ്പിച്ച് ആരാഞ്ഞു.

"എന്താ സംഭവിച്ചത്.....? ആരാ ഡസ്ക് തള്ളിയിട്ടത്?" കടുവക്കൂട്ടിൽ അകപ്പെട്ട ഇരയെപ്പോലെ തന്റെ ഉടലാകെ വിറപൂണ്ടിരിക്കുകയാണ്!

"ഇക്കുട്ടിയാണ് സാർ.... ഡസ്ക്കും തള്ളിയിട്ട്... എന്നെ ഉന്തിയിട്ടത് സാർ..." ആ വഴിമുടക്കി വമ്പത്തിയാണ്!

കൂടുതൽ അന്വേഷണത്തിലേക്ക് ഹെഡ് മാസ്റ്റർ കടന്നില്ല. സത്യാവസ്ഥ ബോദ്ധ്യപ്പെടുത്താൻ ആ കോപാകുലന്റെ മുമ്പിലേക്കാരും വന്നില്ല.

അവിശ്രമം ഇടതുകൈയാൽ ഉഴിച്ചിലിന് വിധേയമാകുന്ന വലതു കൈപ്പത്തി തന്റെ കവിളിനു നേരെ ഉയർന്നു! അദ്ദേഹം വടി ഉപയോഗിക്കാറില്ല! പ്രഹരായുധം കൈപ്പത്തിയാണ്! കൈപ്പത്തിയുടെ പുറം കൊണ്ടാണ് വിദ്യാർത്ഥികളുടെ കവിൾത്തടം അദ്ദേഹം തല്ലിപ്പതം വരുത്തുന്നത്!

എത്ര തവണ ആ പുറം കൈപ്പത്തി തന്റെ ഇരു കവിളിലും ആഞ്ഞാഞ്ഞ് പതിഞ്ഞു എന്ന് പറയാനാവില്ല!

വായിൽനിന്ന് രക്തം വരുന്നുണ്ട്!

പല്ലുകൾക്കേറ്റ ക്ഷതം കൊണ്ടായിരുന്നു!

പുറത്തുപോയി ഒരു കവിൾ ചുവന്ന രക്തം തുപ്പി ക്ലാസിൽ വന്നിരുന്നു. കവിൾത്തടങ്ങൾ അടിയുടെ പാടുകൾ കൊണ്ട് വീർത്തിരുന്നു.

പ്രഹരമെല്ലാമേറ്റിട്ടും, വേദന കൊണ്ടു പുളഞ്ഞിട്ടും തന്റെ കണ്ണുകൾ ഒരിറ്റു കണ്ണീർ പോലും പൊഴിച്ചില്ല!

ഓ! അനുഭവങ്ങൾ വഴിതിരിഞ്ഞുപോയി. പറയേണ്ടത് തനിക്കു

കിട്ടിയ അനുമോദനത്തെക്കുറിച്ചാണ്! മോത്തിലാൽ നെഹ്റു മെമ്മോറിയൽ പ്രബന്ധ രചന സ്കൂൾ അടിസ്ഥാനത്തിൽ നടന്നപ്പോൾ തനിക്കാണ് ഒന്നാം സ്ഥാനം കിട്ടിയത്. ഒമ്പത് പേർ മത്സരത്തിൽ പങ്കെടുത്തിരുന്നു. അതിൽ അയാളൊഴികെ മറ്റെല്ലാവരും പത്താം ക്ലാസുകാരായിരുന്നു.

മത്സര ഫലം ക്ലാസദ്ധ്യാപകൻ അറിയിക്കുകയായിരുന്നു. ജില്ലാ മത്സരത്തിൽ പങ്കെടുക്കണം. കണ്ണൂർ പട്ടണത്തിലെ മുനിസിപ്പൽ ഹൈസ്കൂളിലാണ് ജില്ലാതലം നടക്കുന്നത്. തീയതിയും സമയവും അദ്ദേഹം പറഞ്ഞു.

"കണ്ണൂരിൽ ഞാനിതുവരെ പോയിട്ടില്ല, സർ, അറിയാത്ത സ്ഥലത്ത് ഒറ്റയ്ക്കെങ്ങനെ പോകും, സർ.... സ്കൂളീന്ന് ആരെങ്കിലും വരുമോ സാർ...?

"ഇവ്ടന്ന് ആര് വരാൻ...! ആരും വരാനുണ്ടാവില്ല... തന്റെ രക്ഷിതാക്കളാരെങ്കിലും വരുമോന്ന് നോക്ക്... നിന്റെ പേര് ജില്ലയിലേക്കയച്ചു കൊടുത്തിട്ടുണ്ട്.... വേണമെങ്കിൽ പോകാം.."

വേണമെങ്കിൽ! ആർക്ക്? മത്സരത്തിൽ പങ്കെടുക്കാൻ അർഹതയുള്ള തനിക്ക്. വിദ്യാലയധികൃതർക്ക് അതിലൊന്നും പങ്കില്ല! താല്പര്യവുമില്ല!

അതായിരുന്നു അക്കാലം! പഠനം വിദ്യാർത്ഥിയുടെ കാര്യമാണ്! പാഠപുസ്തകത്തിൽ പറഞ്ഞത് പഠിപ്പിക്കലാണ് തങ്ങളുടെ ജോലി! പഠനയിതരപ്രവർത്തനങ്ങൾ കുട്ടിയുടെ കാര്യമാണ്! അതിൽ തങ്ങൾക്ക് ഒന്നും ചെയ്യാനില്ല!

ഇതിൽ അപവാദമുള്ള അദ്ധ്യാപകർ അക്കാലത്തില്ലെന്നല്ല! ധാരാളം ഉണ്ടായിരുന്നു! തങ്ങളുടെ മുമ്പിലിരിക്കുന്ന കുട്ടികളെ സ്വന്തം മക്കളെപ്പോലെ കണ്ടവർ! അവരുടെ ദുഃഖങ്ങളും സന്തോഷങ്ങളും സ്വന്തം കാര്യമെന്ന് കണ്ടവർ! അവർ നാട്ടുകാരുടെ അദ്ധ്യാപകർ കൂടിയായിരുന്നു.

ഇക്കാലത്ത് അദ്ധ്യാപകരുടെ മനോഭാവത്തിൽ വലിയ മാറ്റം വന്നിട്ടുണ്ട്. താനേ വന്നതല്ല. പുത്തൻ വീക്ഷണങ്ങളുള്ള സർക്കാർ കേരളത്തിൽ പലപ്പോഴായി വന്നതുകൊണ്ട്! ജനകീയ കാഴ്ചപ്പാടുള്ള വിദ്യാഭ്യാസ നയം അവർ നടപ്പിലാക്കി. അദ്ധ്യാപക കേന്ദ്രീകൃതമല്ല വിദ്യാഭ്യാസം. വിദ്യാർത്ഥികളെ കേന്ദ്രീകരിച്ചാണ് ക്ലാസു മുറികളും വിദ്യാലയങ്ങളും മാറേണ്ടത് എന്നു വന്നു. അവരുടെ കഴിവുകൾ വികസിപ്പിക്കലാണ് വിദ്യാഭ്യാസം എന്ന ബോധം അദ്ധ്യാപകർ സ്വീകരിച്ചിട്ടുണ്ട്.

ജില്ലാ മത്സരത്തിൽ പങ്കെടുക്കാനുള്ള ദിവസം അടുത്തുവരികയാണ്. കുറ്റം പറയരുത്! സ്കൂൾ ലൈബ്രറിയുടെ ചുമതലക്കാരനായ അദ്ധ്യാപകൻ മോത്തിലാലിന്റെയും ജവഹർലാലിന്റെയും ജീവചരിത്രങ്ങൾ വായിക്കാൻ തന്നു. ലൈബ്രറിയിലെ ഒരു സ്ഥിരം ഇടപാടുകാരനായതിനാൽ അദ്ദേഹത്തിന് തന്നോട് ഒരു പ്രത്യേക താല്പര്യമുണ്ടായിരുന്നു.

കണ്ണൂരിൽ എത്താൻ ബസു കൂലിക്ക് പണമെവിടെ? അമ്മയാണ് എല്ലാറ്റിനും ആശ്രയം! അമ്മ കൈ മലർത്തുന്നു! ആരുണ്ട് തന്നെ സഹായിക്കാൻ?

ക്ലാസദ്ധ്യാപകനോട് ചോദിക്കാമെന്ന് മനസ്സിൽ കരുതി. അദ്ദേഹം സയൻസ് അദ്ധ്യാപകനാണ്. അദ്ദേഹം സ്റ്റാഫ് റൂമിലിരിക്കാറില്ല. സ്ഥാന മെപ്പോഴും ലബോറട്ടറിയിലാണ്. അന്നല്പം നേരത്തെ സ്കൂളിലെത്തി. സാറിനെ കാണണം. ലബോറട്ടറിയിലെത്തി. അവിടെയുണ്ട്. മുന്നിലെ മേശയിൽ കാൽ കയറ്റി വെച്ച് കസേരയിലിരുന്ന് എന്തോ വായിക്കുക യാണ്. തന്നെക്കണ്ടത് ഇഷ്ടമായില്ലെന്ന് തോന്നി!

തലയുയർത്തി വന്നതെന്തിന് എന്നന്വേഷിക്കാൻ ഒരു മൂളൽ.

"ഊം....?"

"സാർ, മറ്റന്നാളാണ് കണ്ണൂരിൽ പോകേണ്ടത്. ബസിന് കൊടുക്കാൻ പൈസയില്ല..."

ലബോറട്ടറിയിലെ ചില്ലലമാരകളിലൊന്നിൽ ഒരു ജാർ തന്റെ ദൃഷ്ടി യിൽ പെട്ടു. അതിൽ നിറയെ ചില്ലറ നാണയങ്ങൾ തന്നെ നോക്കി മന്ദ സ്മിതം പൊഴിക്കുന്നത് ആ വിദ്യാർത്ഥികണ്ടു. വഴിവക്കിലും. വിദ്യാലയ പരിസരത്തും, വഴിയോരങ്ങളിലും, ചിലപ്പോൾ കുട്ടികൾ ചിലർക്ക്, ആരു ടെയെങ്കിലും കളഞ്ഞുപോയ നാണയത്തുട്ടുകൾ കിട്ടിയെന്നിരിക്കും. സത്യസന്ധരായ കുട്ടികൾ സാറന്മാരെ ഏല്പിക്കും! അത് ശേഖരിച്ച് സൂക്ഷിച്ചിരിക്കുകയാണ്!

"പൈസയില്ലേൽ പോണ്ട. ഞങ്ങൾക്കുവേണ്ടിയല്ല മത്സരത്തിൽ പങ്കെടുക്കുന്നത്. നിനക്കു വേണ്ടിയല്ലേ? നീ പൈസയുണ്ടാക്കിപ്പോണം! എന്റെ കൈയിൽ ഇതിനൊന്നും തരാൻ പണമില്ല."

പിന്നെയും അദ്ദേഹത്തിന്റെ മനോഭാവത്തിൽ മാറ്റമുണ്ടാകുമോയെ ന്നറിയാൻ അല്പനേരം തഞ്ചിത്തഞ്ചി അവിടെ നിന്നു.

വായനയിലമർന്ന് അദ്ദേഹം വീണ്ടും മുഖമുയർത്തി.

"എന്തേ പോകുന്നില്ലേ?..."

ഷെൽഫിലെ ജാറിലേക്ക് കൈ ചൂണ്ടി വീണ്ടും ഞാൻ കെഞ്ചി.

"സാർ, ഒരു അഞ്ചുരൂപ മതി.... അതിനകത്തുണ്ടാകും."

ആ സാറിന് അല്പം ദേഷ്യം വന്നിരിക്കണം.

കാലിറക്കി വെച്ച് അദ്ദേഹം ശബ്ദം കൂട്ടി.

"അതൊന്നും അങ്ങനെ ആർക്കും കൊടുക്കാൻ വെച്ചതല്ല.... പോകു ന്നുണ്ടോ എന്റെ മുമ്പിൽ നിന്ന്!"

നിരാശയോടെ ക്ലാസിലേക്ക് പോന്നു.

ഈ ഒരു സഹായത്തിന് ഇനി ആരെയെങ്കിലും സമീപിക്കാമോ?

ക്ലാസിലെ മലയാളം സാറിനെ സമീപിച്ചാലോ?

ഉപന്യാസരചന അദ്ദേഹത്തിന്റെ വിഷയമല്ലേ!

സഹായിച്ചാലോ!

മലയാളം പിരിയിഡ് കഴിഞ്ഞ് സാർ ക്ലാസിൽ നിന്നിറങ്ങിയപ്പോൾ പിന്നാലെ കൂടി. ഒരു വിശേഷവുമുണ്ടായില്ല. നിരാശയുടെ കടുപ്പംകൂടി.

സ്കൂൾ വിട്ട് വന്ന് കൂട്ടുകാരോടൊപ്പം പതിവായി നടത്താറുള്ള കളി ക്കൂട്ടത്തിൽ അന്ന് ചെന്നില്ല! വൈകുന്നേരം അമ്മ ഉണ്ടാക്കി വച്ച കട്ടൻ

കാപ്പി കുടിച്ചില്ല! രാത്രി ഊണ് കഴിക്കാൻ വിളിച്ചിട്ടും ചെന്നില്ല! കിടക്കപ്പായ നിവർത്തി മൂടിപ്പുതച്ചു കിടന്നു.

ഉറക്കം വന്നില്ല. തിരിഞ്ഞും മറിഞ്ഞും കിടക്കുകയാണ്. ആരോ മുടിയിഴയിൽ കൈവെച്ച് തലതടവുന്നു. പുതപ്പ് നീക്കി തലയുയർത്തി നോക്കി.

അമ്മയാണ്.

"ഉം... ഇനിക്കെന്താ പറ്റ്യേ?... ന്താ, ചോറ് തിന്നായിന്? എണീറ്റ് ബാ... ഇന്റെ ചോറവിടെ വെളമ്പി ബച്ച്റ്റ്ണ്ട്... ബന്ന് ബെയ്ച്ചാട്ടെ... ഞാനും തിന്നിറ്റില്ല... ബാ എണീക്ക്..."

അമ്മയുടെ സാന്ത്വന ശബ്ദം ഒരു കരച്ചിലിന് പശ്ചാത്തലമായി. ഏങ്ങിയേങ്ങിക്കരഞ്ഞു! തന്റെ കണ്ണുകൾ അമ്മ തുടച്ചു. അമ്മയും ഗദ്ഗദ കണ്ഠയാവുകയും മൂക്കു ചീറ്റുകയും ചെയ്തോ!

"ഇന്നോടല്ലേ പറഞ്ഞത് എണീറ്റ് ബരാൻ... ഇനി കരേണ്ട! നേരം ബെളുക്കട്ടെ... ന്തെങ്കിലും ബയിണ്ടാവും.. സമാധാനായിറ്റ് എണീറ്റ് ബാ.."

അമ്മ വഴിച്ചെലവിന് എന്തോ വഴി കണ്ടിട്ടുണ്ട്! അല്ലാതങ്ങിനെ പറയില്ല! നിർബ്ബന്ധം കൂടിയപ്പോൾ വന്ന് കിണ്ണമെടുത്ത് വാരിത്തിന്നു. ആ പാത്രത്തിൽ തന്നെ അമ്മയും ആഹാരം കഴിച്ചു.

നേരം വെളുത്തു. സ്കൂളിലേക്ക് പുറപ്പെട്ട തന്റെ കൈയിൽ അമ്മ ഒരു ചെറുതുണിക്കെട്ട് സ്വകാര്യമായി ഏല്പിച്ചു.

ഉണക്കിയ കുരുമുളകിന്റെ മണമുണ്ടതിന്!

"ആരും കാണണ്ട! വളപ്പിലെ വള്ളീമ്മന്ന് കുരുമൊള് പൗത്ത് ബീണത് പെറക്കി ഒണക്കി ബെച്ചതാ. അച്ചൻ കണ്ടിറ്റില്ല. കണ്ടാ ഈട ലഹ്ള നടക്കും... പോന്ന ബയ്ക്ക് ആ മാപ്ലേന്റെ പീട്യേല് കൊടുത്തോ... പത്ത്റുപ്പ്യ ഞ്ഞി എട്ത്തോ... ബാക്കി അനക്ക് തരണം;.... ഈടത്തെ മൊറോം ബട്ടീം ല്ലം പൊളിഞ്ഞ്റ്റ്ണ്ട്.... കൊണ്ടത്തരാൻ കണിയാടിച്ചിയോട് പറഞ്ഞിറ്റ്ണ്ട്. അയിനായിറ്റാ."

കുരുമുളക് വിറ്റ് കിട്ടിയ പണം പത്തുറുപ്പിക കഴിച്ച് ബാക്കി അമ്മയ്ക്ക് കൊടുത്തു.

കണ്ണൂരിലേക്കുള്ള ബസ് കണ്ടുപിടിച്ച് കയറിപ്പറ്റി! വഴി നീളെ കാഴ്ചകൾ കണ്ടുപോകാൻ പാകത്തിൽ ഒരു സൈഡ് സീറ്റു തന്നെ ലഭിച്ചു. കണ്ണൂർ എന്ന് കേട്ടിട്ടുണ്ട്! ഇതുവരെ പോയിട്ടില്ല! കന്നിയാത്രയാണ്! വഴിവക്കത്തെ കെട്ടിടങ്ങളും മരങ്ങളും മുന്നോട്ട് സഞ്ചരിക്കുമ്പോൾ ബസ് പിന്നോട്ടാണ് സഞ്ചരിക്കുന്നത്! വല്ലാത്തൊരു സംഭ്രമം പതിനഞ്ചാം വയസ്സിലേക്ക് കടന്ന ആ ചെറുപ്പക്കാരനെ പിടികൂടിയിട്ടുണ്ട്!

ബസ് ഒന്നര മണിക്കൂർ നേരത്തെ യാത്രയ്ക്കു ശേഷം സ്റ്റാന്റിലെത്തി. എവിടെയാണെത്തിയിരിക്കുന്നത്? മുൻസിപ്പൽ ഹൈസ്കൂൾ എവിടെയാണ്, സമയം ഒമ്പതര മണി. മത്സരസമയം പത്ത് മണി!

മൂന്നു ചക്രമുള്ള ആ സവിശേഷ വാഹനത്തെ ആദ്യമായി കാണുകയാണ്! പത്രത്തിലാണ് അതിന്റെ ചിത്രം ഒരിക്കൽ കണ്ടത്! ഓട്ടോ

റിക്ഷ! നഗരത്തിലൂടെ അവയിൽ ചിലത് തലങ്ങും വിലങ്ങും ഓടുന്നുണ്ട്. ഒന്നു രണ്ടെണ്ണം ബസ് സ്റ്റാന്റിന്റെ പരിസരത്ത് നിർത്തിയിട്ടുണ്ട്!

അല്പം പരുങ്ങലോടെ ഒന്നിന്റെ അടുത്തുചെന്നു.

"മുനിസിപ്പൽ ഹൈസ്കൂൾ എവിടെയാ?"

"വാ, കേറിക്കോ, അവിടെ വിട്ടു തരാം."

താൻ നാട്ടുകാരുടെ സൗജന്യ സേവനത്തിനാണ് ഇവിടെ നില്ക്കുന്നത് എന്ന ഭാവത്തിൽ നാടും ദിക്കും തിരിയാത്ത ആ പയ്യനെ ആ ഡ്രൈവർ ക്ഷണിച്ചു.

വരുന്നതു വരട്ടെ! കേറുക തന്നെ!

നാന്നൂറ് മീറ്റർ സഞ്ചരിക്കാൻ ഒരുമിനിട്ട് തികച്ച് ആ വണ്ടി എടുത്തില്ല. മുനിസിപ്പൽ ഹൈസ്കൂളിന്റെ കവാടത്തിൽ ഓട്ടോറിക്ഷയെത്തി.

"ഒരുറുപ്പിക ഇങ്ങെടുത്താട്ടെ!" ഡ്രൈവർ.

ഒരുറുപ്പികയുടെ ഓട്ടമോ? ആർക്കറിയാം! അഞ്ചുമിനുട്ട് നടക്കാനുള്ള ദൂരത്തിന്!

ഉറുപ്പികയുടെ ഒറ്റ നോട്ട് കൊടുത്ത് ഇറങ്ങി. മത്സരം നടക്കുന്ന ഹാൾ കണ്ടുപിടിച്ച് കയറിയിരുന്നു.

മുപ്പതിലധികം പേരുണ്ട് മത്സരാർത്ഥികൾ! മോത്തിലാൽ നെഹ്റുവിന്റെ ജീവചരിത്രമാണ് വിഷയം. ഭാഗ്യം! സ്കൂൾ ലൈബ്രറിയിൽനിന്ന് കിട്ടിയ പുസ്തകം മനസ്സിരുത്തി വായിച്ചതാണ്!

പേജുകൾ പലത് എഴുതിക്കൂട്ടി എന്നു മാത്രമറിയാം! രചന ഒരു ജില്ലാതല മത്സരത്തിന് ഉതകുന്നതായോ? വിഷയവുമായി ഒത്തുപോയോ?

മത്സരം അവസാനിച്ച് കടലാസുകൾ പേജ് നമ്പറിട്ട് തുന്നിക്കെട്ടി നടത്തിപ്പുകാരനെ ഏല്പിച്ചു തിരിച്ചുപോന്നു.

മാസങ്ങൾ ചിലതു കഴിഞ്ഞു. മത്സരകാര്യം മറന്നിരിക്കുകയായിരുന്നു. ഒരുദിവസം ഹെഡ്മാസ്റ്റർ എല്ലാ ക്ലാസുകളിലെ വിദ്യാർത്ഥികളും അറിയാനായി ശിപായി വശം കൊടുത്തയച്ച ഒരു മെമ്മോ തന്റെ ക്ലാസിലും വായിച്ചു.

ബഹുമാനപ്പെട്ട ജില്ലാ കളക്ടറുടെ സ്കൂൾ ഹെഡ്മാസ്റ്റർക്കുള്ള അറിയിപ്പനുസരിച്ച് മോത്തിലാൽ നെഹ്റു സ്മാരക ജില്ലാതല രചനാ മത്സരത്തിൽ തനിക്ക് ഒന്നാം സ്ഥാനം ലഭിച്ചിരിക്കുന്നു. ഈ വർഷത്തെ സ്വാതന്ത്ര്യദിനത്തിൽ വിജയിക്കുള്ള പുരസ്കാരം നല്കുവാനായി ഡെപ്യൂട്ടി കളക്ടർ വന്നു ചേരുന്നതായിരിക്കും.

സഹപാഠികൾ മുഴുവൻ കരഘോഷത്തോടെ വിദ്യാലയത്തിന് വന്നുചേർന്ന ആ നേട്ടത്തിന് ഉത്തരവാദിയായ ആ വിദ്യാർത്ഥിയെ ആത്മാർത്ഥമായി അനുമോദിച്ചു.

തന്റെ ക്ലാസദ്ധ്യാപകന്റെ മുഖത്ത് ഒരു മുഷിഞ്ഞ ഭാവമാണ് പ്രകടമായതെന്ന് തനിക്ക് തോന്നിയതാണോ! എന്തുകൊണ്ടാണ് ഔപചാരികമായിപ്പോലും തന്റെ വിദ്യാർത്ഥിയെക്കുറിച്ച് ഒരു നല്ല വാക്ക് പറയാൻ അയാൾ തയ്യാറാവാതിരുന്നത്!

സ്വാതന്ത്ര്യദിനം വന്നെത്തി! അന്നാണ് തനിക്ക് രചനാ മത്സരത്തിനുള്ള സമ്മാനം കിട്ടുന്നത്. ഡെപ്യൂട്ടി കളക്ടർ വരുമത്രെ! എന്തായിരിക്കും സമ്മാനം? തന്റെ പേരെഴുതിയ ഒരു ഫലകമായിരിക്കും! അല്ലെങ്കിൽ പ്രശസ്തരായ എഴുത്തുകാരിൽ ആരുടെയെങ്കിലും പേരു കേട്ട പുസ്തകമായിരിക്കും! എന്തായാലെന്താ? വിദ്യാലയത്തിലെ മുഴുവൻ അദ്ധ്യാപകരും കുട്ടികളും പങ്കെടുക്കുന്ന ചടങ്ങിൽ അവിടെ ആർക്കും ഇന്നുവരെ ലഭിക്കാത്ത ഒരു സമ്മാനം ലഭിക്കുക! അതും ഡെപ്യൂട്ടി കളക്ടറെപ്പോലുള്ള ഒരുയർന്ന ഉദ്യോഗസ്ഥനിൽനിന്ന്! കാണട്ടെ എല്ലാവരും! ഇന്നോളം സ്കൂളിൽനിന്നാരും ഒരു നല്ലവാക്ക് തന്നെക്കുറിച്ച് പറഞ്ഞിട്ടില്ല. വലിയ വീടുകളിൽനിന്ന് വരുന്ന കുട്ടികളുടെ കണ്ണിൽ തന്നോട് ഒരു പുച്ഛഭാവമാണ്! ചില അദ്ധ്യാപകരും അങ്ങനെ തന്നെ! മത്സരത്തിൽ പങ്കെടുക്കാൻ യാത്രക്കൂലിയില്ലാഞ്ഞ് അവരുടെ മുമ്പിൽ കൈ നീട്ടിയപ്പോൾ എന്തായിരുന്നു അവരുടെ മനോഭാവം? സമ്മാനം വാങ്ങുന്നത് കാണാൻ അവരുമുണ്ടാവുമല്ലോ സദസ്സിൽ!

ഇത്തരം മനസ്സിനെ മദിപ്പിക്കുന്ന ചിന്തകളുമായി സ്കൂളിലേക്കുള്ള ഒരുക്കമാണ്. അന്ന് സ്കൂളിലെ അല്പം മുതിർന്ന കുട്ടികൾ മുണ്ടാണ് ധരിക്കുന്നത്! ഇന്നത്തെപ്പോലെ പാന്റ്സ് സാർവ്വത്രികമായിട്ടില്ല! ഒരു കൊച്ചു നിക്കറിന്റെ മുകളിൽ ഉടുക്കാനുള്ള മുണ്ട് തപ്പുകയാണ്! അമ്മ എവിടെയാണത് വെച്ചിരിക്കുന്നത്? അയലിൽ ഉണക്കാനിട്ടിരിക്കുകയാണ്. ഒരു കച്ചമുണ്ടാണത്. പഴകിത്തുടങ്ങിയതിന്റെ ലക്ഷണം അത് പ്രകടിപ്പിച്ചിരുന്നു! അവിടെയുമിവിടെയും പിഞ്ഞാൻ തുടങ്ങിയിട്ടുണ്ട്. അങ്ങിങ്ങ് കൊച്ചുതുളകളും കാണാനുണ്ട്. ഇനിയൊന്നുള്ളത് ഇന്നലെയുടുത്ത് മുഷിഞ്ഞതാണ്.

അതാ! മുണ്ടെടുക്കുമ്പോൾ പിഞ്ഞിയ ഭാഗം അല്പം കീറിപ്പോയി! ഇതുടുത്തെങ്ങനെ ഒരു മഹാസദസ്സിൽ അവിടെയുള്ളവരെ അഭിമുഖീകരിക്കും? എല്ലാ ആവേശവും ചോർന്നുപോയി!

കീറിയ ഭാഗം, മുകളിൽവരുന്ന ഭാഗത്തിന്റെ അടിയിലാക്കി മറച്ചു പിടിക്കാനായി പിന്നെയുള്ള ശ്രമം! എന്നാലും സൂക്ഷിച്ചു നോക്കിയാൽ കാണും. എന്തുചെയ്യും? അഭിമാനത്തിന്റെയും സന്തോഷത്തിന്റെയും മുഹൂർത്തങ്ങൾക്ക് ആ കീറിയ മുണ്ട് നിറം കെടുത്തിയിരിക്കുന്നു!

ഉശിരുകെട്ട്, മ്ലാനമായ മുഖവുമായാണ് സ്കൂളിലെത്തിയത്. കൂട്ടുകാർ പതിവില്ലാത്ത വിധം തന്നോട് സ്നേഹ പ്രകടനങ്ങൾ നടത്തുന്നുണ്ട്! ഒരു മന്ദസ്മേരം കൊണ്ടെങ്കിലും തന്റെ നേട്ടത്തെ അനുമോദിക്കാത്തവരായി ആരുമുണ്ടായിരുന്നില്ല! എന്നാൽ അവർക്കങ്ങോട്ട് ഒരു നിറഞ്ഞ ചിരിയാലെങ്കിലും ഒരു പ്രതികരണം നടത്താൻ തനിക്കാവുന്നില്ല! കീറിയ മുണ്ട് കാരണം ആരുടെ മുഖത്തും നോക്കാതെ ഒതുങ്ങിയൊരു മൂലയിൽ ഇരിക്കാനാണ് ശ്രദ്ധിച്ചത്!

സദസ്സിൽ കുട്ടികൾ നിറഞ്ഞു. മുറ്റത്തൊരു സർക്കാർ വാഹനം വന്നു നിന്നു. ഡെപ്യൂട്ടി കളക്ടർ അതിൽ നിന്നിറങ്ങി- ഹെഡ്മാസ്റ്ററും മറ്റദ്ധ്യാപകരും ചേർന്ന് അദ്ദേഹത്തെ സ്വീകരിച്ചു.

നേരെ വേദിയിലേക്ക് അദ്ദേഹത്തെ ആനയിച്ചിരുത്തി. സ്റ്റാഫ് സെക്രട്ടറിയുടെ സ്വാഗത ഭാഷണത്തിനുശേഷം അദ്ധ്യക്ഷന്റെ പ്രസംഗമാണ്. അദ്ധ്യക്ഷൻ ഹെഡ്മാസ്റ്ററാണ്. അദ്ദേഹം സ്വാതന്ത്ര്യദിനത്തിന്റെ പ്രാധാന്യം സൂചിപ്പിച്ചതിനുശേഷം വിദ്യാലയത്തിലെ ഒരു വിദ്യാർത്ഥിക്ക് ജില്ലാ തല രചനാ മത്സരത്തിൽ ഒന്നാം സ്ഥാനം ലഭിച്ചതിലൂടെ എല്ലാവർക്കുമുണ്ടായിട്ടുള്ള സന്തോഷത്തെക്കുറിച്ചും അഭിമാനത്തെക്കുറിച്ചും സംസാരിച്ചു. ഹെഡ്മാസ്റ്ററുടെ സംഭാഷണമായിരുന്നില്ല താൻ ശ്രദ്ധിച്ചത്. രോമാവൃതമായ ആ കൊഴുത്തുരുണ്ട കൈത്തണ്ടകളും തന്റെ സംസാരത്തിന് കൊഴുപ്പേകാൻ ചലിപ്പിക്കുന്ന കൈപ്പത്തിയും കൈവിരലുകളുമായിരുന്നു. ആ കൈപ്പത്തികൾ തന്റെ കവിളിൽ വീണ്ടും ആഞ്ഞു പതിക്കുകയാണെന്നവൻ ഭയപ്പെട്ടു!

അദ്ധ്യക്ഷൻ വിശിഷ്ടാതിഥിയായ ഡെപ്യൂട്ടി കളക്ടറെ ക്ഷണിച്ചിരിക്കുന്നു. അദ്ദേഹത്തിന്റെ പ്രസംഗത്തിനുശേഷമാണ് ഉപകാര സമർപ്പണം നടന്നത്. കോളനിവാഴ്ചയെക്കുറിച്ചും സ്വാതന്ത്ര്യസമരത്തെക്കുറിച്ചും മഹാത്മജി, മോത്തിലാൽ, ജവഹർ തുടങ്ങി സ്വാതന്ത്ര്യസമരസേനാനികളെക്കുറിച്ചെല്ലാം നടത്തിയ ഹൃദ്യമായ ആ പ്രസംഗം കരഘോഷത്തോടെയാണ് സദസ്യർ സ്വീകരിച്ചത്. ആ സംസാരം നടക്കുമ്പോഴെല്ലാം താൻ ചിന്തിച്ചത് തന്റെ കീറിയ മുണ്ടിനെക്കുറിച്ചാണ്! എങ്ങനെ കീറിയ ഭാഗം മറച്ചു പിടിച്ച് ആ വേദിയിലേക്ക് പുരസ്കാര സ്വീകരണത്തിനായി ചെല്ലും എന്നായിരുന്നു ആ വിചാരം മുഴുവൻ.

ഡെപ്യൂട്ടി കളക്ടർ തന്നെ അനുമോദിച്ചുകൊണ്ട് സംസാരിക്കുകയാണ്. ഒരു വിദ്യാർത്ഥിക്കു ലഭിക്കുന്ന അപൂർവ്വ നേട്ടമാണ്! ജില്ലയിലെ മുപ്പത്തിഅഞ്ചോളം മിടുക്കന്മാരെയെല്ലാം പിന്നിലാക്കിയാണ് ഇത് നേടിയിരിക്കുന്നത്. നമ്മുടെ സ്വാതന്ത്ര്യ സമര ചരിത്രത്തിൽ കുട്ടികൾക്ക് താല്പര്യമുണ്ടാക്കാനാണ് ഈ രചനാ മത്സരം സംഘടിപ്പിച്ചിട്ടുള്ളത്. അക്കാര്യത്തിൽ ഇവിടത്തെ വിദ്യാർത്ഥി മിടുക്കനാണ് എന്ന് തെളിയിച്ചിരിക്കുന്നു.... ഇങ്ങനെ പോയി അദ്ദേഹത്തിന്റെ പ്രസംഗം. അദ്ദേഹത്തിന്റെ ഓരോ വാക്കുകളും കുട്ടികൾ കരഘോഷത്തോടെ സ്വീകരിക്കുകയായിരുന്നു.

ഉപഹാരം ഏറ്റുവാങ്ങാൻ അദ്ധ്യക്ഷൻ ക്ഷണിച്ചിരിക്കുന്നു! ഹൃദയമിടിപ്പിന്റെ താളം ഉയർന്നിരിക്കുന്നു! ആകെ ഒരു സംഭ്രമം! ഹാളിന്റെ മദ്ധ്യത്തിലൂടെ താൻ നടന്നുപോവുകയാണ്. കുട്ടികൾ എഴുന്നേറ്റ് നിർത്താതെ കൈത്താളം കൊട്ടി അനുമോദനം രേഖപ്പെടുത്തുന്നുണ്ട്! തല ഉയർത്തിപ്പിടിച്ച് നടക്കാനാവുന്നില്ല! ഉപഹാരം ഏറ്റുവാങ്ങുന്നതിലല്ല! തന്റെ കീറിയ മുണ്ട് ആരെങ്കിലും കാണുമോ എന്നതിലാണ്! അതൊതുക്കിപ്പിടിച്ചിട്ടും മറച്ചു പിടിക്കാനാവുന്നില്ലല്ലോ എന്നതിലാണ്!

വിമ്മിഷ്ടത്തോടെ സ്റ്റേജിൽ കയറി! ശിരസ്സ് ഉയരുന്നില്ല! കുനിഞ്ഞു പോവുകയാണ്! ഡെപ്യൂട്ടി കളക്ടർ തന്റെ തോളിൽ തട്ടി! സ്നേഹ

പൂർവ്വം ചേർത്തുപിടിച്ചു. തനിക്കുള്ള ഉപഹാരം സദസ്യർ ഉയർത്തിയ ഹർഷാരവങ്ങൾക്കിടയിൽ അദ്ദേഹം സമ്മാനിച്ചു!

ഒരു തടിയൻ പുസ്തകം! ജവഹർലാൽ നെഹ്റുവിന്റെ ജീവചരിത്രം! ശ്രീ കെ പി കേശവമേനോൻ എഴുതിയ വിലപ്പെട്ട ഗ്രന്ഥം! ഇതായിരുന്നു പുരസ്കാരം!

ജാള്യത മറച്ചുപിടിച്ച് പുരസ്കാര ദാതാവിന്റെ മുമ്പിൽ ശിരസ്സ് കുനിച്ച്, സദസ്സിന്റെ മുമ്പിൽ കൈകൂപ്പി. വേദിയിൽ നിന്നിറങ്ങി നേരത്തെ ഇരുന്ന സ്ഥാനത്തിരുന്നു! ഉപജില്ലാ വിദ്യാഭ്യാസ ഓഫീസറുടെ അനുമോദന പ്രസംഗം ആ സദസ്സ് ഒരു ഇലയനക്കത്തിന്റെപോലും ശബ്ദമില്ലാതെ കേട്ടുകൊണ്ടിരുന്നു. ചില നേരങ്ങളിൽ ചിലർ ഉയർത്തിയ ദീർഘനിശ്വാസത്തിന്റെ നേരിയ ശബ്ദതാളമേ ആ നിശ്ശബ്ദതയെ ഭഞ്ജിച്ചുള്ളൂ!

പൊടിയരി

ഒരു മാഷാകണമെന്ന മോഹം എപ്പോൾ, എങ്ങനെയാണയാളെ ആവേശിച്ചതെന്ന് പറയാനാവില്ല.

പ്രൈമറി ക്ലാസുകളിലിരുന്നപ്പോൾ പഠിപ്പിച്ച നാണുമാഷും ഗോവിന്ദൻ മാഷും ദാമു മാഷുമെല്ലാം മനസ്സിൽ എപ്പോഴും സ്ഥാനം പിടിച്ചിട്ടുണ്ടായിരുന്നു.

ഉയർന്ന ക്ലാസുകളിലെത്തിയപ്പോഴാണ് അവിടത്തെ അദ്ധ്യാപകരോട് ആദരവോടൊപ്പം അവരെ കാണുമ്പോൾ ഒരുതരം ഭയവും സൂക്ഷിക്കാൻ തുടങ്ങിയത്! നടന്നെത്താൻ ദൂരമുള്ള ഹൈസ്കൂളിലേക്ക് കൂട്ടുകാരോടൊപ്പം സൊള്ളിയും പറഞ്ഞും ഇടയ്ക്ക് ചില കുസൃതികൾ കാണിച്ചും നടന്നു പോകുമ്പോൾ ആ വഴി അവിടത്തെ അദ്ധ്യാപകരിൽ ചിലർ നടന്നുവരുന്നുണ്ടായിരിക്കും. പിന്നെ ദേശീയഗാനാലാപനവേളയിലെ നിശ്ശബ്ദതയോടെയാണ് ആ വിദ്യാർത്ഥിസംഘത്തിന്റെ നടപ്പ്!

എന്നാൽ അതൊന്നുമായിരുന്നില്ല ഒരു മാഷാവാൻ അയാളെ പ്രേരിപ്പിച്ചത്. അയാൾ ആദ്യം പഠിച്ച സ്കൂൾ 1948 ലെ കർഷക സമരത്തിൽ സർക്കാർ അടച്ചുപൂട്ടി. അവിടത്തെ മാഷമ്മാർ അഞ്ചുപേരും ആ സമരത്തിന് നേതൃത്വം കൊടുത്തു. നാട്ടിൽ പട്ടിണിയായിരുന്നു. പൊന്നു കൊടുത്താലും ഉരിയരിപോലും കിട്ടാനില്ലെന്ന് ജനങ്ങൾ സംഘടിച്ച് പാടാൻ തുടങ്ങി.

ജന്മിയുടെ കോവിലകത്തേക്ക് വാരം പിരിച്ച നെല്ല് സ്കൂളിലെ മാഷമ്മാരുടെ നേതൃത്വത്തിൽ സംഘടിച്ച് പിടിച്ചെടുത്ത് പട്ടിണിക്കാർക്ക് കൊടുത്തു. വല്യ കേസായി. അനന്തൻ മാഷെയും ബാലൻ മാഷെയും പൊലീസ് പിടിച്ചു കൊന്നുകളഞ്ഞു. മറ്റുള്ളവർ ജയിലിലുമായി. സ്കൂളിന്റെ അംഗീകാരം പോയി.

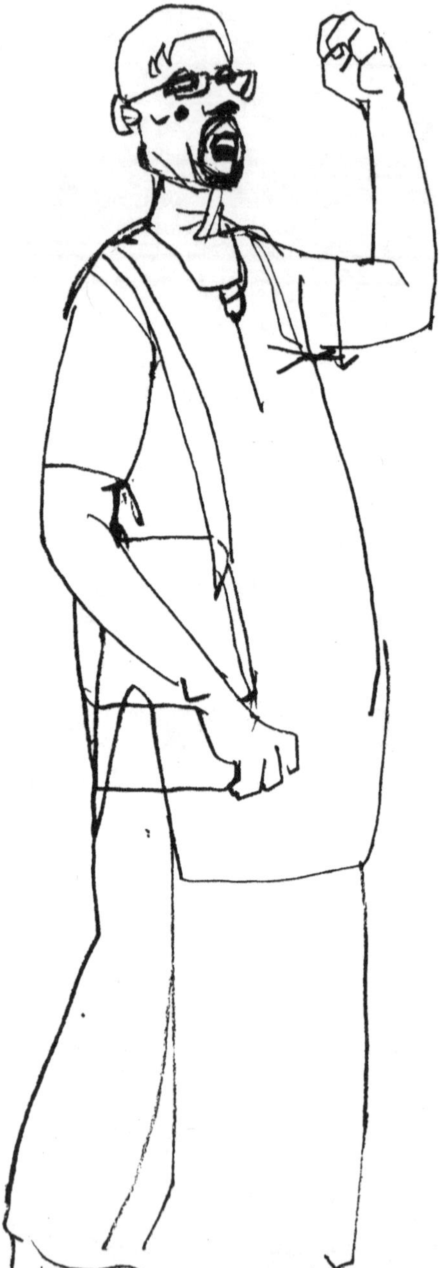

അനന്തൻ മാഷുടെ ജീവിതകഥ നാട്ടിക്കണ്ടത്തിൽ നിരന്ന് ഞാറു നടുന്ന പെണ്ണുങ്ങൾ നീട്ടിപ്പാടി. വിടരാനിരുന്ന ആ പൂമൊട്ടിനെ ഭരണ വർഗ്ഗം ഇല്ലാതാക്കിയ വീരേതിഹാസം കാതിലൊരാലോലമൂഞ്ഞാലു കെട്ടിയ മുത്തശ്ശിമാർ പേരക്കുട്ടികൾക്ക് പറഞ്ഞുകൊടുത്തപ്പോൾ അവരുടെ കണ്ണുകൾ കണ്ണീർപ്പാടങ്ങളായി!

ഇക്കഥകൾ കേട്ട് വളർന്ന കുഞ്ഞുമക്കൾ സങ്കോചമില്ലാതെ ചെങ്കൊടിയേന്തി.

വസൂരിയും കോളറയും ഭക്ഷ്യക്ഷാമവും പടർന്നു പിടിച്ചപ്പോൾ ആ സ്നേഹദൂതർ ആശ്വാസത്തിന്റെ കൈത്തിരിയുമായെത്തിയത് ആരിലും രോമഹർഷം തീർത്തു.

വിദ്യാർത്ഥി ജീവിതത്തിന്റെ വഴിത്താരയിലെല്ലാം അയാളുടെ മുന്നിൽ, പ്രാണവായു കണക്കെ നാടിന്റെ രോമാഞ്ചങ്ങളായ ആ അദ്ധ്യാപക രക്തസാക്ഷികൾ മാർഗ്ഗദീപങ്ങളായിനിന്ന് ജ്വലിച്ചു.

പ്രീഡിഗ്രി പഠനത്തിന്റെ അവസാനകാലമെത്തിയപ്പോൾ മാഷാവാനുള്ള ചിന്തകളുടെ താപനില ഉച്ചസ്ഥായിയിലായി.

കേരളത്തിന്റെ വടക്ക് അദ്ധ്യാപക പരിശീലന കേന്ദ്രങ്ങൾ അപൂർവ്വമായ അക്കാലത്ത് തെക്കൻ ജില്ലകളിലൊന്നിലെ ഒരു സ്വകാര്യ സ്കൂളിൽ മാനേജ്മെന്റ് സീറ്റിൽ എങ്ങനെയെല്ലാമോ പ്രവേശനം നേടി.

അന്നത്തെ നിലയിൽ പ്രവേശനം നേടാൻ മുടക്കിയ അറുനൂറ് രൂപ അയാളുടെ രക്ഷിതാക്കൾക്ക് ചിന്തിക്കാൻ കഴിയുന്നതിനപ്പുറമായിരുന്നു. ഇന്ന് അത്രയും തുകകൊണ്ട് നല്ല ഒരു സെറ്റ് ഷർട്ടും മുണ്ടും പോലും വാങ്ങാനാവില്ല. ആ തുക കൊടുത്താൽ ഇന്ന് പതിനഞ്ച് കിലോഗ്രാം അരി തികച്ച് കിട്ടില്ല. ഒരു നല്ല ഹോട്ടലിൽ കയറി കുടുംബസമേതം വിശപ്പുമാറെ ഭക്ഷണം കഴിച്ചിറങ്ങാൻ ഈ തുക പോരാതെ വരും. ഒരു സെറ്റ് നല്ല ചെരുപ്പ് വാങ്ങാനും പിന്നെയും പണം കൂട്ടണം.

എന്നാൽ മാനേജ്മെന്റ് കോഴയ്ക്കും വഴിച്ചെലവുകൾ നിറവേറ്റാനുമായി അയാളുടെ രക്ഷിതാക്കൾ അവരുടെ ഒരേക്കൽ ഭൂമിയിലെ തെങ്ങ്, കവുങ്ങ്, കശുമാവ്, കുരുമുളക് എന്നിങ്ങനെ എല്ലാ വിളവുകളും ഒരു വർഷത്തേക്ക് പാട്ടത്തിന് നല്കുകയായിരുന്നു.

ഓർമ്മവെച്ചനാളിലെ ആദ്യത്തെ പതിനൊന്നു മണിക്കൂർ നീണ്ട തീവണ്ടിയാത്ര അവസാനിപ്പിച്ച്, അല്പ മണിക്കൂറിലെ മന്ദഗമനിയായ ഒരു ബസ് അയാളെ വിദ്യാലയ പരിസരത്തെ നാല്ക്കവലയിൽ കൊണ്ടുവന്ന് തള്ളി.

മാനേജർ തന്റെ ഉടമസ്ഥതയിലുള്ള ഹൈസ്കൂളിലെ അദ്ധ്യാപകനും, വിദ്യാലയം നില്ക്കുന്ന പഞ്ചായത്തു കേന്ദ്രം കൂടിയായ ആ കൊച്ചു ഭജാറിലെ അനേകം കെട്ടിടങ്ങളുടെ ഉടമസ്ഥനും പ്രദേശത്തെ ഒരു നായർ കരപ്രമാണിയും കൂടിയായിരുന്നു.

അദ്ദേഹം തന്റെ ട്രെയിനിങ് സ്കൂളിലെ മാനേജ്മെന്റ് സീറ്റിലേക്ക് എത്തിച്ചേരുമെന്നറിയിച്ച പ്രവേശനാർത്ഥിയെയും പ്രതീക്ഷിച്ചു നില്ക്കുകയായിരുന്നു.

യാത്രാക്ഷീണം കണക്കിലെടുക്കാതെ ആഗമനോദ്ദേശ്യം സഫലമാക്കാൻ ആ ചെറുപ്പക്കാരൻ മാനേജരെ തേടിയെത്തി. ടി ടി സി സീറ്റുകളിൽ മാനേജ്മെന്റ് ക്വാട്ടയ്ക്കുള്ള മാമൂൽ അദ്ദേഹത്തെ ഏല്പിക്കുന്ന ചടങ്ങ് അതിവേഗം സമാപിച്ചു.

“ഇവിടെ താമസസൗകര്യം നല്കുന്ന ലോഡ്ജുകളോ ഹോട്ടലുകളോ ഇല്ല. താൻ താമസിക്കാനുള്ള സൗകര്യം വല്ലതും ഏർപ്പെടാക്കിയാണോ വന്നത്?”

രണ്ടു വർഷക്കാലം തികച്ചും, അപരിചിതമായ ആ ലോകത്ത് കഴിച്ചുകൂട്ടുന്നതിനെക്കുറിച്ചുള്ള ചിന്ത അയാളെ പിടികൂടി.

“എനിക്കിവിടെ പരിചയക്കാരാരുമില്ല. സാറ് ചോദിച്ച കാര്യത്തിൽ ഒരു രൂപവുമില്ല.”

നിസ്സഹായതയുടെ ഒരലയാഴി സംഭ്രമമായി തന്റെ മുഖത്ത് പരക്കുന്നതുകണ്ട മാനേജർ അല്പം ദയാലുവായി!

“തല്ക്കാലം ബേജാറാവേണ്ട. ഇയാൾ ഈ മുറി ഇപ്പോൾ ഉപയോഗിച്ചോളൂ. ഒരാഴ്ചക്കുള്ളിൽ ഒരു താമസ സൗകര്യം നിങ്ങൾ കണ്ടെത്തണം.”

മാനേജരുടെ തുണിക്കടയുടെ പിറകിൽ അദ്ദേഹം വിശ്രമിക്കാനായി ഉപയോഗിക്കുന്ന മുറിയാണത്. ഒരാൾക്കു കിടക്കാനുള്ള ഒരു കട്ടിലും ഒരു കസേരയുമാണ് അതിലുള്ളത്. അതിനോട് ചേർന്നൊരു ടോയ്‌ലറ്റുമുണ്ട്.

“ഇവിടെ ചിലർ തങ്ങളുടെ വീട്ടിന്റെ ഒരു മുറി പേമെന്റ് ഗസ്റ്റായി വരുന്നവർക്ക് ഭക്ഷണത്തിനും താമസത്തിനും ഒരു റെയ്റ്റ് നിശ്ചയിച്ച് കൊടുക്കാറുണ്ട്. ഒരന്വേഷണം നടത്തിയാൽ കണ്ടെത്താനാവും.”

ഈ പ്രപഞ്ചത്തിന്റെ അജ്ഞാതമായ ഒരു കോണിലാണ് താനുള്ളത് എന്നയാൾക്ക് തോന്നി... ചുറ്റും അത്യഗാധമായ കൊല്ലി! ആ ആഴങ്ങളിൽ താൻ പതിക്കാൻ പോകുകയോ?

അമ്മയുടെ രൂപമാണ് മനസ്സിൽ വന്നത്. തന്നെ യാത്രയയക്കാൻ പടിക്കലെത്തി സജലങ്ങളായ കണ്ണുകൾ മുണ്ടിന്റെ കോന്തലകൊണ്ട് തുടയ്ക്കുന്ന അമ്മ!

മാലയിട്ട പുരുഷൻ ഉത്തരവാദിത്വരഹിതനായി അമ്മയെയും മക്കളെയും ദയാദാക്ഷിണ്യമില്ലാതെ ഉപേക്ഷിച്ചുപോയപ്പോൾ പ്രതീക്ഷ തകർന്നുപോയ അമ്മ! അമ്മയുടെ അച്ഛന്റെ അരികത്ത് സംരക്ഷണം തേടുമ്പോൾ മകനിൽ എല്ലാ വിശ്വാസങ്ങളും ഇറക്കിവെച്ച അമ്മ!

മാഷാവാൻ ആഗ്രഹിച്ചപ്പോൾ ജനിച്ച നാടും വീടും വിട്ട് താമസിക്കേണ്ടിവരുമെന്ന് കരുതിയില്ല! പുറപ്പെടുമ്പോൾ പതിനെട്ടു വയസ്സിന്റെ നിശ്ചയദാർഢ്യം കൂട്ടായുണ്ടായിരുന്നു.

എല്ലാം ചോർന്നുപോയോ?

ടി ടി സിക്ക് ചേരാനെടുത്ത തീരുമാനം പിശകിയോ?

തീ പിടിച്ച വിചാരങ്ങൾ മനമാകെ നിറയുന്നു!

കത്തിപ്പടരുന്ന ചിന്താജ്വാലകളെ കെടുത്തുവാൻ ഇച്ഛാ ശക്തിയുടെ മഴമേഘങ്ങൾ വർഷിക്കുകയാണ്!

ഛേ! എന്തൊരു ചിന്തയാണിത്?

വികാരങ്ങളെ വിവേകത്തിന് കീഴ്പ്പെടുത്തിയ ഒരു നാടിന്റെ പിൻതലമുറക്കാരനല്ലേ താൻ?

പ്രതിസന്ധികളെ ത്യാഗപൂർവ്വം വെല്ലുവിളിച്ച രക്തസാക്ഷികളുടെ നാട്ടിൽ നിന്നാണ് താൻ വരുന്നത്.

വരുന്നതു വരട്ടെ! എന്തിനും ഒരു വഴിയുണ്ടാകും. നിയമനത്തിന്റെ ഔദ്യോഗിക നടപടികൾ പൂർത്തിയാക്കാൻ അയാൾ ട്രെയിനിങ് സ്കൂളിന്റെ ഓഫീസിലേക്ക് ആനയിക്കപ്പെട്ടു.

ഹെഡ്മാസ്റ്റർ നാറാപിള്ള സർട്ടിഫിക്കറ്റുകൾ പരിശോധിച്ചു. തൃപ്തികരം! വിദ്യാർത്ഥിയുടെ വ്യക്തിഗത വിവരങ്ങൾ കൃത്യമായി പരിശോധിച്ച അദ്ദേഹം തെല്ല് ആത്മഗതമായി ഒരു ചോദ്യമെറിഞ്ഞു.

"മലബാറുകാരനാണല്ലേ?"

"അതെ, സാർ.."

"ഈ ട്രെയിനിങ് സ്കൂളിന്റെ ചരിത്രത്തിൽ ആദ്യമായിട്ടാ മലബാറിൽനിന്നൊരു വിദ്യാർത്ഥി വരുന്നത്...! അതെന്താ അവിടെയെങ്ങും ചേരാതിരുന്നത്?"

"തെക്കൻ കേരളത്തിലല്ലേ സാർ, ട്രെയിനിങ് സ്കൂളുകൾ കൂടുതൽ. ഉള്ളതിൽ സ്വകാര്യ സ്കൂളുകൾ കുറവും. വലിയ മാർക്കുള്ളവർക്കേ പി എസ് സി വഴി സെലക്ഷൻ ലഭിക്കുന്നുള്ളൂ."

"ഇതൊരു നാട്ടൻപുറമാണ്. ഇവിടത്തെ നാട്ടുകാർക്ക് പലർക്കും മലബാറിലെ ജനങ്ങളോട് ഒരവജ്ഞ ആണ്! രണ്ടാംതരം പൗരന്മാർ ആയിട്ടാണ് അവർ കണക്കാക്കുന്നത്..."

അല്പം നിർത്തി അദ്ദേഹം തുടർന്നു.

"എനിക്കതിനോടു ഒട്ടും യോജിപ്പില്ല. എല്ലാരും മലയാളികളാണ്. എന്നല്ല മലബാറുകാരെ എനിക്ക് പ്രത്യേകം ഇഷ്ടമാണ്. അവർ സത്യസന്ധരും വിശ്വസ്തരുമാണ്. മനസ്സിൽ ഒട്ടും കള്ളമില്ല. നേരെ വാ നേരെ പോ എന്ന മട്ടുകാരാണ്! മലബാറിൽ ധാരാളം സഞ്ചരിച്ചപ്പോൾ എനിക്കിതെല്ലാം നേരിട്ട് കണ്ട് മനസ്സിലാക്കാൻ കഴിഞ്ഞതാണ്."

നാറാപിള്ള സാറിന്റെ പ്രശംസ അയാളുടെ വദനങ്ങളിൽ വിട്ടൊഴിയാതെ ബാക്കിവന്ന കരിമുകിലുകളെ ആട്ടിപ്പായിക്കാൻ പര്യാപ്തമായതായിരുന്നു! ഒരു പ്രാദേശിക ഗമരിക ആ ചെറുപ്പകാരനെ പിടികൂടി.

ഹെഡ് മാസ്റ്റർക്ക് തന്റെ പുത്തനതിഥിയുമായി തന്റെ ചിന്തകള് ഇനിയും പങ്കുവെക്കണമെന്നുണ്ട്.

"ഞങ്ങൾ തിരുവിതാംകൂറുകാർ അത്ര നല്ല കൂട്ടരൊന്നുമല്ല. ജാതി ബോധം നല്ലോണമുണ്ട്. ഇവിടത്തെ ഒരുകൂട്ടം നായന്മാർക്ക് അത് നല്ലോണമുണ്ട്. ചോവനോടും, തണ്ടാനോടും, പൊലയനോടും ഞങ്ങൾക്ക് പരമപുച്ഛമാണ്. ഇക്കാര്യത്തിൽ ഇവിടത്തെ ഈഴവ പ്രമാണിമാരും കൊറഞ്ഞ കൂട്ടത്തിലല്ല. നൂറ്റാണ്ടുകളുടെ പ്രബലമായ രാജവാഴ്ചയുടെ അനന്തരഫലമാണിതെല്ലാം..."

"ഞങ്ങടെ നാട്ടിലും ജാതി ചിന്തയുണ്ടായിരുന്നു. തീണ്ടലും തൊടീലും ഉണ്ടായിരുന്നു. ഇപ്പം അത് കുറഞ്ഞു. കമ്യൂണിസ്റ്റുകാർ ഉണ്ടായപ്പോൾ അവർ ജന്മിക്കും സായ്പിനുമെതിരെ ജാതിക്കും മതത്തിനും അതീതമായി ജനങ്ങളെ അണിനിരത്തി. ജാതി ചിന്തയ്ക്കും അനാചാരങ്ങൾക്കുമെതിരെയായിരുന്നു കമ്യൂണിസ്റ്റു പാർട്ടി പ്രവർത്തിച്ചത്..." ആ ചെറുപ്പക്കാരൻ തന്റെ ഹെഡ്മാസ്റ്ററുടെ മുമ്പിലാണ് എന്ന കാര്യം മറന്നുപോയി.

"ഓഹോ! താൻ കമ്യൂണിസ്റ്റും കൂടിയാ! കണക്കായിപ്പോയി! ഇന്നാട്ടിലെ പ്രമാണിമാർക്ക് സഹിക്കാവുന്നതല്ല ഇത്... എനിക്കും അല്പം രാഷ്ട്രീയമുള്ള കാലമുണ്ടായിരുന്നു. പത്ത് കൊല്ലം മുമ്പുവരെ ഞാനിവിടത്തെ പഞ്ചായത്ത് പ്രസിഡന്റായിരുന്നു. ഇടതുപക്ഷത്തായിരുന്നു ഞാനും... അങ്ങനെയാണ് എനിക്ക് മലബാറിൽ വരാനായത്..."

ചർച്ച സമയം അല്പം കവർന്നു എന്ന ബോദ്ധ്യപ്പെട്ട നാറാപിള്ള സാർ തന്റെ പുതിയ ശിഷ്യന് ചില ഉപദേശങ്ങൾ നല്കി.

"ഇവിടെ ഇയാൾ കമ്യൂണിസ്റ്റാവാനൊന്നും നോക്കണ്ട. രണ്ടു കൊല്ലമുണ്ട്. ധാരാളം പഠിക്കാനുണ്ട്. നന്നായി പഠിക്കുക. മിടുക്കനായിരിക്കണം.. ശരി പൊയ്ക്കോളൂ. ഇന്ന് ചെന്ന് വിശ്രമിച്ചോളൂ. നാളെ കൃത്യമായി ക്ലാസിൽ വന്നാൽ മതി."

ജീവിതത്തിൽ വന്നു ചേർന്ന ഈ വഴിത്തിരിവിൽ തനിക്ക് പ്രതിസന്ധികളെ തരണം ചെയ്യാനാവുമോ എന്ന ചിന്താഭാരം അയാളുടെ ശാന്തമായ ഉറക്കത്തിന് വലിയ വെല്ലുവിളിയുയർത്തി.

പിറ്റേദിവസം സമയത്തുതന്നെ ക്ലാസിലെത്തി.

ക്ലാസിലെ ഒരു മൂലയിൽ അല്പം ഒതുങ്ങിയാണ് ഇരിക്കാറുള്ളത്. തങ്ങളിൽനിന്ന് വ്യത്യസ്തരായ ഒരു ജീവിയുടെ പരിവേഷം മറ്റു പഠിതാക്കൾ നല്കുന്നുണ്ടെന്ന് അവരുടെ കണ്ണുകൾ തെളിവു നല്കി.

ചോദ്യങ്ങളുമായി അവർ ഓരോരുത്തരും അടുത്തെത്തി. "പുതിയ അഡ്മിഷനാണല്ലോ..?"

"മാനേജ്മെന്റ് സീറ്റിലാണല്ലേ?"

"എന്താ പേര്...?"

എല്ലാറ്റിനും ഉത്തരങ്ങൾ നല്കി. പേരെന്താണെന്നും പറഞ്ഞു! അത്രയും കൊണ്ടവർക്ക് തൃപ്തിയായില്ല.

"പേരിന്റെ കൂടെ മറ്റൊന്നുമില്ലേ?"

"മനസ്സിലായില്ല...?"

“വല്ല നായരോ, പണിക്കരോ,” പിള്ളയോ കുറുപ്പോ...? എല്ലാവരും ചേർന്ന് പൂർത്തിയാക്കിയതായിരുന്നു ആ ചോദ്യം.

“എന്റെ പേരിന് വാല് വെക്കാൻ ഒന്നുമില്ല... ഞാൻ ആ കൂട്ടത്തിൽ ഒന്നും പെടുന്നുമില്ല!'

“എന്നാപ്പിന്നെ ഈഴവനായിരിക്കും. ഇവിടത്തെ ചോവന്മാരേയ്!”

അയാളെക്കൊണ്ട് ജാതി പറയിപ്പിച്ചേ അടങ്ങൂ എന്നായി ആ സഹപാഠികൾ!

“ഞങ്ങളെ നാട്ടിൽ തീയ്യർ എന്നൊരു കൂട്ടരുണ്ട്. ഇവിടത്തെ, നിങ്ങൾ പറഞ്ഞ, ഈഴവർ! എന്നെ സ്കൂളിൽ ചേർക്കുമ്പോ ജാതി ചേർക്കുന്ന കോളത്തിൽ തീയ്യൻ എന്നാണ് ചേർത്തത്. എനിക്ക് ജാതീലും മതത്തിലുമൊന്നും വലിയ വിശ്വാസവുമില്ല.”

അയാളുടെ ജാതി വ്യക്തമാക്കിക്കൊണ്ടുള്ള സത്യപ്രസ്താവന ചിലരുടെ കണ്ണുകളിൽ നീരസവും മറ്റു ചിലരിൽ മമതാ ബോധവും പ്രകടമാകുന്നത് അയാൾ ശ്രദ്ധിച്ചു.

“നാടേതാണെന്ന് പറഞ്ഞില്ല...”

“കണ്ണൂരിലാ, മലബാറിൽ..”

“ങ്ഹേ! മലബാറുകാരനാ...!”

തങ്ങൾക്ക് അസ്പൃശ്യമായതെന്തോ ഒന്ന് ആ അതിശയപ്രതികരണത്തിൽ പ്രകടമായിരുന്നു!

സ്കൂൾ ബെൽ മുഴങ്ങുകയും ക്ലാസുകൾ ആരംഭിക്കുകയും ചെയ്തതോടെ സഹപാഠികളുടെ ഇടയിലെ പരിചയ പ്രക്രിയയ്ക്ക് ഭംഗം നേരിട്ടു.

ആ സ്കൂൾ ഇപ്പോൾ ഒറ്റ ക്ലാസു മുറിയുള്ളതും അതിൽതന്നെ പതിനെട്ടു പേരെ പ്രവേശിപ്പിച്ചതുമാണെന്ന് അയാൾ മനസ്സിലാക്കി. അതിനു മുമ്പത്തെ വർഷം സർക്കാർ സംസ്ഥാനത്തുടനീളം പ്രൈമറി അദ്ധ്യാപക പരിശീലനത്തിന് വിലക്കേർപ്പെടുത്തിയതുകൊണ്ട് രണ്ടാം വർഷ ബാച്ച് അവിടെയുണ്ടായിരുന്നില്ല.

പതിനെട്ടുപേരിൽ പതിനാലുപേർ സ്ത്രീകൾ അയാളുൾപ്പെടെ പുരുഷ കേസരികൾ ഒരു ചെറു ന്യൂനപക്ഷമാണവിടെയെന്നോർത്തപ്പോൾ ഒരു ചെറു ജാള്യത മാങ്കൊമ്പിൽ പടർന്നു കയറിയ കാട്ടുവള്ളി പോലെ മനസ്സിൽ വ്യാപരിച്ചു.

നാറാപിള്ളസാർ ഉൾപ്പെടെ അവരെയെല്ലാം പരിപാലിക്കാനായി അഞ്ചു അദ്ധ്യാപകരും.

സംസ്ഥാന ഖജനാവിന് വന്നുചേരുന്ന ധനചോർച്ച ആരും കണക്കിലെടുക്കുന്നില്ല.

ഒരു ബാച്ചിൽ ഇരുപത് പേർ വേണം. മാനേജ്മെന്റു ക്വാട്ടയിൽ ചേരാൻ തിരുവിതാംകൂറുകാർക്ക് താല്പര്യമില്ലാത്തതുകൊണ്ട് രണ്ടു സീറ്റ് ഒഴിഞ്ഞു കിടന്നു. അയാളെപ്പോലെ എങ്ങനെയും മാഷായേ പറ്റൂ എന്ന വാശി പലർക്കുമുണ്ടായില്ല!

മാനേജർ, പിള്ളസാർ മുറി അനുവദിച്ചുതന്നത് ഒരാഴ്ചത്തേക്കാണ്. അക്കാലാവധി അവസാനിക്കാൻ ഇനി മൂന്നുദിവസം കൂടി! മനസ്സിലെ ആധി ഒരു ശാരീരികവ്യാധി ആയി മാറുമെന്നായി! ഹോട്ടലിലെ ഊൺ മേശയിൽ വിളമ്പിയ ആഹാരം പകുതി വാരിത്തിന്ന് എഴുന്നേറ്റു പോന്നു!

താമസിക്കുന്ന മുറിയുടെ സമീപത്തെ ചെറുപ്പക്കാരനായ ബേക്കറി ക്കടക്കാരൻ ആദ്യനാളുകളിൽ തന്നെ ഒരു നല്ല ചങ്ങാതിയായി മാറിയി രുന്നു.

വെള്ളത്തിൽ മുങ്ങിത്താഴാൻ തുടങ്ങിയപ്പോൾ താങ്ങി രക്ഷിക്കാൻ ആ സുഹൃത്തിന്റെ കൈകൾ നീണ്ടു വന്നു.

അയാൾ ഒരു നല്ല അയൽക്കാരനായിരുന്നു!

“സാറെ, വെഷമിക്കേണ്ട! ഞാനൊരിടം കണ്ടുവെച്ചിട്ടുണ്ട്. തരമാകും! ഞാനല്ലേ പറയുന്നത്! അതല്ലേ മറ്റൊരിടം, ഞാൻ തരമാക്കിത്തരും.”

സാറേന്ന് വിളിക്കുന്നത് ആദ്യമൊന്നും അയാൾക്ക് മനസ്സിലായില്ല. കളിയാക്കുന്നതാണെന്നാ തോന്നിയത്! പള്ളിക്കൂടം വാദ്ധ്യാന്മാരെയും സർക്കാർ ജീവനക്കാരെയും സാറെന്നു വിളിക്കുന്നത് സർവ്വ സാധാരണം! പള്ളിക്കൂടത്തിൽ പഠിക്കുന്ന പയ്യൻ എങ്ങനെ സാറാവും?

മൂന്നാലുദിവസംകൊണ്ടു തന്നെ അയാൾക്കൊരു കാര്യം മനസ്സി ലായി. ഹോട്ടൽ മാനേജരും, വിളമ്പുകാരനും സ്റ്റേഷനറിക്കടക്കാരനും ടാക്സിക്കാറുകാരനും എല്ലാം സംബോധന സാറെന്നു തന്നെ. സഹപാ ഠികൾ അന്യോന്യം പേരിനോടൊപ്പം ആണായാലും പെണ്ണായാലും ആദ രപൂർവ്വം സാറെ എന്ന് പരസ്പരം അഭിസംബോധന ചെയ്യുന്നു.

ക്ലാസിലെ അടുത്ത സുഹൃത്ത് തുളസീധരൻ പിള്ളയാണ്. അയാൾ സംശയനിവൃത്തി വരുത്തിക്കൊടുത്തു.

“ഇവിടെ ഇങ്ങനെയാ. ട്രെയിനിങ് പഠിക്കാൻ വരുന്നവര് നാളെ വാദ്ധ്യാന്മാരാകാൻ പോകുകയല്ലയോ? അതോണ്ട് ഇപ്പഴേ അങ്ങ് സാറേന്ന് വിളിച്ചു തുടങ്ങും! അതുതന്നെയല്ലേ നല്ലത്?”

നമ്മുടെ നാട്ടിൽ അദ്ധ്യാപകരെ മാഷെന്നും ടീച്ചറെന്നും വിളിക്കു മെന്ന് പറഞ്ഞപ്പോൾ കൂട്ടകാരൻ പിള്ളയ്ക്ക് അതിന്റെ മാതിരി അത്ര ത്തോളം മനസ്സിലായില്ല!

ഏതായാലും ബേക്കറി സുഹൃത്തിന്റെ ഉത്സാഹത്താൽ ഒരു താമസ സൗകര്യം റെഡിയായിക്കിട്ടി.

ആഴ്ചയുടെ അവസാന നാളിൽ താമസം അങ്ങോട്ടുമാറി. കൊണ്ടു പോകാൻ ഒരു കൊച്ചുപെട്ടിയും ഒരു മെത്തപ്പായും തലയണയും ബെഡ്ഷീറ്റും.

ട്രെയിനിങ് സ്കൂളിന്റെ സമീപം ഒരു നാനൂറ് മീറ്റർ നടക്കാനുണ്ട്. അടുത്ത കാലത്താണ് താമസം തുടങ്ങിയത്. ചെത്തുകല്ലുചേർത്തു വെച്ച് ഭിത്തി തേപ്പ് നടത്താത്ത ഒരു കോൺക്രീറ്റ് വീട്. അടുക്കളയും പിന്നെ രണ്ടു മുറിയും മാത്രം! നിലം മൺതറയിൽ കരിതേച്ചത്! ഒരു മുറി സൗമ

നസ്യത്തോടെ വീട്ടുകാരൻ ആ പരദേശി സാറിന് വിട്ടു കൊടുത്തു. ശയ്യോപകരണങ്ങൾ നല്കാൻ വീട്ടുകാരന് ബാദ്ധ്യതയില്ല.

ഉച്ചയ്ക്കും രാത്രിയും വീട്ടുകാരൻ ഭക്ഷണം നല്കും. മുറിയിലുള്ള വൈദ്യുതിക്ക് പണം പ്രത്യേകം വേണ്ട.

പ്രതിമാസം 60 രൂപയാണ് താമസക്കാരൻ നല്കേണ്ടത്. വീട്ടുടമസ്ഥൻ നളിനൻ. പേരുകേട്ടാൽ ഹിന്ദുവാണെന്ന് തോന്നും. എന്നാൽ ഹിന്ദുവല്ല. ക്രിസ്തുമതത്തിൽ ഹിന്ദുമതാചാരങ്ങൾ പലതും പിന്തുടരുന്ന ഒരു വിഭാഗക്കാരുണ്ടത്രെ! ഭാര്യ പെണ്ണമ്മ! തികഞ്ഞ യുവതിയെങ്കിലും പലപ്പോഴും കുട്ടിത്തം വിട്ടുമാറിയിട്ടില്ലെന്ന് തോന്നും! പക്ഷേ, അസ്സൽ സുറിയാനി ക്രിസ്ത്യാനിപ്പെണ്ണാണ്!

അതിതീവ്രപ്രണയത്തിന്റെ ഉല്പന്നമാണത്രെ ആ ദാമ്പത്യം. അമ്പത് സെന്റ് പുരയിടവും, പിന്നെ ആ വീടും, അതാണ് ആ കുടുംബത്തിന്റെ ആകെ സമ്പാദ്യം. നളിനന് ജോലിയൊന്നുമില്ല. എങ്ങനെ ജീവിക്കുന്നു എന്ന് നാട്ടുകാരെപ്പോലെതന്നെ അയാൾക്കും ഉത്തരമില്ല! ജീവിച്ചു പോകുന്നു! എന്ന് പറയാം. പ്രണയ പാരവശ്യം മൂർദ്ധന്യത്തിലെത്തിയതിനാൽ പെണ്ണിനെ മതി, നാട്ടുനടപ്പു പ്രകാരം ലഭിക്കുമായിരുന്ന നല്ലൊരു സ്ത്രീധനം അയാൾക്ക് വേണ്ടെന്ന് വയ്ക്കേണ്ടി വന്നു.

ട്രെയിനിങ് സാറിൽ നിന്നു കിട്ടാൻപോകുന്ന അറുപത് രൂപ നളിനനൊരു ആശ്വാസമായി കാണുന്നു.

തിരുവിതാംകൂറിലെ ഭക്ഷണരീതികളും സംഭാഷണ ശൈലിയുമെല്ലാം പൊരുത്തപ്പെടാൻ അല്പനാളുകളെടുത്തു.

മനസ്സും നാവും പൊരുത്തപ്പെടാതെ നിന്നത് പെണ്ണമ്മയുടെ പാചകകലയോടാണ്! ചിലപ്പോൾ കറിയിലെ പ്രധാന വിഭവം ഉപ്പായിരിക്കും! എരിവുമായി കുട്ടിക്കാലംമുതലെ കലശൽ കൂട്ടുന്ന തന്റെ വായിൽ സാമ്പാറെന്ന പേരിൽ അങ്ങാടി മുളക് അരച്ചുകലക്കിയ ചെമന്ന് തുടുത്തൊരു ചാറ് ആ പാചകറാണി പ്രത്യേകം പകർന്നു നല്കി! മിക്കപ്പോഴും ചോറെന്ന പേരിൽ പ്ലേറ്റിൽ വിളമ്പുന്നത് വെന്തടിഞ്ഞ കഞ്ഞിയുടെ മൂത്ത ചേട്ടനെയായിരിക്കും! ആ പെണ്ണ് വിളമ്പിത്തരുന്ന ചടുല വിഭവങ്ങൾ മുമ്പിൽ വരുമ്പോൾ വിശേഷ ദിവസങ്ങളിൽ അമ്മ വെച്ചുണ്ടാക്കിയ രുചിയൂറും വിഭവങ്ങളുടെ മധുരിക്കും ഓർമ്മകൾ മനസ്സിൽ നിറയുന്നതിന് കാരണമായി.

വായ്ക്ക് രുചിയായി വല്ലതും കഴിക്കുന്നത് കുഞ്ഞപ്പിച്ചേട്ടന്റെ ചായക്കടയിൽനിന്നാണ്. അവിടെയാണ് പ്രഭാത ഭക്ഷണം.

നാല്ക്കവലയിൽനിന്ന് കെ കെ റോഡിലേക്ക് പോകുന്ന വീതിയുള്ള റോഡിന്റെ ഇരുവശങ്ങളിലും അഭിമുഖമായി നളിനന്റെ വീടും കുഞ്ഞിപ്പിച്ചായന്റെ കടയും നിലകൊള്ളുന്നു. മുൻഭാഗമാണ് കടയായി ഉപയോഗിച്ചത്. കടയുടെ വാതിൽ തുറന്ന് കടക്കുന്ന കോലായിൽ രണ്ടു വീതം ബഞ്ചും ഡസ്കുമുണ്ട്. ഒരറ്റത്ത് ഒരു സമോവറിൽ ഗ്ലാസുകളിൽ നിറച്ചുവെച്ച പാലിലും തേയിലപ്പൊടിയിലും പഞ്ചസാരയിലും ചെന്നു പറ്റാ

നായി അക്ഷമയോടെ തുള്ളാട്ടം നടത്തുന്ന തിളയ്ക്കുന്ന വെള്ളമുണ്ട്. ചായച്ചേരുവകൾ നിറച്ചുവെച്ച സ്ഫടിക ഭരണികളും നിരനിരയായി അടുക്കിവെച്ചിരിക്കുന്നത് ഒരുയർന്ന മേശയിലാണ്. കുഞ്ഞിപ്പിച്ചായൻ ചായ മേശയ്ക്കരികിൽ നില്പ്പുറപ്പിക്കാൻ തുടങ്ങുന്നത് രാവിലെ 7 മണി മുതൽ തന്നെ. അത് രാത്രി ഏഴോ എട്ടോ മണി വരെ നിർബ്ബാധം തുടരും.

ചായ മേശയ്ക്കരികിൽ സാമാന്യം വലിപ്പമുള്ള ഒരു മരഫ്രെയിമിൽ നിർമ്മിച്ച ഗ്ലാസ് വെച്ച പലഹാരത്തട്ടു കാണാം. അതിന്റെ ചുമതലക്കാരി കുഞ്ഞിപ്പിച്ചായന്റെ പ്രിയപ്പെട്ട പെണ്ണുംപിള്ള കുഞ്ഞമ്മച്ചേടത്തിയാണ്. ദോശത്തട്ടിൽ പുളിപ്പിച്ച അരിമാവ് ഒഴിച്ച് ആവശ്യക്കാർക്ക് തത്സമയ തട്ടു ദോശ പ്ലെയിറ്റിൽ ചമ്മന്തിച്ചാറൊഴിച്ച് അടുക്കി വെച്ചു കൊടുക്കുന്നതും ഉപഭോക്താക്കളിൽനിന്ന് പണം വാങ്ങി പെട്ടിയിലിടുന്നതും അച്ചേടത്തിയുടെ ജോലിതന്നെ.

പലഹാരത്തട്ടിൽ വേറെയും പലഹാരങ്ങളുണ്ട്. വാഴയിലയിൽ പൊതിഞ്ഞ പുട്ടും, ഉണ്ണിയപ്പവും, പക്കാവടയും, അരിയുണ്ടയും, കായപ്പവും തുടങ്ങി രുചിയൂറുന്ന വിഭവങ്ങൾ വേറെയുമുണ്ട്. ഒരറ്റത്ത് മൂന്നോ നാലോ ഞാലിപ്പൂവൻകുലകൾ സ്വർണ്ണവർണ്ണമാർന്ന് നിരന്ന് നില്ക്കുന്നുമുണ്ട്.

ആ ഓലമേഞ്ഞ കെട്ടിടത്തിന്റെ പിൻഭാഗം അവരുടെ വാസഗൃഹമാണ്. കെട്ടുപ്രായമെത്തി നില്ക്കുന്ന മകൾ പെണ്ണമ്മ അപ്പനുമമ്മച്ചിക്കും അസിസ്റ്റന്റായി അവിടെയുണ്ട്. പള്ളിക്കൂടം പിള്ളേരായ രണ്ടു പെൺമക്കൾ കൂടിയായാൽ കുഞ്ഞപ്പിച്ചായന്റെ കുടുംബം പൂർണ്ണമായി.

കുഞ്ഞപ്പിച്ചായൻ തിരുസ്വരൂപത്തിന് മുന്നിൽ രണ്ടുനേരവും മുട്ടിപ്പായി പ്രാർത്ഥിച്ച് സർവ്വവും കർത്താവിൽ സമർപ്പിച്ച് ജീവിക്കുന്ന എഴുപതുകളുടെ മദ്ധ്യം പിന്നിട്ടിരിക്കുന്ന ഒരു സത്യക്രിസ്ത്യാനിയാണ്.

നിത്യവും നല്കുന്ന മനം നിറയുന്ന പ്രഭാത ഭക്ഷണത്തോടൊപ്പം ഒരു പ്രാദേശിക രക്ഷിതാവിന്റെ കരുതലും സ്നേഹവും തന്റെ മുമ്പിൽ ആ ദയാനാഥൻ വിളമ്പിത്തന്നു!

അകലങ്ങളിലെ ഉറ്റവരുടെ അകല്ച പകർന്നു നല്കിയ മനോനില മാറ്റാൻ ആ സ്നേഹ വൃദ്ധന്റെ പെരുമാറ്റം ഒരു തണലായി ആ ചെറുപ്പക്കാരൻ കണ്ടു.

സ്കൂളിൽ തനിക്ക് കല്പിക്കപ്പെട്ട പതിത്വങ്ങളെല്ലാം അലിഞ്ഞുപോയതായി അയാൾക്കനുഭവപ്പെട്ടു.

തുളസീധരൻ പിള്ളയും രാമഭദ്രനും പരമേശ്വരൻ നായരും മണികണ്ഠനും താരാഭായിയും ഉഷാകുമാരിയും മോളിയമ്മയും വത്സമ്മയും ഏലിയാമ്മാ ജോണും ജോളി വർഗ്ഗീസും ബാലാമണിയും കനകറാണിയും മിനിക്കുട്ടിയും എല്ലാമായ പതിനെട്ടംഗപാഠശാല ആഴ്ചകൾകൊണ്ട് മറ്റൊരു കുടുംബമായി മാറി. അവിടെ തിരുവിതാംകൂറുകാരനും മലബാറുകാരനും ഉണ്ടെന്ന കാര്യം എല്ലാവരും മറന്നു. നായരും പിള്ളയും ചോവനും തണ്ടാനും സിറിയൻ ക്രിസ്ത്യനും ലാറ്റിനും

റോമനും യാക്കോബൈറ്റ്സും എന്ന ചിന്തകൾ തേഞ്ഞ് തേഞ്ഞില്ലാതായി.

സാറേ എന്നുവിളിച്ച് അവർ പരസ്പരം ആദരവ് നല്കി! പഠനപ്രക്രിയയിൽ ഒരാളുടെ കഴിവുകൾ മറ്റൊരാൾക്ക് താങ്ങായി! വെള്ളിയാഴ്ച ഉച്ചനേരങ്ങളിൽ പഠന പ്രവർത്തനങ്ങൾക്ക് ഒഴിവുനല്കി കലാസാഹിത്യ പരിപാടികൾ ഉത്സാഹപൂർവ്വം പങ്കെടുത്ത് ചിലപ്പോഴെങ്കിലും മുഷിപ്പനായ ക്ലാസു മുറികളിൽ നിന്ന് മോചനം നേടി. പ്രവൃത്തിപരിചയ പഠനത്തിന്റെ ഭാഗമായി പള്ളിക്കൂടവളപ്പുകൾ കൃഷിയിടങ്ങളാക്കി. അവിടങ്ങളിൽ ചീരയും വെണ്ടയും മത്തനും വെള്ളരിയും ഓലപ്പയറും തഴച്ച് വളർന്ന് ഓണോത്സവ സദ്യക്ക് വിഭവങ്ങൾ സമ്മാനിച്ചു.

മലബാറിന്റെ ഓണംകേറാ മൂലയിൽ നിന്നെത്തിയ സഹപാഠിയെ കൂട്ടുകാർ ഒഴിവുദിവസങ്ങളിൽ മിക്കവരും ഊഴമിട്ട് ഒരു ചായ സൽക്കാരത്തിന് ക്ഷണിക്കുകയും രക്ഷിതാക്കൾക്ക് പരിചയപ്പെടുത്തിക്കൊടുക്കുകയും ചെയ്തു. ദേശവും ജാതിയും ഒരു പരിമിത വൃത്തത്തിലെങ്കിലും അലിഞ്ഞലിഞ്ഞില്ലാതാകുന്നതിന് സാഹചര്യമൊരുക്കി.

പതിനെട്ടുവയസ്സിന്റെ ചുറ്റിലുമായി നില്ക്കുന്ന പതിനെട്ടുപേർ അവിടെ ദിനവും ആറേഴു മണിക്കൂർ ഒരു ക്ലാസ് മുറിയിൽ ഇടപെട്ടു കഴിയുന്നു. പുഷ്പിതമായൊരു തരുണസഭ! സുന്ദരീ സുന്ദരന്മാരുടെ ഒരാരാമം! കൊച്ചു കാറ്റേറ്റ് ചില വല്ലരികൾ സമീപത്തെ കൊച്ചുപൂവിനോട് ഒരടുപ്പം കാണിച്ചു! ചില നേരങ്ങളിൽ കൺകോണുകൾ ചിലതെല്ലാം കൂട്ടിമുട്ടി. കാറ്റേറ്റു പറക്കുന്ന വെൺമേഘങ്ങൾ തൊട്ടുരുമ്മിപ്പോവുന്നത് സ്വാഭാവികം! ക്ഷണികമല്ലെങ്കിലും പ്രണയത്തിന്റെ പൂമൊട്ടുകൾ ചിലതെല്ലാം വിരിയുകയും വിരിഞ്ഞതുപോലെ കൊഴിഞ്ഞുപോവുകയും ചെയ്തു!

സാമൂഹ്യശാസ്ത്രം ക്ലാസിലെ അദ്ധ്യാപകൻ ജോർജ് ജോസഫ് എം എ എം എഡ് ആണ്. ട്രെയ്നിങ് സ്കൂളിൽ അദ്ധ്യാപക ജോലിയിൽ പ്രവേശിച്ചിട്ട് നാലഞ്ചു വർഷമായത്രെ! അദ്ദേഹത്തിന്റെ ക്ലാസുകൾ പഠിതാക്കൾ ഏറെ ഇഷ്ടപ്പെട്ടു.

ടിയാൻ ഭരണഘടനയെക്കുറിച്ച് പഠിപ്പിക്കുകയാണ്. ലോക്സഭയും രാജ്യസഭയും തിരഞ്ഞെടുപ്പുമെല്ലാം അദ്ദേഹത്തിന്റെ വിശദീകരണത്തിൽ കടന്നുവന്നു. രാഷ്ട്രീയപ്പാർട്ടികളെക്കുറിച്ചും സംസാരിക്കാൻതുടങ്ങി. കൂട്ടത്തിൽ സാർ പറഞ്ഞു.

"ഒരു രാഷ്ട്രീയ പാർട്ടിയും ആത്മാർത്ഥതയുള്ളവരല്ല. ഇപ്പോൾ എല്ലാവരും സ്വാർത്ഥ താല്പര്യത്തിനാണ് രാഷ്ട്രീയത്തിൽ ചേരുന്നത്."

ഇടയ്ക്കു നിർത്തി ക്ലാസിൽ ഒരു ചോദ്യമുയർത്തി.

"എന്താ നിങ്ങളുടെ അഭിപ്രായം?"

ഔട്ട് ഓഫ് സിലബസ് ആയ ഒരു ചോദ്യം.

പഠിതാക്കളിൽ ഭൂരിപക്ഷം പെൺപ്രജകളായതുകൊണ്ടു രാഷ്ട്രീയ കാര്യങ്ങളിൽ താല്പര്യം പ്രകടിപ്പിക്കുന്നുണ്ടോ എന്നു കഴിഞ്ഞ മൂന്നു

നാലുമാസങ്ങൾകൊണ്ട് മനസ്സിലാക്കാനായില്ല. പള്ളികളോടും അമ്പല ങ്ങളോടും കരയോഗങ്ങളോടും കാണിക്കുന്ന താല്പര്യം രാഷ്ട്രീയത്തോ ടുണ്ടാവാനിടയില്ല! രണ്ടുവർഷംമുമ്പാണ് നിയമസഭ തിരഞ്ഞെടുപ്പ് നട ന്നത്. വോട്ടുപ്രായം ഇരുപത്തി ഒന്നായതുകൊണ്ട് തന്നെ അയാ ളുൾപ്പെടെ ആർക്കും വോട്ടുചെയ്യാനവസരം കിട്ടിയിട്ടുണ്ടാവില്ല.

എന്നാൽ അയാൾ കമ്യൂണിസ്റ്റ് അനുഭാവമുള്ള കുടുംബത്തിലെ അംഗമാണ്. ഹൈസ്കൂളിലും രണ്ടുവർഷത്തെ കോളേജ് പഠനത്തിനിട യിൽ അതുമായി ബന്ധപ്പെട്ട വിദ്യാർത്ഥി സംഘടനയിൽ സജീവമായി പ്രവർത്തിച്ചിട്ടുണ്ട്. നാട്ടിലെ യുവജന സംഘടനയിലും ഭാഗഭാക്കായിട്ടു ണ്ട്.

എല്ലാ രാഷ്ട്രീയക്കാരും സ്വാർത്ഥമതികളാണെന്ന സാമൂഹ്യ ശാസ്ത്രം സാറിന്റെ അഭിപ്രായത്തോട് വിയോജിപ്പ് രേഖപ്പെടുത്താൻ അയാൾ വെമ്പൽ കൊണ്ടു.

പെട്ടെന്ന് നാറാപിള്ള സാറിന്റെ ഉപദേശം കൊള്ളിയാനായി മന സ്സിൽ മിന്നി. “താനിവിടെ കമ്യൂണിസ്റ്റാവാനൊന്നും നോക്കണ്ട. നന്നായി പഠിച്ചാൽ മതി.”

വേണ്ട. രാഷ്ട്രീയ നിലപാട് പ്രകടിപ്പിക്കേണ്ട!

അഭിപ്രായങ്ങളൊന്നും ആരും പറയുന്നില്ലെന്ന് കണ്ടപ്പോൾ സാർ കൂടുതൽ വാചാലനായി.

“ഞാൻ രാഷ്ട്രീയക്കാരനായിരുന്നു. കോളേജിൽ പഠിക്കുമ്പോൾ കോൺഗ്രസിന്റെ വിദ്യാർത്ഥി സംഘടനയിലായിരുന്നു. ആ നീലക്കൊ ടിയും പിടിച്ച് പലയിടങ്ങളിലും സഞ്ചരിക്കുകയും വിദ്യാർത്ഥിക്കെതിരെ വിദ്യാർത്ഥികളുടെ അവകാശങ്ങളുയർത്തി ചില സമരങ്ങളിൽ പങ്കെടു ക്കുകയും ചെയ്തു.

ഞാൻ പങ്കെടുത്ത വലിയ ഒരു സമരമായിരുന്നു സെക്രട്ടറിയേറ്റിനു മുമ്പിലെ ഉപവാസം. സംസ്ഥാന സമരമാണ്. അനിശ്ചിതകാല നിരാഹാര സമരത്തിൽ പങ്കെടുക്കുന്ന പത്ത് പേരിൽ ഒരാൾ ഞാനാണ്. പത്തു കട്ടി ലുകളും ബെഡും ഒരുക്കി ഞങ്ങൾ പത്തുപേരും കിടക്കുകയാണ്. സംസ്ഥാന നേതാവ് ഞങ്ങളെ അണിയിച്ച മൂവർണ്ണനിറമുള്ള ഖദർ ഷാളും പുതച്ച്! നേതാക്കൾ ഒരുപാട് പേർ ധാരാളം പ്രസംഗിച്ചു!”

സാറിന്റെ സമരകഥ ഡസ്കിൽ മുട്ടു കൈ കുത്തി താടി താങ്ങി ഞങ്ങൾ സാകൂതം കേൾക്കുകയാണ്.

“സമയം സന്ധ്യ കഴിഞ്ഞു. ജനക്കൂട്ടം പിരിഞ്ഞു തുടങ്ങി. ഞങ്ങൾ ഉണ്ണാവ്രതക്കാരും അല്പമാത്ര സഹായികളും ഒന്നുരണ്ടു നേതാക്കളും അവശേഷിച്ചു. മൃഷ്ടാന്നപ്രാതഭോജനത്തിനുശേഷം ഇടയ്ക്കു കഴിക്കാ റുള്ള പതിവു ലഘുഭക്ഷണവും ഉച്ചഭക്ഷണവുമെല്ലാം മുടങ്ങിയതിന്റെ ആന്തൽ ശരീരത്തിന്റെ എല്ലാ കോശങ്ങളിലേക്കും വ്യാപിച്ചതിന്റെ മയ ക്കത്തിലാണ് ഞങ്ങൾ!

ജനമടങ്ങിയെന്നു കണ്ടപ്പോൾ ഒരു നേതാവ് കട്ടിലിലൊന്നിൽ ഇരുന്ന് പതുക്കെ ഞങ്ങളോടായി പറയാൻതുടങ്ങി.

"സമരം നിരാഹാരമൊന്നൊക്കെ പറയുമെങ്കിലും അതൊക്കെ മഹാത്മജിയെപ്പോലുള്ള ത്യാഗികൾക്ക് പറഞ്ഞതാണ്. നമ്മുടെ ഉണ്ണാ സമരം പകൽ മാത്രം! രാത്രി നിങ്ങൾക്ക് ഭക്ഷണം ഏർപ്പാടാക്കിയിട്ടുണ്ട്."

അയാൾ കൈ ചൂണ്ടി ഒരു നൂറു വാരയകലെയുള്ള ഹോട്ടൽ ചൂണ്ടിക്കാട്ടി.

"ഹോട്ടൽ നടത്തുന്നത് നമ്മുടെ പാർട്ടിക്കാരാണ്. നിങ്ങൾ ഓരോരുത്തരും ഊഴമിട്ടു ചെന്നു ആഹാരം കഴിക്കണം. പോകുമ്പോൾ ഷാളും ഖദർ മുണ്ടും ഷർട്ടും മാറ്റി ഒരു കൈലിയും ടീഷർട്ടും ഇട്ട് പോണം."

പൊരിവെയിലിൽ ചാറ്റ മഴ കിട്ടിയ അനുഭവമായി ഞങ്ങൾക്ക്.

"ഈ ഒറ്റനേരഭക്ഷണ സമരം പത്ത് ദിവസം നീണ്ടപ്പോഴേക്കും സർക്കാർ ഒത്തുതീർപ്പെന്നൊരു നാടകം നടത്തി സമരം അവസാനിപ്പിച്ചു.

ഈ സമരത്തോടെ എന്റെ രാഷ്ട്രീയ ജീവിതം അവസാനിച്ചു. ഖദർ ഊരി വെച്ചു.

അന്ന് തുടങ്ങി കോൺഗ്രസെന്നല്ല എല്ലാ രാഷ്ട്രീയക്കാരോടും പരമ പുച്ഛമാണ്. കാര്യലാഭത്തിനാണ് അവരുടെ രാഷ്ട്രീയ പ്രവർത്തനം. അധികാരമാണ് അവരുടെ ലക്ഷ്യം. ചിലർക്ക് എം എൽ എയും എം പി യുമാകണം. മന്ത്രിയാകണം. അതിനാണവർക്ക് രാഷ്ട്രീയം! ഞാൻ കണ്ട രാഷ്ട്രീയക്കാരെല്ലാം അപ്പണിയെടുത്ത് സമ്പത്തുണ്ടാക്കിയവരാണ്!"

സാറിന്റെ വിവരണം അയാളുടെ വികാരഞരമ്പുകളെ വലിഞ്ഞുമുറുക്കി. തന്റെ അനുഭവംവെച്ച് സർവ്വരാഷ്ട്രീയക്കാരെയും ഒരുമിച്ച് കൂട്ടിക്കെട്ടിയത് അയാൾക്ക് സഹിക്കാനായില്ല!

കമ്യൂണിസ്റ്റുകാരെങ്കിലും അങ്ങനെയല്ലല്ലോ!

അയാൾ നിയന്ത്രണം വിട്ടെഴുന്നേറ്റു. സാമൂഹ്യസേവനത്തിന് സർവ്വ സമ്പത്തും, കുടുംബവും, സ്വജീവനും ബലികഴിച്ച ത്യാഗധനരായ രാഷ്ട്രീയ പ്രവർത്തകരും അവരുടെ പ്രസ്ഥാനങ്ങളും സജീവമായി പ്രവർത്തിക്കുന്ന കേരളത്തിൽ ഏതെങ്കിലും രാഷ്ട്രീയ പ്രസ്ഥാനങ്ങളുടെ അപചയത്തിന്റെ പേരിൽ രാഷ്ട്രീയ പ്രവർത്തകരെ ഒന്നടങ്കം ആക്ഷേപിച്ചത് അയാളുടെ ഹൃദയത്തിലെ കമ്യൂണിസ്റ്റുവികാരത്തെ ആളിക്കത്തിച്ചു.

"സാറിനോട് ഒരിക്കലും യോജിക്കാനാവില്ല സാർ! സാർ ഏർപ്പെട്ട രാഷ്ട്രീയപാർട്ടി ഒരുപക്ഷേ, ഇവിടെപ്പറഞ്ഞതുപോലെ ആത്മാർത്ഥതയില്ലാത്തവരായിരിക്കും. രാഷ്ട്രീയത്തെ വ്യഭിചരിക്കുന്നവരായിരിക്കും സാർ! എല്ലാരും അങ്ങനെയല്ലല്ലോ? എന്റെ നാട്ടിൽ രണ്ടുപേരുണ്ടായിരുന്നു. അവർ അദ്ധ്യാപകരായിരുന്നു! അതേ സമയം അവർ ചെങ്കൊടി പിടിച്ച് കൃഷിക്കാരെ സംഘടിപ്പിച്ചു. ജനങ്ങൾ പട്ടിണി കിടന്നപ്പോൾ ജന്മിമാർ കൃഷിക്കാരന്റെ കൈയിൽനിന്ന് വാരം വിരിച്ച നെല്ല് കരിഞ്ചന്തയിൽ വിറ്റ് പണം സമ്പാദിക്കാൻ കൊണ്ടുപോയപ്പോ തടഞ്ഞു. അവരെ സ്വതന്ത്ര ഇന്ത്യയിലെ പൊലീസ് വെടിവെച്ചു കൊന്നു! അവർ കമ്യൂണിസ്റ്റുകാരാ

യിരുന്നു സാർ. അങ്ങനെയൊരുപാട് പേർ ഈ കേരളത്തിലുണ്ട് സാർ. 1957 ലെ ആദ്യ കേരള മുഖ്യമന്ത്രിയെ അങ്ങേക്കറിയില്ലേ സാർ? അദ്ദേഹത്തിന്റെ മുഴുവൻ സ്വത്തും വിറ്റ് പാർട്ടിക്ക് നല്കിയ കഥ അങ്ങ് അറിയാത്തതായിരിക്കില്ല. തിളക്കമാർന്ന രാഷ്ട്രീയ പ്രവർത്തനത്തിന്റെ എത്ര ഉദാഹരണംപോലും ഇവിടെയുണ്ട് സാർ."

ഒരു കിതപ്പോടെ അയാൾ ഇരുന്നു. ശരീരം വിയർക്കുന്നുണ്ട്. ഹൃദയം ചെണ്ട കൊട്ടുന്നത് ക്ലാസ് മുഴുവൻ കേൾക്കാം. അല്പം വെള്ളം കുടിക്കണമെന്ന് അയാൾക്ക് തോന്നി..!

ക്ലാസിലെ ശ്മശാന മൂകത ഭഞ്ജിച്ചത് ജോർജ് ജോസഫ് സാറാണ്. അദ്ദേഹം അടുത്തേക്ക് വന്ന് ശാന്തനായി അയാളുടെ തോളിൽ തട്ടി.

"എന്റെ അനുഭവം ഞാൻ പറഞ്ഞു. ഇയാളുടെ അനുഭവം ഇയാളും പറഞ്ഞു. രണ്ടും ശരിയാണ്. ഞാനൊന്നും നിഷേധിക്കുന്നില്ല. തർക്കം നമുക്കിവിടെ അവസാനിപ്പിക്കാം."

അയാൾ സാവധാനം പാഠഭാഗത്തിന്റെ അവശിഷ്ട ഭാഗത്തേക്ക് കടന്നു.

ഇടവേള വന്നപ്പോൾ അയാളുടെ അടുത്തേക്ക് ജോർജ് സാർ. "കമ്യൂണിസ്റ്റാണല്ലേ! നന്നായി! സ്വന്തം അഭിപ്രായം തലയുയർത്തിപ്പറയാൻ എവിടെയും ധൈര്യം കാണിക്കണം."

"കമ്യൂണിസ്റ്റ്" ഒരു പുതിയ കിരീടംകൂടി സഹപാഠികൾ അയാൾക്ക് ചാർത്തിക്കൊടുത്തു.

താരജാലങ്ങൾക്കും സൂര്യചന്ദ്രന്മാർക്കും ആരും അവധി നല്കിയിരുന്നില്ല.

അയാളുടെ ടി ടി സി പ്രവേശനത്തിന് ആറു മാസം തികയാറായി. നിനച്ചിരിക്കാതെ ഒരതിഥി അയാൾക്കിഷ്ടപ്പെടാതെ അയാളുടെ ജീവിതത്തിലേക്ക് കടന്നുവന്നു! "മഞ്ഞക്കാമല!'

ഒരു ചെറു പനിയും നടുവേദനയും വയറിനൊരു അസ്കൃതയുമായിട്ടാണ് തുടക്കം.

"കണ്ണെന്താ ഒരു മഞ്ഞ നിറം?" തുളസീധരൻപിള്ള കണ്ണ് നോക്കിപ്പറഞ്ഞു. "നഖങ്ങൾക്കും മഞ്ഞ വ്യാപിച്ചിട്ടുണ്ട്."

മൂത്രത്തിലെ മഞ്ഞ നിറവും മനസ്സിൽ ഓർമ്മ വന്നു.

സമീപത്തെ ക്ലിനിക്കിലെ ഡോക്ടറാണ് രോഗം സ്ഥിരീകരിച്ചത്. "ഈ മരുന്നുകൾ കഴിക്കണം. മീനും മുട്ടയും ഇറച്ചിയും കൊഴുപ്പുള്ളതും കഴിക്കരുത്! ധാരാളം വെള്ളം കുടിക്കണം. കുറച്ചുദിവസം കഞ്ഞി മാത്രം മതി. പഴവർഗ്ഗങ്ങൾ എല്ലാം ആവാം. ഇങ്ങനെ പോയി അദ്ദേഹത്തിന്റെ കുറിപ്പടികൾ!

മുറിയിലെ കോൺക്രീറ്റ് മേൽത്തട്ട് നോക്കിക്കിടക്കുകയാണ്! അധികം യാത്ര ചെയ്യരുതെന്ന് ഡോക്ടറുടെ നിർദ്ദേശമുണ്ട്. സമ്പൂർണ്ണ വിശ്രമം!

പരിചരണം ആവശ്യമുള്ള രോഗം! ആരാണിതിന്?

നീണ്ട യാത്ര അപകടമാണെന്നതിനാൽ നാട്ടിൽ ചെന്ന് ചികിത്സ തേടാനുമാവില്ല.

ക്ലാസിൽ അവധിയാണ്. ഉച്ചനേരത്ത് സഹപാഠിയെക്കാണാൻ കൂട്ടുകാരെത്തി. ചിലർ വാഴപ്പഴവും ആപ്പിളും ഓറഞ്ചും കൊണ്ടാണ് വന്നത്.

തിരക്കൊഴിഞ്ഞപ്പോൾ വൈകുന്നേരം കുഞ്ഞപ്പിച്ചായനും കുഞ്ഞമ്മച്ചേടത്തിയും വന്നു. കട്ടൻ കാപ്പിയുണ്ട് കൈയിൽ.

ഒരു പിതാവിന്റെ വാത്സല്യത്തോടെ അച്ചായൻ അയാളുടെ നെറ്റിയിൽ കൈവെച്ച് പിറുപിറുത്തു. "പനിയുണ്ടല്ലോ."

"സാറേ, മഞ്ഞക്കാമലയ്ക്ക് ഇംഗ്ലീഷു ചികിത്സയേക്കാൾ നല്ലത് നല്ല നാടൻ വൈദ്യന്മാരെ കാണുകയാണ്." അച്ചായന്റെ ഉപദേശമാണ്. "തേവലക്കരയിൽ ഒരു നല്ല വൈദ്യരുണ്ട്. അങ്ങേരെ ഒന്നു കാണിച്ചാലെന്താ?.... അദ്ദേത്തിന് വല്യ കൈപ്പുണ്യാന്നേ എല്ലാരും പറേന്ന്... ഒരു പച്ചമരുന്ന് മൂക്കിൽ നസ്യം ചെയ്യാൻ കൊടുക്കും... ആഹാരം നമുക്ക് വേണ്ടതെല്ലാം കഴിക്കാം.. ഒരു പഥ്യോം ഇല്ല.."

കൂട്ടുകാർ വന്നപ്പോ അച്ചായന്റെ അഭിപ്രായം ചർച്ച ചെയ്തു. ഒരു കൈ നോക്കാമെന്നായി അവർക്ക്. തുളസീധരൻപിള്ളയും രാമഭദ്രനും അയാളെയും കൂട്ടി ഒരു ടാക്സിക്കാർ പിടിച്ച് തേവലക്കരയിലെ വൈദ്യന്റെ മുമ്പിൽ!

വൈദ്യരുടെ മുമ്പിൽ ചെല്ലുന്നത് പൂർണ്ണ വിശ്വാസത്തോടെയായിരുന്നില്ല. അവിടത്തെ പുരുഷാരം കണ്ടപ്പോൾ അവിശ്വാസമെല്ലാം മാറി.

അദ്ദേഹം അയാളുടെ നാഡി ഞരമ്പുകൾ പരിശോധിച്ചു. "സാരമില്ല തുടക്കമാണ്! നമുക്ക് മാറ്റാം! മൂക്കിലൊഴിച്ച് നസ്യം ചെയ്യാൻ ഒരു മരുന്നും കഴിക്കാൻ ഒരുതരം ഗുളികയും തരുന്നുണ്ട്. നസ്യം ചെയ്ത് അരമണിക്കൂർ കഴിഞ്ഞ് നല്ല തണുത്ത വെള്ളത്തിൽ കുളിക്കണം. ഗുളികയും കഴിക്കണം."

പിറ്റേദിവസം നസ്യ ചികിത്സ നടത്തി. തണുത്ത വെള്ളത്തിൽ കുളിയും നടന്നു. പ്രഭാതഭക്ഷണമായി കുഞ്ഞപ്പിച്ചായൻ കൊടുത്തയച്ച ഇഡ്ഢലിയും കടും കാപ്പിയും കഴിക്കുമ്പോഴാണ് ക്ലാസിലെ സഹപാഠികൾ രാധാമണിയും വത്സമ്മയും വരുന്നത്!

രാധാമണിയുടെ കൈയിൽ ഒരു സഞ്ചിയുണ്ട്. സഞ്ചിയിൽ നല്ല പുത്തൻ പൊടിയരിയാണ്. മൂന്ന് നാല് കിലോഗ്രാം വരും.

"അമ്മ സാറിന് കഞ്ഞിവെച്ച് കുടിക്കാൻ കൊടുത്തയച്ചതാണ്. മഞ്ഞപ്പിത്തം വന്നവർക്ക് പൊടിയരിക്കഞ്ഞി നല്ലതാണ്."

രാധാമണി ക്ലാസിൽ ഒരു മൂലയിൽ ഇരിക്കും. ശബ്ദകോലാഹലങ്ങളില്ല. ചക്കക്കുരുവിന്റെ തൊലിയുടെ നിറമുള്ള, ഒരു ദാവണി ചുറ്റി ലളിതമായ വേഷത്തോടെയും ഭാവത്തോടെയും വരുന്ന പെൺകുട്ടി, സൗന്ദര്യമത്സരത്തിൽ ആദ്യഘട്ടത്തിൽ തന്നെ അവൾ പുറന്തള്ളപ്പെടും!

അവർ താമസിക്കുന്നത് സ്കൂളിൽനിന്നും അരമൈൽ മാത്രം അകലെയാണ്. ഞായറാഴ്ചകളിൽ സന്ദർശനങ്ങളിലൊരുനാൾ രാധാമണി

യുടെ വീട്ടിലും ചെന്നിരുന്നു. അവരുടെ അമ്മ ഒരു റിട്ടയർഡ് ടീച്ചർ ആയിരുന്നു. സർവ്വീസിൽ ഇരുന്ന കാലത്ത് അവർ ഇടതുപക്ഷ ആഭിമുഖ്യമുള്ള അദ്ധ്യാപക സംഘടനയുടെ ജില്ലാക്കമ്മിറ്റി അംഗമായിരുന്നു.

"പൊടിയരിയൊക്കെ നല്ലതു തന്നെ. എനിക്കാരാ ഇതോണ്ട് കഞ്ഞിയുണ്ടാക്കി തരിക?" വിഷണ്ണത സമ്പൂർണ്ണമായി മുഖത്ത് തെളിച്ച് അയാൾ ഒരു ചോദ്യമെറിഞ്ഞു.

കാപ്പിപ്പാത്രമെടുക്കാൻ അവിടെയെത്തിയ കുഞ്ഞമ്മച്ചേടത്തി അയാളുടെ ആത്മഗതം കേട്ടുകൊണ്ടാണ് വരുന്നത്.

കാര്യം പിടികിട്ടിയ അവർ ഉടൻ തീർപ്പുണ്ടാക്കി.

"ഓ ഇതാണോ കാര്യം? സാറ് വെഷമിക്കാതെ.! ഇച്ചിര പൊടിയരിക്കഞ്ഞി അനത്തിത്തരാനാണോ പ്രയാസം? ഇങ്ങ് തന്നേര്. ഞങ്ങളിവിടില്ലയോ?"

അരിസഞ്ചി ചേടത്തി എടുക്കുന്നതും കഞ്ഞിവെച്ചു തരുമെന്ന് വാഗ്ദാനം ചെയ്യുന്നതും കണ്ടുകൊണ്ട് പെണ്ണമ്മ അവിടെയെത്തി.

അവളുടെ മുഖത്ത് പടർന്നത് അടുക്കളയിലെ കരിയും പുകയുമോ! ഏതോ പുത്തൻ വികാരവിചാരങ്ങളുടെ കരിമേഘക്കൂട്ടങ്ങളോ!

സന്ദർശകരൊഴിഞ്ഞു. ഉച്ചയായി! പെണ്ണമ്മ പ്ലേറ്റിലൊഴിക്കുന്ന കഞ്ഞിയോടൊപ്പം വികാരവിവശനായി നളിനനും മുറിയിലുണ്ട്!

എന്തെങ്കിലും പന്തികേടുണ്ടോ? ഒരു വീർപ്പിനകം കഞ്ഞിയകത്താക്കി.

മുഖം കഴുകി വന്നതോടെ നളിനൻ കുറ്റപത്രം സമർപ്പിക്കാതെ, വിചാരണ നടത്താതെ, വാഗ്വാദം കേൾക്കാതെ തന്റെ വിധി പ്രസ്താവിക്കുകയായി!

"സാറെ, സാറിന്റെ ഇവിടുത്തെ പൊറുതി അവസാനിപ്പിക്കാൻ ഞങ്ങൾ തീരുമാനിച്ചിരിക്കുന്നു! ഇന്നേക്ക് മൂന്നാം ദിവസം എടുക്കാനെന്താന്ന് വെച്ചാൽ, എടുത്തോണം, എറങ്ങിക്കോണം, ഇനി ഇവിടെ പറ്റത്തില്ല!"

മനസ്സിന്റെ അഗാധതകളിലെവിടെയോ ഭീമാകാരനൊരു ഉൽക്ക പതിച്ച് പൊട്ടിച്ചിതറി!

അന്തിച്ചുനിന്ന അയാൾ ഒരു പ്രതികരണം നടത്തിയത് ഒരു ചെറിയ ഇടവേളയ്ക്ക് ശേഷമാണ്.

"എന്താ നളിനൻ ഇപ്പോഴിങ്ങനെ പറയാൻ? ഞാനെന്തെങ്കിലും പാടില്ലാത്തത് ചെയ്തോ...? എന്നെക്കൊണ്ട് ബുദ്ധിമുട്ടെന്തെങ്കിലും ഉണ്ടായോ?"

"സാറ് ഒന്നും പറയണ്ട! ഇത്രയും മാസം ഞങ്ങളിവിടെ ആഹാരം ഉണ്ടാക്കിത്തന്നു... എന്തെങ്കിലും കുറവുണ്ടായോ?... ഇപ്പം നിങ്ങൾ ഞങ്ങളെ അപമാനിച്ചു... പൊടിയരിക്കഞ്ഞി ഉണ്ടാക്കാൻ, നിങ്ങളിവിടെ ക്കഴിയുമ്പം, ഇവിടത്തെ അടുക്കളയുണ്ടായിരുന്നു, സാർ... നിങ്ങളാലോചിക്കേണ്ടേ... സാർ."

അയാൾ നളിനനെ തന്റെ നിസ്സാഹായാവസ്ഥ ബോദ്ധ്യപ്പെടുത്താൻ ശ്രമിച്ചു. പൊടിയരിയുള്ള സഞ്ചി മറുത്തു പറയാൻ അവസരം നല്കാതെ യാദൃച്ഛികമായി അവിടെയെത്തിയ കുഞ്ഞമ്മച്ചേടത്തി കഞ്ഞി അനത്തി ത്തരാം എന്നു പറഞ്ഞ് എടുത്തുകൊണ്ടുപോയതാണ്. അതിന് മറ്റൊന്നും ആലോചിച്ചില്ല.

അയാളുടെ ന്യായീകരണങ്ങൾ നളിനൻ ഒട്ടുമേ മനസ്സിലാക്കാൻ ശ്രമിച്ചില്ല. അയാൾ കരിമ്പാറയ്ക്ക് കാറ്റ് പിടിച്ച മട്ടിൽ തന്റെ തീരുമാന ത്തിൽ ഉറച്ചു നില്ക്കുകയാണ്!

ജീവിതത്തിൽ പരീക്ഷണങ്ങൾ എവിടെ, എങ്ങനെ, എപ്പോൾ വരുന്നു എന്ന് പറയാനാവില്ല.

രോഗാസ്വസ്ഥത കുറഞ്ഞിട്ടില്ല! ക്ഷീണം ശാരീരിക ചലനങ്ങളെ പ്പോലും വല്ലാതെ അലട്ടുന്നുണ്ട്.

ഒരു പുതിയ താമസസൗകര്യം എങ്ങനെ കണ്ടുപിടിക്കും? ആരാണ് ഈയവസരത്തിൽ തന്നെ സഹായിക്കാനുള്ളത്? മെത്തപ്പായ നിവർത്തി യിട്ട് അറ്റമില്ലാത്ത ആലോചനകളുമായി നീണ്ടു നിവർന്ന് കിടന്നു.

വൈകുന്നേരം ഒരു കാപ്പിയുമായി കുഞ്ഞപ്പിച്ചായൻ അസുഖവിവരം തിരക്കാനാണ് വന്നത്. വന്നു ചേർന്ന നിസ്സഹായാവസ്ഥ അച്ചായന്റെ മുമ്പിൽ സൂചിപ്പിക്കുമ്പോൾ കണ്ണു നനയാതിരിക്കാൻ അയാൾ ഒത്തിരി പണിപ്പെട്ടു!

“സാറ് വെഷമിക്കാതെ! എന്തേലും വഴി കാണുമെന്നേ! ഇവിടെയ ടുത്തൊരു അമ്മയുണ്ട്. ആനിക്കാട്ടമ്മ എന്നെല്ലാരും വിളിക്കും. ശരിയായ പേര് ഗൗരി. അറുപത് വയസ്സിനടുത്തായി. മൂന്നുണ്ട് മക്കൾ. ഒരാണും രണ്ടു പെണ്ണും. ആണുള്ളത് ഗൾഫിലാ. മൂത്തവൾ പള്ളിക്കൂടം സാറാ. തിരോനന്തോരത്ത്! എളേത് കോളേജിൽ പഠിപ്പിക്കുവാ.. അങ്ങ് പാല ക്കാട്ട്! പിള്ളേരുടെ അച്ഛൻ വർഷങ്ങൾക്കുമുമ്പെ മരിച്ചു പോയതാ! അമ്മ അവ്ടെ ഒറ്റയ്ക്ക് കഴിയുവാ! നല്ല സ്നേഹോള്ളോറാ! എല്ലാർക്കും അമ്മയാ! വല്യ നായരാ..! ഞാൻ പറഞ്ഞാ തള്ളത്തില്ല.”

അച്ചായൻ തന്റെ ദൗത്യമേറ്റെടുത്ത് പോയി.! ആ കാരുണ്യവാനിൽ പ്രതീക്ഷയർപ്പിച്ചും, പകർന്നുതന്ന ആശ്വാസവചനങ്ങളിൽ ക്ഷീണമക റ്റിയും അയാൾ ഒരു ചെറുമയക്കത്തിലേക്ക് അമർന്നു.

പശ്ചിമാംബരം സിന്ദൂരചരായ തേടുന്ന സന്ധ്യയിലാണ് ദൂത് പൂർത്തി യാക്കി കുഞ്ഞപ്പിച്ചായൻ വീണ്ടും അയാളുടെ അടുത്തേക്ക് ചെല്ലുന്നത്. സന്ധ്യാംബരത്തെ തുടുപ്പിച്ച ചെഞ്ചായം അച്ചായന്റെ മുഖമണ്ഡലത്തിൽ തെളിഞ്ഞു കണ്ടത് പ്രതീക്ഷയുടെ മുകുളങ്ങൾ ആ നിസ്സഹായന്റെ മനോ മുകുരത്തിൽ മുളച്ചു പൊന്തുന്നതിന് കാരണമായി!

“അമ്മ, ഞാൻ പറഞ്ഞതെല്ലാം കേട്ടിട്ടുണ്ട്. ആരാ, എങ്ങെയുള്ള ആളാ എന്നെല്ലാം ചോദിച്ചു. സാറിന്റെ അവസ്ഥ കേട്ട് അയ്യോ പാവം പറയേം ചെയ്തു. മക്കളോടൊക്കെ ചോദിക്കാതെ എങ്ങനാ കുഞ്ഞപ്പീ എന്തേലുമൊക്കെ പറേന്നത് എന്ന് പറഞ്ഞു... അവരോടൊന്ന് ഫോണിൽ

വിളിച്ചുചോദിച്ച് നാളെ പറയാമെന്നാ അമ്മച്ചി പറഞ്ഞത്... അവര് സമ്മതിക്കും. എനിക്കുറപ്പാ... മറ്റുള്ളോരുടെ സങ്കടം മനസ്സിലാക്കാൻ കഴിവുണ്ടവർക്ക്.."

അച്ചായന്റെ വാക്കുകൾ കുളിർമഴയായി പെയ്തൊഴിഞ്ഞു. പിറ്റേദിവസം അച്ചായന്റെ ദൗത്യ നിർവ്വഹണം ഫലപ്രാപ്തിയിലെത്തി.

"അമ്മച്ചിയെക്കൊണ്ട് ഒരുവിധം സമ്മതിപ്പിച്ചു. മലബാറുകാരനെ എങ്ങനെ വിശ്വസിക്കും കുഞ്ഞപ്പീന്നൊരുചോദ്യം! പയ്യൻ കമ്യൂണിസ്റ്റാന്ന് ആരാണ്ട് പറഞ്ഞത്രേ! തല്ലും കൊല്ലും നടത്തുന്നൊരാരാ അവര്! ഇതും കൂടി കേട്ടപ്പോ എന്താ വേണ്ടേന്നായി. പിന്നെ ചോയ്ച്ചു. ജാതി ചോവനല്ലയോ? ഇവ്ടത്തെ ചോവന്മാരൊക്കെ ഒരു വഹകളാ! ഇവനെങ്ങനാന്നാ... ആ...! ഞാൻ പറഞ്ഞു സാറേ. ആറ് മാസമായി ഞാനറിയും. കടേന്നാ രാവിലത്തെ കാപ്പി കുടി. നമ്മുടെ നാട്ടുകാരനെക്കാൾ പട്ടുപോലത്തെ സ്വപാവം!.... എല്ലാം കേട്ടപ്പം അമ്മച്ചി പറഞ്ഞു... കുഞ്ഞപ്പി പറഞ്ഞതുകൊണ്ടാ സമ്മതിക്കുന്നേ... അവനോട് നാളെ രാവിലെ വന്നോളാൻ പറയൂ."

ആ നല്ല സമരൃക്കാരൻ കർത്താവിനോട് സ്തുതി പറഞ്ഞു. "രാവിലെ കാപ്പി കുടി കഴിഞ്ഞ് ആനിക്കാട്ടേക്ക് പോകാം. ഞാൻ കൂടെ വരുന്നുണ്ട്." അച്ചായൻ കടയിലേക്ക് പോയി.

രാത്രി ഭക്ഷണത്തിനുശേഷം പിറ്റേദിവസം പൊറുതി മാറുന്ന കാര്യം നളിനനെയും പെണ്ണമ്മയെയും അറിയിച്ചു. അവരുടെ സഹകരണത്തിനും രുചിയൂറും ഭക്ഷണത്തിനും നന്ദി പറഞ്ഞു. വന്നുപോയ അപരാധങ്ങൾക്ക് ക്ഷമ ചോദിച്ചു.

ആ നാട്ടിലെ സമ്പന്നത്തറവാടുകളിലൊന്നായ ആനിക്കാട്ട് അയാൾക്ക് താമസസൗകര്യം കിട്ടിയത് നളിനനെ അമ്പരപ്പിക്കുന്നുണ്ട് എന്ന് അയാളുടെ മുഖഭാവം വ്യക്തമാക്കി.

പിറ്റേദിവസം കുഞ്ഞപ്പിച്ചായനാൽ അനുഗതനായി അയാൾ ആനിക്കാട്ടെത്തി. കുഞ്ഞപ്പിച്ചായന്റെ കടയിൽനിന്നും മൂന്നോ നാലോ മിനിറ്റ് നടക്കാനുള്ള ദൂരമേയുള്ളൂ.

തന്റെ സങ്കല്പത്തേക്കാൾ പ്രൗഢയായിരുന്നു ആ അമ്മ. അവരുടെ മുഖത്തിൽ പ്രസരിച്ച കാരുണ്യഭാവം അവരെ നാട്ടുകാരുടെ അമ്മയാക്കിയതിൽ ഒട്ടും അതിശയിക്കാനില്ല!

"കുഞ്ഞപ്പീ, ആ പടിഞ്ഞാറു ഭാഗത്തെ മുറി വൃത്തിയാക്കി വെച്ചിട്ടൊണ്ട്. അങ്ങോട്ടു ചെന്നാട്ടേ..."

അമ്മ അയാളോടൊന്നും ചോദിക്കുകയോ പറയുകയോ ചെയ്തില്ല.

അവരുടെ സംശയങ്ങൾ തീർന്നില്ലായിരിക്കും!

അന്യദേശക്കാരൻ കമ്യൂണിസ്റ്റ് ഒരപകടകാരിയായിരിക്കുമെന്നായിരിക്കുമോ അവരുടെ ചിന്ത?

പടിഞ്ഞാറെ മുറ്റത്തുനിന്ന് നേരിട്ട് പ്രവേശിക്കാവുന്ന നല്ല സൗകര്യമുള്ള ഒരു മുറിയാണ് അവർ അയാൾക്കനുവദിച്ചിരിക്കുന്നത്. സാമാന്യം

നല്ല ഒരു കട്ടിലും മെത്തപ്പായും തലയണയും. പുസ്തകങ്ങളും അത്യാവശ്യം ഡ്രസും മറ്റും ഒതുക്കിവെക്കാവുന്ന ഒരു ചുവരലമാര മുറിയിലുണ്ട്. മേശയും കസേരയുമുണ്ട്. ലൈറ്റും ഫാനുമെല്ലാമുള്ള മുറി! മുറിക്കു പുറത്ത് ചേർന്ന് തന്നെ ടോയ്‌ലറ്റുമുണ്ട്. ഇതിൽപ്പരം ഇനിയെന്തു വേണം?

തേവലക്കര വൈദ്യരുടെ നസ്യം ഫലം കണ്ടു. ക്ഷീണത്തിന് കുറവുണ്ട്. മൂത്രത്തിനിപ്പോൾ നല്ല തെളിവുണ്ട്.

ഭക്ഷണത്തിന് പഥ്യമില്ലെങ്കിലും നിയന്ത്രണം തുടരുന്നതിനു തന്നെ തീരുമാനിച്ചു. ജീവിതത്തിൽ വഴിത്തിരിവിനു നിദാനമായ പൊടിയരിക്കഞ്ഞിതന്നെ അത് തീരുന്നതുവരെ കുഞ്ഞമ്മച്ചേടത്തി പാകപ്പെടുത്തിത്തരാമെന്നേറ്റിട്ടുണ്ട്.

ആനിക്കാട്ടെ ആദ്യദിവസം രോഗാവസ്ഥ കണക്കിലെടുത്ത് ക്ലാസിൽ പോയില്ല. മിക്കവാറും മുറിക്കകത്ത് കിടക്കുകയായിരുന്നു. ഉച്ചയ്ക്ക് കഞ്ഞി കുടിക്കാൻ പുറത്തിറങ്ങിയപ്പോഴാണ് താമസസ്ഥലം സംബന്ധിച്ച ഒരു വിഹഗവീക്ഷണം നടത്തിയത്. സാമാന്യം വലിയൊരു വീട് തന്നെ. പൂമുഖമില്ല. മുറ്റത്ത് നിന്ന് വീട്ടിലേക്ക് നേരിട്ട് പ്രവേശനം നടത്താനുള്ള കതക് പകുതി വീതം അടയ്ക്കാൻ പാകത്തിലുള്ളത്. കതകിന്റെ കീഴ്പ്പാതി എപ്പോഴും അടഞ്ഞുകിടന്നു.

വീടിന്റെ കിഴക്കുവശം ഒരു വലിയ തൊഴുത്തും നാലഞ്ചു പശുക്കളും അവയെ പരിപാലിക്കുന്ന കറുത്തിരുണ്ടൊരു വാല്യക്കാരനുമുണ്ട്. അയാളുടെ പേര് ഗോപാലനെന്നാണെന്ന് പിന്നീടറിഞ്ഞു

മുറ്റത്ത് വാവട്ടം കുറഞ്ഞൊരു കിണറും സിമന്റ് കാലിൽ തൂക്കിയിട്ട കപ്പിയിൽ ഞാത്തിയിട്ട കയറും തൊട്ടിയുമുണ്ട്. അതിനോട് ചേർന്ന് തന്നെ കുളിമുറിയും.

അയാൾ പുറത്തിറങ്ങുമ്പോൾ അമ്മയും വേലയ്ക്കായി നിർത്തിയ ഒരുപെൺകുട്ടിയും കിണറ്റിൽ കരയിൽ നില്പുണ്ട്. അമ്മിണിയെ പകൽ വീട്ടുകാര്യങ്ങൾക്കായി നിർത്തിയതായിരുന്നു.

അയാൾ അമ്മയുടെ അടുത്തേക്ക് ചെന്നു.

"അമ്മേ, ആഹാരം കഴിക്കാനിറങ്ങുകയാണ്."

അവർ ഉദാസീനഭാവത്തിൽ "അതെയോ" എന്ന് പറയുകയും ആ പെൺകുട്ടിക്ക് നിർദ്ദേശങ്ങൾ കൊടുക്കുന്നത് തുടരുകയും ചെയ്തു.

കടയിലേക്കുള്ള നടപ്പിനിടയിൽ ആ അമ്മയുടെ മനസ്സിൽ അയാൾ ആ വീട്ടിലേക്ക് ചെന്നത് ഒരധികപ്പറ്റായി എന്നാണുള്ളതെന്ന് ചിന്തിക്കുകയായിരുന്നു. കുഞ്ഞപ്പിച്ചായന്റെ നിർബ്ബന്ധം കൊണ്ടായിരിക്കണം തനിക്കവിടെ പ്രവേശനം ലഭിച്ചത്.

എന്തെങ്കിലും കാരണവുമുണ്ടാക്കി അവർ തന്നെ അവിടെ നിന്നും പുറത്താക്കുന്ന കാലം വിദൂരമല്ലെന്ന് അയാൾ ന്യായമായും ഭയപ്പെട്ടു!

കഞ്ഞി കുടിച്ച് മടങ്ങുമ്പോൾ അവിടത്തെ അമ്മയുമായി കൂടുതൽ വർത്തമാനങ്ങൾക്കൊന്നും നില്ക്കാതിരിക്കുന്നതാണ് നല്ലതെന്ന് തീരു

മാനമെടുത്തു. ഒരുപ്രയാസവും തന്നക്കൊണ്ട് അവർക്കുണ്ടാകാൻ പാടില്ല.

നാഴികമണി അതിന്റെ ജോലി തുടരുന്നതിൽ ഒരമാന്തവും കാണിച്ചില്ല. പൂവിതൾ കൊഴിയുന്ന കണക്കെ ദിവസങ്ങളും ആഴ്ചകളും കടന്നുപോയി.

മുറി വിട്ടാൽ ട്രെയിനിങ് സ്കൂൾ! വൈകുന്നേരം തുളസീധരൻ പിള്ളയോടൊപ്പം ഒരു ചെറു കറക്കം! അയാളും പേയിങ് ഗസ്റ്റായി ഒരുവീട്ടിൽ താമസിക്കുകയാണ്. എവിടെപ്പോയാലും ആറു മണിക്കു മുന്നെ വീട്ടിൽ തിരിച്ചെത്തിയിരിക്കും.

നേരെ മുറിയടച്ച് വായന, എഴുത്ത്, അസൈൻമെന്റുകൾ! അപ്പുറത്ത് ആയമ്മ സന്ധ്യാവന്ദനം ചൊല്ലുന്നതും റേഡിയോ കേൾക്കുന്നതും അടച്ച മുറിക്കപ്പുറത്ത്നിന്ന് കേൾക്കാം.

അസുഖം പൂർണ്ണമായി ഭേദമായതോടെ പഴയ താളത്തിലെ ഭക്ഷണക്രമത്തിലേക്ക് തിരിച്ചുപോയി. രാവിലെ കുഞ്ഞപ്പിച്ചായന്റെ കടയിലെ പലഹാരങ്ങൾ സഹിതമുള്ള ചായ, ഉച്ചയ്ക്കും രാത്രിയും കവലയിലെ ഹോട്ടലിലെ ഊണ്!

ചില നേരങ്ങളിൽ ക്ലാസു വിട്ടു വരുമ്പോഴോ കിണറ്റിനടുത്ത് ഒരുക്കിയ അലക്കുകല്ലിൽ തുണി കഴുകുമ്പോഴോ ആയമ്മ ചില വിശേഷങ്ങൾ തിരക്കിയെന്നിരിക്കും. വീട്ടിലെ വിശേഷങ്ങൾ, അംഗങ്ങൾ ഇവയെല്ലാം അവർ ഒരുതരം ഔപചാരികതയോടെ ചോദിച്ചു മനസ്സിലാക്കി. അപ്പോൾ അച്ഛനാൽ ഉപേക്ഷിക്കപ്പെട്ട അമ്മയെക്കുറിച്ചറിയുന്നതിൽ അവർ ഒരല്പം കൂടുതൽ ഔത്സുക്യം കാണിച്ചുവെന്ന് അയാൾക്ക് തോന്നി. അപൂർവ്വം അവസരങ്ങളിൽ വീട്ടിൽനിന്ന് കത്ത് വരാറുണ്ടോ, അമ്മയ്ക്ക് വിശേഷമെന്ത് എന്നും ചോദിക്കുകയുണ്ടായി.

പാലക്കാട്ടെ കോളേജിൽനിന്ന് രണ്ടുദിവസത്തെ ഒഴിവിൽ ആയമ്മയുടെ മകൾ എത്തിയപ്പോൾ ആ വീടൊന്നുണർന്നു. അയാളവിടെയുള്ളതിൽ ആ കോളേജദ്ധ്യാപികയ്ക്ക് എന്തെങ്കിലും അതൃപ്തിയുള്ളതായി അവർ ഒരു ചെറുനേരം സംസാരിക്കാൻ താല്പര്യം കാണിച്ചതിൽനിന്ന് തോന്നിയില്ലെന്ന് അയാൾ സ്വയം വിലയിരുത്തി.

ആനിക്കാട്ടെ താമസം ഒരുമാസം പിന്നിട്ടു.

ഒരുനാൾ അയാൾ ക്ലാസ് വിട്ടു വരുമ്പോൾ മുറ്റത്തൊരു ആൾക്കൂട്ടം! ആണാളും പെണ്ണാളും കുട്ടികളുമൊക്കെയായി പത്തിരുപത് പേരുണ്ട്! എല്ലാം അയൽപക്കക്കാർ! അമ്മയും അമ്മിണിയും അവരുടെ കൂട്ടത്തിലുണ്ട്! വിയർത്ത് വെപ്രാളപ്പെട്ട് ആയമ്മ തന്റെ മുണ്ടിലെ കോന്തല കൊണ്ട് ശരീരം വീശി ഉഷ്ണശമനം നടത്തുന്നു! എല്ലാരുടെ നോട്ടവും അടുക്കളയുടെ നേരെയാണ്!

"എന്താ..? എന്തു സംഭവിച്ചു..?"

"ഓ... സാറെ ഒരു വല്യ പാമ്പ്...! ഈ അമ്മിണിക്കൊച്ചാ കണ്ടത്. അടുക്കള വാതിലിലൂടെ കേറിപ്പോയി." അടുത്ത വീട്ടിലെ പെണ്ണുമ്പിള്ളയുടെ വിശദീകരണമാണ്.

കൂടിയവരിൽ തടിമാടന്മാർ നാലഞ്ചുപേരുണ്ട്! താണും ചെരിഞ്ഞും നോക്കുന്നതല്ലാതെ, സ്ഥലം മുടക്കാനായി എത്തിയ അയൽവാസികൾ!

"ഞാനെന്നാ ചെയ്യും? ഈ സർപ്പത്തേം വെച്ചോണ്ട് ഇതിനകത്തോട്ട് എങ്ങനെ കേറും." അമ്മയുടെ പരിതാപമാണ്.

പണ്ടെങ്ങാണ്ട് വയൽ വരമ്പിൽ ഒരു കൊച്ചു മാക്രിയെ അകത്താക്കി അനങ്ങാൻ വയ്യാതെ കിടന്ന ഒരു കൊച്ചുനീർക്കോലിയെ കൊന്ന പരിചയമല്ലാതെ പാമ്പുകളെ നേരിട്ട ഒരു സർവ്വീസും അയാളുടെ ജീവിതത്തിലുണ്ടായിട്ടില്ല. ധൈര്യശാലികൾ മൂർഖനെയും അണലിയെയും പിടിക്കുകയും കൊല്ലുകയും ചെയ്യുമ്പോൾ ആൾക്കൂട്ടത്തിൽ കാഴ്ചക്കാരനായി നിന്നിട്ടുണ്ട്.

ഇവിടെ എല്ലാവരും കാഴ്ചക്കാർ! കാഴ്ചക്കാരനായാൽ മതിയോ?

എവിടെ നിന്നാണ് ഒരു ധീരത ആവേശിച്ചത്?

ഒരു നീളൻ മുളവടി കൈയിലെടുത്തു തുറന്നു കിടന്ന അടുക്കളപ്പടിവാതിലിൽ കയറി നിന്ന് അടുക്കളയൊന്ന് സൂക്ഷ്മമായി വീക്ഷിച്ചു.

"അയ്യോ സാറേ അടുക്കളയിലിറങ്ങല്ലേ! മുട്ടൻ പാമ്പാ! ഉഗ്രവിഷമുള്ളതാ!.... കേറല്ലെ...." കൂടിയിരിക്കുന്നവരിൽ ചിലരുടെ ആക്രോശം!

അടുപ്പു കെട്ടിയതിനിടയിൽ വിറക് സൂക്ഷിക്കുന്ന സ്ഥലമാണ്! അവിടെ വിറക് കൂട്ടിയതിനിടയിൽ നീണ്ടു കിടക്കുന്ന പാമ്പിന്റെ വാലിന്റെ അറ്റം അയാളുടെ കാഴ്ചയിൽ പെട്ടു.!

പാമ്പിന്റെ വാൽതന്നെ!

പിന്തിരിപ്പിക്കാനുള്ള മുറ്റത്തുള്ളവരുടെ ശ്രമങ്ങൾക്ക് ചെവി കൊടുക്കാതെ അയാൾ പതുക്കെ വടിയുമായി അടുക്കളയിലിറങ്ങി.

പാമ്പിനെ വിറകു കൂട്ടത്തിൽനിന്ന് പുറത്താക്കണം.

അയാൾ വടി കൊണ്ട് വിറകിനടിയിൽ ഇളക്കി.!

അതാ പാമ്പ് അയാളുടെ നേരെ ഇഴഞ്ഞു വരുന്നു!

അയാൾക്കിത്ര ശക്തിയുണ്ടോ! അതിന്റെ ത്രികോണാകൃതിയുടെ തലയ്ക്കു നേരെ ആഞ്ഞൊരടി! പാമ്പൊന്ന് ചാടി! വീണ്ടും വീണ്ടും വടി കൊണ്ടുള്ള പ്രഹരം! അത് നിശ്ചലമായി! അയാൾ വിയർത്തു കുളിച്ചിരിക്കുന്നു! ഒരല്പ നിമിഷം ആശ്വാസത്തോടെ നിവർന്നു നിന്നു!

കൈയിലുള്ള മുളവടിയും ഒരു നീളൻ വിറകുകഷണവുംകൊണ്ട് പാമ്പിനെ തോണ്ടിയെടുത്ത് മുറ്റത്തിട്ടു!

ഒരു മീറ്റർ നീളമുള്ള കൂറ്റൻ അണലി!

നാല്പത് കണ്ണുകൾ അയാളുടെ നേരെയും ഹതാശനായ ആ ഇഴജന്തുവിനെയും മാറിമാറി നോക്കി!

ആയമ്മയടുത്ത് വന്ന് അയാളുടെ രണ്ടു ചുമലുകളും പിടിച്ച് കണ്ണീർ വാർക്കാൻ തുടങ്ങി!

"താനില്ലായിരുന്നെങ്കിൽ ഞങ്ങളെന്തു ചെയ്തേനെ!"

"ഓ ഇതൊരു വല്യ കാര്യമൊന്നുമല്ല."

പാമ്പിന്റെ ജഡം ആഴമുള്ള കുഴി കുത്തി മറവുചെയ്യുന്നതിൽ അയൽവക്കത്തെ പുരുഷ കേസരികൾ മത്സരിച്ചു.

അന്നാദ്യമായി മുൻവശത്തെ അരവാതിലുകൾ അയാൾക്കായി തുറന്നു!

ഒട്ടേറെ പാഠങ്ങൾ ചെയ്യാനും അസൈൻമെന്റുകൾ തയ്യാറാക്കാനുമുള്ളത് അന്ന് ആയമ്മയ്ക്കുവേണ്ടി അയാൾക്ക് മാറ്റിവെക്കേണ്ടിവന്നു!

അയാളുടെ ധൈര്യത്തെ അവർ വാഴ്ത്തിപ്പറഞ്ഞു.

“മലബാറുകാർ കൊള്ളരുതാത്തവരാന്നാ ഇവിടെയൊക്കെയൊരു സംസാരം. കൂട്ടത്തിൽ താനൊരു കമ്യൂണിസ്റ്റാന്നും കേട്ടു. ഇക്കൂട്ട് നല്ലോരായിരിക്കും കമ്യൂണിസ്റ്റുകാർ എന്നിപ്പം മനസ്സിലായി.!

എന്റെ ഗൾഫിലുള്ള മാധവൻ ഇയാളെ കൂട്ട് തന്ന്യാ. വല്യ ധൈര്യശാലിയാ! അവനുണ്ടെങ്കി എത്ര പാമ്പു വന്നാലും പേടിക്കാനില്ല...! എന്റെ മാധവനെപ്പോലെയാ ഇനി എനിക്കിയാളും!”

ആയമ്മ അവരുടെ കുടുംബ വർത്തമാനങ്ങൾ മുഴുവൻ അയാളെ കേൾപ്പിച്ചു. മക്കൾ മൂന്നുപേരുണ്ടായിട്ടും അവർക്കാർക്കും തനിക്കൊപ്പം താമസിക്കാൻ കഴിയാത്തതിലുള്ള മനോവേദന പറഞ്ഞു തീർത്തു. സ്നേഹനിധിയായ തന്റെ ഭർത്താവിനെ അകാലത്തിൽ നഷ്ടപ്പെട്ട ആ കറുത്ത ദിനങ്ങളെ അവർ മനസ്സിലെ പ്രത്യേകമായ അറയിൽ സൂക്ഷിച്ചത് ദുഃഖഭാരത്തോടെ അതിസൂക്ഷ്മതയോടെ പുറത്തെടുത്തു! ഈ സങ്കടക്കടലെല്ലാം തുഴയെറിഞ്ഞ് നീന്തിക്കടക്കുമ്പോൾ മുണ്ടിന്റെ കോന്തല കൊണ്ട് ആയമ്മ കണ്ണു തുടയ്ക്കുകയും ചെയ്തു.

സ്വന്തം അമ്മ തന്റെ മുമ്പിലുണ്ടെന്നും അമ്മയോടാണ് താൻ സംസാരിക്കുന്നതെന്നും അയാൾക്ക് തോന്നി!

പിറ്റേദിവസം കുഞ്ഞപ്പിച്ചായന്റെ കടയിലേക്ക് പ്രഭാത ഭക്ഷണത്തിനായി പുറപ്പെടാൻ അയാൾ മുറ്റത്തിറങ്ങി.

അമ്മ മുറ്റത്തിറങ്ങിവന്ന് അയാളുടെ കൈ പിടിച്ചു.

“ഇവിടെ എനിക്കൊരാൾക്കുള്ള ആഹാരം ഏതായാലും ആ പെണ്ണ് ഉണ്ടാക്കിത്തരുന്നുണ്ട്. അതിനൊപ്പം ഒരാൾക്ക് കൂടി അരിയിടാൻ ഒരു പ്രയാസവുമില്ല. അതോണ്ട് ഇന്ന് തൊട്ട് ഉച്ചയ്ക്കും രാത്രിയും ആഹാരം ഇവിടന്ന് കഴിച്ചാ മതി. രാവിലെ ഇവിടെ കഞ്ഞിയാ. അത് ഇയാൾക്ക് ശരിയാവില്ല. രാവിലെ കാപ്പി കുഞ്ഞപ്പീടവിടെ തന്നെ ആയ്ക്കോട്ടെ!”

ആയമ്മയുടെ കണ്ണുകൾക്ക് മകൻ മാധവനെപ്പോലൊരാൾ തന്റെ മുമ്പിൽ നില്ക്കുന്നുണ്ടെന്ന് തോന്നിയിരിക്കണം!

റോഡ് പുരാണം

ഈ നാട്ടിൽ ഒരു റോഡുണ്ടായിക്കാണാനുള്ള മോഹം ഇവിടെയുള്ള ഒട്ടേറെപ്പേർക്കുണ്ടായിട്ട് കുറച്ചുവർഷമായി. ചുറ്റുവട്ടത്തുള്ള എല്ലാ നാട്ടിലും റോഡ് വന്നു. അതൊക്കെ അന്നാട്ടുകാർ മുൻകൈയെടുത്തുണ്ടാക്കിയതാ. നാട്ടുകാർ മീറ്റിങ്ങുകൂടി തീരുമാനമെടുത്തു. സ്ഥലമുടമകളുടെ സമ്മതം ഒപ്പിട്ടു വാങ്ങി. പഞ്ചായത്തിൽ കൊടുത്തു. പണം പിരിച്ചു. ചെറുപ്പക്കാർ മാടിക്കുത്തി, തലേൽ കെട്ടി, കത്ത്യാളും കത്തീം കൊണ്ട് കാടുവെട്ടി. കൈക്കോട്ടുകൊണ്ട് മണ്ണുകൊത്തി നിരത്തി, സൈഡിൽ ആണിയെടുത്തു. നല്ല നല്ല റോഡുകൾ അവിടെയും ഇവിടെയും വന്നു. അന്നാടുകളിലെല്ലാം അത്യാവശ്യത്തിന് ജീപ്പും കാറും, ലോറീം വരാൻ തുടങ്ങി. അതാ നാട്ടുകാരുടെ ഐക്യം!

ഇന്നാട്ടിലെന്താ റോഡ് വരാത്തേ? എങ്ങനെ വരും? ആളുകൾ യോജിച്ചു നില്ക്കണ്ടെ? ഒറ്റപ്പാർട്ടി മാത്രമുള്ള നാടാന്നൊക്കെ പറഞ്ഞിട്ടെന്താ! വോട്ടു വന്നാ ഒറ്റക്കെട്ടാ! പഞ്ചായത്ത് വാർഡിൽ ചെങ്കൊടിപ്പാർട്ടിയുടെ സ്ഥാനാർത്ഥി ജയിച്ചത് എതിരില്ലാതെയാ! ഇതൊക്കെ പറഞ്ഞിട്ടെന്താ? റോഡും വികസനവും ആർക്കും വേണ്ട.! ഇങ്ങനെ എത്രകാലം പോകും? ചെറുപ്പക്കാർ മുതിർന്നവരെ കുറ്റം പറഞ്ഞു! പാർട്ടിക്കാരെ കുറ്റം പറഞ്ഞു! കുറ്റം അങ്ങോട്ടുമിങ്ങോട്ടും പറഞ്ഞാൽ റോഡു വരുമോ?

നാട്ടിലെ എൽ പി സ്കൂളിൽ ചെറുപ്പക്കാരനൊരു മാഷ് വന്നുചേർന്നു. പെൺടീച്ചർമാർ മാത്രമുണ്ടായിരുന്ന സ്കൂൾ ഒന്നനങ്ങി! അവിടത്തെ കഥ അതിവിചിത്രമായിരുന്നു! പട്ടികയിൽ പേരുള്ള ബാലികാബാലന്മാർ സ്കൂളിലെത്തുന്നത് വിരുന്നുകാരെപ്പോലെയാണ്! അവർ തോട്ടുവക്കത്തും കുളക്കരയിലും കണ്ണിപ്പരലും, കുപ്പത്താടനും, നെയ്ച്ചിങ്ങയും പിടിക്കാൻ ഓടി നടന്നു. മറ്റു ചിലർ കന്നാലികളെയും തെളിച്ച് കുന്നു കയറി.

സ്കൂൾ സജീവമാകുന്നത് ഇൻസ്പെക്ഷൻ നടക്കുമ്പോഴാണ്. ടീച്ചർമാർ ടീച്ചിങ് നോട്ടു തയ്യാറാക്കുന്നു! പുതിയ കോപ്പിബുക്കുകളിൽ കുട്ടികളെക്കൊണ്ടെഴുതിക്കുന്നു! പ്രബന്ധങ്ങൾ എഴുതിക്കുന്നു! തിരക്കോട്തിരക്ക്! പട്ടികയിലെ കുട്ടികളുടെ ഹാജർ പുസ്തകത്തിൽ കുറേ പേരുകളുണ്ട്! ഹാജർ രേഖപ്പെടുത്താൻ അവർ ക്ലാസിലുണ്ടാവേണ്ടേ?

പ്രധാന അദ്ധ്യാപികയുടെ നേതൃത്വത്തിൽ ഇൻസ്പെക്ഷന്റെ ഒരാഴ്ച മുമ്പ് ഒരു ഗൃഹസന്ദർശനമുണ്ട്! രക്ഷിതാക്കളെ കണ്ട് മക്കളെ കൃത്യമായി സ്കൂളിലെത്തിക്കാനുള്ള ഒരുസാഹസികയജ്ഞം! ടീച്ചർമാർക്ക് ചിലപ്പോൾ അല്ലറ ചില്ലറ ചെലവുകൾ ചെയ്യേണ്ടിവരും!

"എന്തുടുത്തിറ്റാ ചെക്കനേം പെണ്ണിനേം അയക്കണ്ടേ"ന്നായിരിക്കും അവരുടെ ചോദ്യം.

ഒരു കുഞ്ഞി പാവാടയ്ക്കും കുപ്പായത്തിനും ട്രൗസറിനുമുള്ള പണം കൊടുക്കേണ്ടിയുംവരും!

ഈ അത്യദ്ധ്വാനത്തിന്റെ ഫലം ഇൻസ്പെക്ടറുടെ എഴുന്നള്ളത്ത് ദിവസം എങ്ങനെയും ഉണ്ടാവും. അന്നെങ്കിലും ഉള്ളതൊന്ന് അലക്കിപ്പിഴിഞ്ഞുണക്കി സുന്ദരീ സുന്ദരന്മാരാക്കി അച്ഛനമ്മമാർ ഹാജർ തികയ്ക്കാൻ മക്കളെ സ്കൂളിൽ എത്തിച്ചെന്നിരിക്കും.

ടീച്ചർമാരുടെ മനസ്സ് ചെണ്ട കൊട്ടുന്നത് ഇൻസ്പെക്ടർ ക്ലാസ് വിസിറ്റ് ചെയ്യുമ്പോഴാണ്. അദ്ദേഹം പഠന നിലവാരമറിയാൻ കുട്ടികളുടെ ഗൃഹപാഠപുസ്തകം പരിശോധിക്കുകയും, ആഴ്ചയിലെ ദിവസങ്ങളുടെ പേര് പറയാനോ, ഗുണനപ്പട്ടിക മനഃപാഠമാക്കിയോ എന്നറിയാനോ ചോദ്യങ്ങൾ ചോദിച്ചെന്നിരിക്കും. കാൽഭാഗം കുട്ടികളാണ് നിത്യവും ഹാജരുള്ളവർ. അവർക്ക് ചോദ്യങ്ങൾക്കുത്തരമുണ്ട്! ഇൻസ്പെക്ടറെപ്പോലെ തന്നെ അപൂർവ്വ സന്ദർശകരായ കുട്ടികൾക്കെന്ത് ഗുണകോഷ്ഠം!

അവർക്കുവേണ്ടി പ്രധാന അദ്ധ്യാപിക ഒരുക്കിയ പ്രത്യേക പദ്ധതി ഒരു കുപ്പി കാച്ചും പുളിത്തൈലമാണ്. അതവർ നേരത്തെതന്നെ ഓഫീസുമുറിയിൽ സൂക്ഷിച്ചിട്ടുണ്ട്! മിന്നം മിന്നക്കാരായ വിദ്യാർത്ഥികളെ മണിയടിക്കുന്നതിന് മുമ്പുതന്നെ ഓരോരുത്തരെയായി അവിടത്തേക്ക് വിളിപ്പിക്കും. അവരുടെയൊക്കെ ഗളനാളത്തൊലിയിലും ചെവിക്കു ചുറ്റം തൈലം പുരട്ടും! ആ ശിഷ്യ ഗണങ്ങൾക്ക് പ്രധാന അദ്ധ്യാപികയുടെ കർശന നിർദ്ദേശമുണ്ട്.

"എ ഇ ഓ സാർ എന്തു ചോദിച്ചാലും മിണ്ടരുത്. ബാക്കി നിങ്ങളുടെ ടീച്ചർ പറഞ്ഞോളും."

അത്തരക്കാരോട് ഇൻസ്പെക്ടർ വല്ല ചോദ്യവുമെറിഞ്ഞാൽ അവരുടെ ടീച്ചർ "സാർ, അക്കുട്ടിക്ക് പനിയും തൊണ്ട വേദനയുമാണ്. തൊണ്ടയ്ക്ക് മരുന്നു പുരട്ടിയിട്ടുണ്ട് സാർ!"

ഇൻസ്പെക്ടറുടെ വരവ് വലിയ ഉൽകണ്ഠയുണ്ടാക്കുന്നത് മാനേജർക്കാണ്. ഇൻസ്പെക്ഷന്റെ തീയതി അറിഞ്ഞാൽ അദ്ദേഹത്തിന് പിടിപ്പത് ജോലിയാണ്. കുണ്ടും കുഴിയും നിറഞ്ഞ ക്ലാസുമുറികൾ അവയൊക്കെ മണ്ണിട്ടു മൂടി 'നിലോതിക്ക കൊണ്ട് തല്ലി പരത്തി ചാണകവും

കരിയും കൂട്ടി മെഴുകി വൃത്തിയാക്കണം. ചുമരെല്ലാം പുതിയ കുമ്മായം, പൂശി വെളുപ്പിക്കണം. ആശാരിക്കുമുണ്ട് രണ്ടോ മൂന്നോ ദിവസത്തെ ജോലി. കാലു പോയ ബെഞ്ചിന്റെയോ മേശയുടെയോ കസേരയുടെയോ കാലുറപ്പിക്കുകയോ ഇളകിക്കിടക്കുന്ന കഴുക്കോലോ വാരിയോ ഉറപ്പിക്കുകയോ ഒക്കെയായിരിക്കുമത്.

ഇതുകൊണ്ടൊന്നും തീരുന്നില്ല അദ്ദേഹത്തിന്റെ തത്രപ്പാടുകൾ. കുട്ടിയൊരെണ്ണം മൂന്നര ഉറുപ്പികവെച്ച് സ്കൂൾ ഗ്രാന്റ് കിട്ടണമെങ്കിൽ എന്തെല്ലാം ബുദ്ധിമുട്ടുകൾ! ഒരു പകൽനേരം മുഴുവൻ റിക്കോർഡുകൾ നോക്കിയും ക്ലാസുകൾ പരിശോധിച്ചും വിയർപ്പൊഴുക്കുന്ന ഇൻസ്പെക്ടറേമാനെ നന്നായി സന്തോഷിപ്പിക്കണം. ജോലി ചെയ്ത് തളർന്ന അദ്ദേഹത്തിന്റെ വിശപ്പുമാറ്റാൻ നന്നായി വിരുന്നൊരുക്കുന്നതിലാണ് മാനേജരുടെ ഇനിയുള്ള ഉത്സാഹം മുഴുവനും. വലിയ മൂപ്പില്ലാത്ത രണ്ട് നാടൻ പൂവൻ കോഴികളുടെ ആയുസ്സ് നഷ്ടപ്പെടുത്തിയാലേ അദ്ദേഹത്തിന് മനസ്സമാധാനമുള്ളൂ! രണ്ടു കൂട്ടം പ്രഥമൻ കൂട്ടിയുള്ള സദ്യ ഒരുക്കാൻ ദേഹണ്ണക്കാരൻ നാണുക്കുറുപ്പിനെ അദ്ദേഹം കാലേക്കൂട്ടി ഏർപ്പെടുത്തിയിരിക്കും.

സ്വകാര്യക്കാറുകൾ ദുർല്ലഭമായ അക്കാലത്ത് ഇൻസ്പെക്ടർ സാറിന്റെ പോക്കുവരവിന് പ്രത്യേക ടാക്സിക്കാറുതന്നെ മാനേജർ ഏർപ്പാടാക്കും. വാഹന ഗതാഗതമുള്ള റോഡിൽനിന്നും അരക്കിലോമീറ്റർ അകലെയാണ് മാനേജരുടെ സ്കൂൾ സ്ഥിതിചെയ്യുന്നത്. പാവം മാനേജർ സ്കൂളുകളിലേക്ക് വയൽ വരമ്പ് തിരിയുന്ന റോഡ് മുക്കിൽ ഇൻസ്പെക്ടറെയുംകൊണ്ടുള്ള കാർ പ്രതീക്ഷിച്ച് അത്രയും നേരം അദ്ദേഹത്തിന് നില്ക്കേണ്ടിയും വരും. തുടർന്ന് ഗജരാജനെ എഴുന്നെള്ളിക്കുന്ന പാപ്പാനെപ്പോലെ ആ ഉദ്യോഗസ്ഥ പ്രമുഖൻ മുമ്പിലും മാനേജർ പിമ്പിലുമായി ആ അരക്കിലോമീറ്റർ, ആ നാട്ടിൽ റോഡില്ലാത്തതിനെക്കുറിച്ച് കഷ്ടം! കഷ്ടം! എന്നിങ്ങനെ ചർച്ച നടത്തി മന്ദഗമനം നടക്കുകയായി!

ആ വിദ്യാലയത്തിലേക്കാണ് മനസ്സില്ലാമനസ്സോടെ ആ യുവാവ് അദ്ധ്യാപകനായി പ്രവേശം നേടുന്നത്. അദ്ധ്യാപക പരിശീലനം നടക്കുമ്പോൾ ധാരാളം വിദ്യാർത്ഥികൾ ഉള്ള മികച്ച ഒരു വിദ്യാലയത്തിലെ മാഷാവാൻ അയാൾ സ്വപ്നം കണ്ട് നടക്കുകയായിരുന്നു

അയാളുടെ കിനാവുകളെ തകർത്തുകളഞ്ഞത് ഒരു കഥയാണ്. പ്രീഡിഗ്രിക്ക് പഠിക്കുമ്പോൾ കോളേജ് മാഗസിനിൽ അയാൾ എഴുതിയ കഥ. കഥയുടെ പേര് "നാരദ വർണ്ണന" ദേവേന്ദ്ര സഭയിലെ വാർത്താവിതരണ വകുപ്പ് മന്ത്രിയായ നാരദമുനി കേരളത്തിലെത്തുന്നതും, നാടു ചുറ്റിക്കണ്ട്, മനസ്സിലാക്കിയ വാർത്തകൾ അദ്ദേഹം ദേവസഭയിൽ വിവരിക്കുന്നതുമാണ് കഥ.

പ്രീഡിഗ്രി പഠനം പൂർത്തിയാക്കി അദ്ധ്യാപക പരിശീലനത്തിന് പോയ ഇയാളുടെ കഥ ആ പ്രൈമറി സ്കൂളിലെ മാനേജർ വായിക്കാനിടയായി. മാഗസിൻ മാനേജരുടെ കോളേജിൽ പഠിക്കുന്ന മകൾക്ക് കിട്ടി

യതാണ്. കഥയെയും കഥാകാരനെയും അദ്ദേഹത്തിന് നന്നായി ഇഷ്ട പ്പെട്ടത്രെ!

തന്റെ സ്കൂൾ, കുട്ടികൾ തികയാഞ്ഞും, പട്ടികയിലുള്ളവർ കൃത്യ മായി വരാഞ്ഞും, അനാദായകരമെന്ന പട്ടികയിൽ പെട്ട് ഏറെ നാളായി നില്ക്കുകയായിരുന്നു. ഇത് അദ്ദേഹത്തെ വല്ലാതെ മനസ്താപപ്പെടുത്തി യിരിക്കുന്ന സമയത്താണ് ഈ കഥ വായിക്കാനിടയായത്. കഥയുടെ രചയിതാവ് പുരോഗമന വിദ്യാർത്ഥിസംഘടനയുടെ പ്രവർത്തനങ്ങ ളിലൊക്കെ പങ്കെടുക്കുന്ന ആളാണെന്നും ഇപ്പോൾ ടി ടി സിക്ക് പഠിക്കു ന്നെന്നും അയാൾ മനസ്സിലാക്കി.

ഒരുകൂട്ടം പെൺടീച്ചർമാർ എങ്ങനെയെല്ലാമോ നടത്തിക്കൊണ്ടു പോകുന്ന തന്റെ വിദ്യാലയത്തിൽ ചുറുചുറുക്കും സമൂഹബന്ധവുമുള്ള ആണായിട്ടൊരുത്തൻ മാഷായി വന്നാലേ അതിന് ഗതി പിടിക്കൂ എന്നു ചിന്തിച്ചു നടക്കുകയായിരുന്നു അയാൾ. പെൺടീച്ചർമാർ, മിടുക്കികൾ, അദ്ധ്യാപനത്തിലും വിദ്യാലയ നടത്തിപ്പിലും പുരുഷന്മാരേക്കാൾ മികവു പുലർത്തുന്നവരുണ്ടെന്ന് ഇതെഴുതുന്ന ആളോട് അഭിപ്രായമാരാഞ്ഞി രുന്നുവെങ്കിൽ ഉദാഹരണങ്ങൾ ചൂണ്ടി പറഞ്ഞു കൊടുക്കാമായിരുന്നു. ഓരോരുത്തരും അവരിലുറച്ച ബോദ്ധ്യത്തിനനുസരിച്ച് പ്രവർത്തിക്കുന്നു!

തേടിയ വള്ളി കാലിൽ ചുറ്റിയിരിക്കുന്നു! കാക്കയും വന്നു പനമ്പ ഴവും വീണു എന്നതുപോലെ! മറ്റാരെങ്കിലും വന്ന് അത് കൊത്തിക്കൊ ണ്ടുപോകുന്നതിനുമുമ്പ് അത് തന്റെ കരത്തിലൊതുക്കാൻ മാനേജർ വെമ്പൽ കൊണ്ടു. പിന്നെയെല്ലാം പെട്ടെന്നായിരുന്നു. നാട്ടുപ്രമാണിമാ രിൽ ചിലരുടെ സഹായത്തോടെ, ചെറുപ്പക്കാരന്റെ മനസ്സു പോലും അറി യാതെ അയാളുടെ രക്ഷിതാക്കളെ സ്വാധീനിക്കുകയും അടുത്തവർഷം പെൻഷൻ പറ്റി പിരിയുന്ന ടീച്ചറുടെ ഒഴിവ് പ്രതിഫലത്തുക നിശ്ചയിച്ച് നിയമനം നടത്താൻ തീരുമാനിക്കുകയും ചെയ്തു.

ഒന്നാം വർഷം ടി ടി സി പരീക്ഷ കഴിഞ്ഞ് ഏതാനും ദിവസത്തെ ഒഴിവിന് നാട്ടിലെത്തിയപ്പോഴാണ് അമ്മാവന്റെ മഹസ്സർ റിപ്പോർട്ട്!

"കേളുനായർ, സ്കൂളിന്റെ മാനേജർ വന്നിരുന്നു. അവിടത്തെ ടീച്ചറ് ബരും കൊല്ലം പിരിയാത്രെ! നിന്നെ അവിടെ ചേർക്കണോന്നാ അയാൾ പറേന്നേ!"

"ഇനിയും കൊല്ലം ഒന്ന് കെടുക്കവല്ലേ, ട്രെയിനിങ് തീരാൻ! പരീക്ഷ കഴിയണം! റിസൾട്ട് വരണം! പാസാകണം കാര്യങ്ങൾ എത്രകിടക്കുന്നു ഇനിയും. എന്നിട്ട് തീരുമാനിച്ചാ പോരേ?"

തെല്ലൊന്ന് നിർത്തി വീണ്ടുമയാൾ തുടർന്നു.

"പിന്നെ ആ സ്കൂൾ! സ്കൂളാണോ അത്? അവിടെ കുട്ടികളുണ്ടോ?... എപ്പോഴാ പൂട്ടാന്ന് പറയാൻ പറ്റില്ല! മുങ്ങുന്ന കപ്പലാ അത്! അതിൽ ക്കേറി മുങ്ങാൻ ഞാനില്ല... അമ്മാവനെന്തായിപ്പറേന്ന്..!"

"മാനേജര് നിന്നെച്ചേർക്കാൻ ഇഷ്ടപ്പെടുന്നത് സ്കൂളിന്റെ അവസ്ത മാറ്റാനാ... നിന്നെപ്പോലൊരുത്തൻ ചേർന്നാൽ സ്കൂള് നന്നാവൂന്നാ അയാള് പറേന്ന്... ഇനി നീ ഒന്നും പറേണ്ട... സീറ്റ് ഇനിക്കൊറപ്പിക്കാൻ

കൊറച്ച് പൈശ വേണോന്നയാള് പറഞ്ഞു.... കൊറച്ച് ഞാൻ കൊടുത്ത്... ബാക്കി ചേരുമ്പം മതീന്നും പറഞ്ഞു.!"

തന്റെ മോഹച്ചേനയുടെ മേലെ മാനേജരും അമ്മാവനും ചേർന്ന് ഒരു വലിയ കല്ല് എടുത്തുവെച്ചെന്ന് അയാൾ തിരിച്ചറിഞ്ഞു.

അംഗീകരിക്കാതെ നിവൃത്തിയില്ല.

ടി ടി സി പരീക്ഷയിൽ അയാൾ അഭിമാനകരമായ വിജയം തന്നെ നേടി! ഫസ്റ്റ് ക്ലാസ്!

അയാൾ ആ സ്കൂളിൽ അദ്ധ്യാപകനായി ചേർന്നു. ആദ്യ ദിവസങ്ങളിൽ സ്കൂളിനോട് തോന്നിയ പൊരുത്തക്കേട് അതിവേഗം മാറി. കെട്ടിടവും സൗകര്യങ്ങളും തീർത്തും അപര്യാപ്തമെങ്കിലും കുഞ്ഞുമക്കളോട് അതിവേഗം അടുക്കുകയും, വിദ്യാലയത്തോട് താനേ ഒരു മമതാ ബോധം ഉടലെടുക്കുകയും ചെയ്തു.

നിറഞ്ഞ ഒരു ക്ലാസുപോലും നടത്താൻ സൗകര്യമില്ലാത്ത, മദിരാശി വിദ്യാഭ്യാസ നിയമപ്രകാരമുള്ള, ഒരു കൊച്ചു കെട്ടിടത്തിൽ ഒന്നു മുതൽ നാലാംക്ലാസു വരെ, എങ്ങനെ കഴിഞ്ഞുകൂടുന്നു എന്നത് അത്ഭുതകരം തന്നെ! ഒന്നാം ക്ലാസിലെ ക, കാ, കി, കീ ശബ്ദഘോഷങ്ങളുടെ ഇടയിൽ, രണ്ടാം ക്ലാസിലെ ടീച്ചർ സങ്കലനപ്പട്ടിക ആവർത്തിച്ചുചൊല്ലുമ്പോൾ, മൂന്നാം ക്ലാസിലെ തന്റെ കവിതാലാപനവും, കഥ പറയലും, ഗുണനപ്പട്ടികയുമെല്ലാം കുട്ടികൾക്ക് പ്രാപ്യമാകുന്നുണ്ടോ എന്ന് അയാൾക്കെന്നും സംശയമായിരുന്നു. നാലാം ക്ലാസിലെ ടീച്ചർ കൂടി സജീവമായാൽ പിന്നെ പറയുകയേ വേണ്ട!

ഇത് മലബാറിലെ പ്രൈമറി വിദ്യാലയങ്ങളുടെ പൊതു അവസ്ഥയായിരുന്ന കാലമായിരുന്നു അത്.

തന്റെ നിരന്തര സമ്മർദ്ദത്തിന്റെ ഫലമായി ക്ലാസു മുറികൾ വേർതിരിക്കാൻ മൂന്നു തട്ടികൾ മാനേജർ ഒരുക്കിത്തന്നു.

അതോടെ ഒന്നാം ക്ലാസിലെ കൊച്ചുമോന് തന്റെ നാലാം ക്ലാസിലെ കുഞ്ഞേച്ചിയെ കണ്ടു കൊണ്ടിരിക്കാം എന്ന അവസ്ഥ മാറി! അയാൾ അവിടെ ചെല്ലുന്നതിന് മുമ്പ്, സ്കൂളിന് മുമ്പിലുള്ള വയൽ വരമ്പിലൂടെ വഴിയ പോകുന്നവർക്ക്, നാലു ക്ലാസിലെ കിടാങ്ങളും ചേർന്ന് സൃഷ്ടിക്കുന്ന ഉത്സവപ്പറമ്പിന് സമാനമായ ഒച്ചയും ബഹളവും എന്നും കേൾക്കാമായിരുന്നു. അവർക്കിപ്പോൾ അതിനെല്ലാം മേലെ പുതിയ അദ്ധ്യാപകന്റെ ഹൃദ്യമായ അദ്ധ്യാപന ശബ്ദം അകലെ നിന്നുതന്നെ കേൾക്കാമെന്നായി. രക്ഷാകർത്താക്കൾക്ക് പതിവിന് വിപരീതമായി പുതിയ മാഷിനെക്കുറിച്ചുള്ള തങ്ങളുടെ കുഞ്ഞുമക്കൾക്കുള്ള അനുഭവങ്ങൾ കൗതുകത്തോടെ പറയുന്നത് കേൾക്കാനുമായി.

പട്ടികയിലെ പാതിയോളം പേർ സ്കൂളിലെത്തുന്നില്ല എന്നത് പരിഹരിക്കാൻ അവരുടെ വീടുകളിലേക്ക് ഒരുസന്ദർശനം അയാൾ തന്റെ പ്രവൃത്തിയുടെ ഭാഗമാക്കി! അതോടെ അടുക്കളയിലും വയലിലും കുന്നിൻ പുറത്തും വിഹരിച്ചു നടന്ന കുട്ടികൾ കൃത്യമായി ക്ലാസുകളിൽ ഹാജരാവാൻ തുടങ്ങി. അവർ അവരുടെ അദ്ധ്യാപകനെ നന്നായി

ഇഷ്ടപ്പെടുകയും ചെയ്തു.

മൂന്നാം ക്ലാസിലെ പുതിയ മാഷിന്റെ പരിഷ്കാരങ്ങളിൽ നിന്നൊഴിഞ്ഞു നില്ക്കാൻ അവിടത്തെ ടീച്ചറന്മാർക്കും സാധിച്ചില്ല. അവരും ചില ഒഴിവുദിവസങ്ങളിൽ നേരമുണ്ടാക്കി മടിയൻമാരായ ശിഷ്യഗണങ്ങളുടെ വീടുകളിൽ സന്ദർശനം നടത്തി. അമ്മയച്ഛന്മാരുമായി ഹൃദയബന്ധം സ്ഥാപിച്ചു. വിദ്യാലയ പരിധിയിലാരെങ്കിലും ഒരു കുഞ്ഞിന് ജന്മം നല്കിയെന്നറിഞ്ഞാൽ ആ വീട്ടിൽ ചെല്ലുമ്പോൾ ഒരു കുഞ്ഞുടുപ്പ് ബാഗിൽ കരുതി! അന്നാട്ടുകാരാരെങ്കിലും രോഗപീഡയാൽ ആശുപത്രിയിൽ കിടപ്പാണെന്നറിഞ്ഞാൽ അവരെല്ലാവരും സന്ദർശനം നടത്തി. മരുന്ന് വാങ്ങാൻ ഗതിയില്ലാത്തവർക്ക് ഒരു ചെറുസഹായം നല്കുന്നതിലും അവർ ശുഷ്കാന്തി കാണിച്ചു.

വെള്ളവും വളവും ആവോളം ലഭിച്ചാൽ ഏത് തെങ്ങാണ് സമൃദ്ധമായി കായ്ഫലം തരാതിരിക്കുക! ആദായകരമാവാൻ വേണ്ട നൂറു കുട്ടികൾ ഒരപൂർവ്വ സംഭവമായ വിദ്യാലയത്തിൽ അടുത്തവർഷം തൊട്ട് അതും കൈവരിക്കാനായി!

ഗൃഹസന്ദർശനം നടത്തുന്ന അവസരത്തിൽ രക്ഷിതാക്കൾ ചില പരാതികൾ പറഞ്ഞു.

“എങ്ങനെയാ മാഷെ ഇക്കോരിച്ചൊരിയുന്ന മഴയത്ത്, പിള്ളറെയെല്ലാം അയക്കുa? വയലിന്റെ വരമ്പല്ലം ആടേം ഈടേം പൊട്ടീന്ന്. കണ്ടൂറായിൽ എപ്പാ വീഴ്വാന്ന് പേടിയാവ്ന്ന്!”

ശരിയാണ് സ്കൂളിലേക്കുള്ള വഴി അതീവ ദുർഘടമാണ്. മുന്നിൽ വിശാലമായ വയലാണ്. വയലിന്റെ കരയിൽ ഒരു കുന്നിൻ ചെരിവിലാണ് സ്കൂളുള്ളത്. സ്കൂളിലേക്ക് വരുന്നവർക്കെന്നല്ല അടുത്ത ബജാറിലേക്ക്, റേഷൻ കടയിലേക്ക്, പീടികയിലേക്ക്, വില്ലേജ് ഓഫീസിലേക്ക് എല്ലാം വയൽ വരമ്പിലൂടെയുള്ള വഴികളേയുള്ളൂ. വയലുകളുടെ നടുവിലൂടെ നാഡീ ഞരമ്പുകൾപോലെ തലങ്ങും വിലങ്ങും കാണുന്ന വരമ്പുകൾ!

നാലഞ്ചു പ്രൈമറി വിദ്യാലയങ്ങൾ ഈ സ്കൂളിന്റെ സമീപസ്ഥങ്ങളായി ഉള്ളതിൽ അവിടങ്ങളിലെല്ലാം ചെന്നെത്താൻ മൺറോഡുകളെങ്കിലുമുണ്ട്.

മുൻവശമുള്ള വയൽ എല്ലാം കന്നിയും മകരവുമായി രണ്ടു വിളവുകളെടുക്കുന്നതാണ്. അക്കാലത്ത് ചിലഭാഗങ്ങളിൽ മൂന്നാം വിളവുമുണ്ട്.

വേനൽക്കാലമായാൽ വെള്ളം വറ്റിയ കണ്ടങ്ങൾ ചെറുപയറും ഉഴുന്നും വെള്ളരി കൃഷിയും പച്ചക്കറികളും കൊണ്ട് സജീവമാകും.

ഇടവപ്പാതിയും തുലാവർഷവും തിമിർത്തുപെയ്യുന്ന കാലം! താഴമ്പു വിരിഞ്ഞ് സുഗന്ധം പരത്തുന്ന കൈതോലച്ചെടികൾ അതിരിട്ടു നില്ക്കുന്ന തോട്ടിലൂടെ ഒഴുകുന്ന സ്വർണ്ണ വർണ്ണമാർന്ന പ്രളയജലം വയലുകളെ പലപ്പോഴും സാഗരതുല്യമാക്കും! വഴിവരമ്പുകൾ വെള്ളത്താൽ മൂടി തിരിച്ചറിയാതാവും!

കള്ളക്കർക്കിടകത്തിലാണ് അവസ്ഥ രൂക്ഷമാവുന്നത്. പത്തായത്തിലും കൊമ്മയിലും സൂക്ഷിച്ച നെല്ലു മുഴുവൻ തീർന്നു പോയിരിക്കും!

നാട്ടിലെ നാലോ അഞ്ചോ കൃഷിക്കാർക്കേ വർഷം മുഴുവനും പട്ടിണി കിടക്കാതിരിക്കാൻ നെല്ല് കാണൂ! പട്ടിണിക്കാരായ ദരിദ്രകൃഷിക്കാരും കൂലിപ്പണിക്കാരായ കർഷകത്തൊഴിലാളികളും അപ്പോൾ പട്ടിണിയിലായിരിക്കും. മണ്ണ് പുരട്ടി സൂക്ഷിച്ചുവെച്ച ചക്കക്കുരുവോ, ചേമ്പിന്റെ കണ്ടയോ പുഴുങ്ങിത്തിന്ന് ഒരുപാട്പേർ ജീവിച്ചകാലം! കുറ്റം പറയരുത്! പുഴുമാല നിറഞ്ഞ പശപ്പച്ചരി റേഷൻ ഷാപ്പിൽനിന്ന് കിട്ടുന്നത് പകുത്ത് വെച്ച് തിളപ്പിച്ച കഞ്ഞിയില്ലെന്ന് പറയരുത്!

മഴമേഘങ്ങൾ കൊണ്ട് മാനം കരിങ്കുട ഉയർത്തുമ്പോൾ സ്കൂൾ വിടണം. എങ്കിലേ മക്കൾക്ക് മഴയ്ക്കു മുമ്പേ വീടണയാനാവൂ. മക്കൾക്ക് ഒരു തുണിക്കുട വാങ്ങിക്കൊടുക്കാൻ ആ ദരിദ്രനാരായണന്മാർ ഏറെ കഷ്ടപ്പെട്ടു. ഒരു കുടയ്ക്ക് കല്പിക്കപ്പെട്ട ആയുസ്സ് ചുരുങ്ങിയത് ആറു കൊല്ലമാണ്. രണ്ടും മൂന്നും കുട്ടികൾക്കുകൂടി ഒരച്ഛൻ ഒരുകുട വാങ്ങിക്കൊടുത്തെന്നിരിക്കും. ഇല്ലി പോയതോ അവിടെയുമിവിടെയും കീറിയതോ ഉള്ള ഒരു കുടയുള്ളവർ പൊന്നു കാക്കുന്നതുപോലെ അതിനെ സൂക്ഷിച്ചു. കുട നന്നാക്കുന്നവർക്ക് പിടിപ്പത് ജോലിയുള്ളൊരു കാലമായിരുന്നു അത്.

മഴക്കാലമായാൽ ആ സ്കൂളിലെ അദ്ധ്യാപകർക്ക് ഒരാറു മണിയെങ്കിലുമായാലേ വീട്ടിലെത്താനാവൂ. അവർ നാലുപേരും വഴിവരമ്പുകളിലൂടെയെല്ലാം കുട്ടികളെ വീട്ടിലെത്തിക്കാനുള്ള ശ്രമം നടത്തും. വരമ്പുകളിൽ മേൽക്കണ്ടത്തിലെ വെള്ളം കീഴെക്കണ്ടത്തിലേക്ക് ഒഴുക്കിക്കളയാൻ നിർമ്മിച്ച ചെറുചാലുകൾ മഴവെള്ളം കുത്തിയൊഴുക്കി ഒരു കൊച്ചു തോടിന്റെ വണ്ണം കൈവരിച്ചിട്ടുണ്ടാകും. 'കണ്ടൂറായി' എന്ന് കൃഷിക്കാർ അതിന് നാമകരണം നല്കിയിട്ടുണ്ട്. (കണ്ടം ഊർന്നുണ്ടായത്) ഓരോരുത്തരായി അവരെ അവിടം എടുത്ത് കടത്തേണ്ടിവരും മഴക്കാലത്ത് ടീച്ചർമാർ നേരം കെട്ട നേരത്ത് നനഞ്ഞു കുതിർന്ന് വീട്ടിലെത്തിച്ചേർന്നു.

"അതുകൊണ്ട് മാഷേ, നമ്മുടെ സ്കൂളിന്റെ മുമ്പിലൂടെ ഒരു റോഡുണ്ടാക്കാൻ മാഷ് വിചാരിച്ചാലാവും. ങ്ക്കല്ലേ... പഞ്ചായത്ത് പ്രസിഡന്റായിറ്റല്ലം അടുപ്പം. ഓറോടെല്ലം പറഞ്ഞാ റോഡാവൂല്ലേ?"

നിഷ്കളങ്കരായ രക്ഷിതാക്കളുടെ ചോദ്യമാണത്! ന്യായമായ ചോദ്യം.

മാനേജരുമായിട്ടാണ് ഇക്കാര്യം സംബന്ധിച്ച ഒരാശയവിനിയമം നടത്തിയത്. അദ്ദേഹം ഒരു പൊതുകാര്യപ്രസക്തനായിരുന്നു. അന്നാട്ടിലെ പാർട്ടിക്കാരും നാട്ടുപ്രമാണിമാരുമായും മനസ്സു തുറന്നു. ആർക്കും എതിർപ്പില്ല. എന്നാൽ ആരു മുൻകൈയെടുക്കും?

റോഡു കാര്യം ചർച്ചചെയ്യാൻ അയാൾ മുൻകൈയെടുത്ത് നോട്ടീസ് അടിച്ച് നാട്ടുകാരുടെ യോഗം കൂടി. യോഗത്തിൽ പഞ്ചായത്ത് പ്രസിഡന്റ് വന്നു.

പഞ്ചായത്ത് പ്രസിഡന്റ് ഓരോ നാട്ടിലും റോഡും വികസനവും ഉണ്ടാവുന്നതെങ്ങനെയെന്ന് വിശദീകരിച്ചു. ഒറ്റപ്പാർട്ടി മാത്രമുള്ള അന്നാ

ട്ടിൽ ഇതിനകം ഒരു റോഡു വരാഞ്ഞത് നാട്ടുകാരുടെ ശ്രമമില്ലായ്ക യാലെന്ന് പ്രസിഡന്റ് പറഞ്ഞത് ജാള്യതയോടെയാണ് അവർ കേട്ടത്!

ആറുമീറ്റർ വീതിയിൽ റോഡ് നിർമ്മിക്കാൻ തീരുമാനമായി. നാട്ടിലെ പൗര പ്രമാണിമാരെ ഉൾപ്പെടുത്തി റോഡു നിർമ്മാണക്കമ്മിറ്റിക്ക് രൂപം കൊടുത്തു.

റോഡുണ്ടാവേണ്ട സ്ഥലം കൃഷിക്കാരുടെ ഉടമസ്ഥതയിലാണ്. അത വർ വിട്ടുതരണം. വായ് വാക്ക് സമ്മതം പോര! പ്രത്യേക ഫോറത്തിൽ സമ്മതപത്രം തരണം. അത് വില്ലേജ് ഓഫീസർ സാക്ഷ്യപ്പെടുത്തണം. സമ്മതപത്രം ഒന്നൊഴിയാതെ പഞ്ചായത്ത് ഓഫീസിൽ നല്കണം. പഞ്ചാ യത്ത് റോഡ് നിർമ്മിക്കാൻ തീരുമാനിക്കണം.

ആദ്യം റോഡു പോകുന്ന വഴിയും ആവശ്യമായ സ്ഥലവും തിട്ട പ്പെടുത്തണം.

അതിനുള്ള ശ്രമമായി. കമ്മിറ്റിക്കാരാകെയുണ്ട്! ഉത്സാഹികളായി ചെറുപ്പക്കാരുമുണ്ട്!

ഒരരികിൽനിന്ന് അളവ് ആരംഭിച്ചു. സ്കൂളിന്റെ മുന്നിലെത്തി നിർദ്ദിഷ്ട റോഡിന്റെ ഒരതിര് സ്കൂൾ പറമ്പാണ്. അതാകെ ഒരിരുപത് സെന്റ്കാണും. റോഡിന് മൂന്ന് മീറ്റർ പോയാൽ സ്കൂളിന്റെ മുറ്റമുണ്ടാ വില്ല.

മാനേജർ വിഷണ്ണനായി! എന്തുചെയ്യും! റോഡ് ഉണ്ടാവേണ്ടത് സ്കൂളിന്റെ ആവശ്യമാണ്!

അദ്ദേഹം ഒരു ഫോർമുല മുന്നോട്ടുവച്ചു. സ്കൂളിന്റെ മുന്നിലുള്ള വിശാലമായ വയലിന്റെ ഉടമസ്ഥൻ റോഡിന് ആവശ്യമായ ആറു മീറ്റർ സ്ഥലവും നല്കണം. വെറുതെയല്ല! അയാൾ ന്യായമായും കൊടുക്കേണ്ട മൂന്ന് മീറ്റർ കഴിച്ച് ബാക്കി സ്ഥലത്തിന് മാനേജർ കാശ് തരും!

റോഡു കമ്മിറ്റിക്കാർ വയലിന്റെ ഉടമസ്ഥനുമായി ഉഭയകക്ഷിചർച്ച നടത്തി. അയാൾക്കാദ്യം സമ്മതമായില്ല. കമ്മിറ്റിക്കാരുടെ സ്നേഹസ മ്മർദ്ദത്തിന് മുമ്പിൽ വഴങ്ങുകയായിരുന്നു. പിന്നെ കിട്ടേണ്ട വിലയെക്കു റിച്ചായി തർക്കം.

ആ കൃഷിക്കാരന്റെ മകൾക്ക് ഒരു കല്യാണാലോചന വന്നിട്ടുണ്ട്. അത് നടത്താൻ പണത്തിന് വഴി കാണാതെ മനോവേദന അനുഭവിക്കു യായിരുന്നു അയാൾ.

ആ ചിന്തയ്ക്ക് മേല്ക്കൈ കിട്ടിയപ്പോൾ ന്യായമായൊരു പ്രതിഫ ലത്തിന് റോഡിനയാൾ ആറു മീറ്റർ വീതിയിൽ വയൽ വിട്ടുകൊടുത്തു.

പിറ്റേദിവസം വീണ്ടും റോഡളവ് പുനരാരംഭിച്ചു. സ്കൂൾ പറമ്പ് കഴിഞ്ഞ് ഒരു മൂന്ന് കണ്ടി പറമ്പ് അകലെ കൃഷ്ണാട്ടന്റെ വീട്ടു പറമ്പരി കിലൂടെയാണ് റോഡു പോകേണ്ടത്.

കൃഷ്ണേട്ടൻ ആലോചനാ യോഗത്തിന് വന്നിരുന്നില്ല. റോഡിന് സ്ഥലം വിട്ടുകൊടുക്കാൻ അയാളോട് ആരും പറഞ്ഞതുമില്ല.

നാടിന്റെ പൊതുകാര്യങ്ങളിൽ അങ്ങേർ പലപ്പോഴും സഹകരിക്കാ

റില്ല. തന്റെ ആവശ്യം നാട്ടുകാർക്കില്ലെന്നാണ് മൂപ്പരുടെ പക്ഷം! അങ്ങേർക്കതിന് അതിന്റേതായ കാരണങ്ങളുണ്ട്. നാട്ടുകാർ അയാളെ സഹായിക്കേണ്ട അവസരത്തിൽ സഹായിച്ചുവോ? അതാണയാളുടെ നിലപാട്. അതയാൾ മനസ്സിൽ സൂക്ഷിക്കുന്നു!

അതൊരു കഥയാണ്.

ഒരു മുപ്പത് വർഷം മുമ്പത്തെ കഥയാണ്.

പൂഞ്ചോല കൃഷ്ണന് ഒരിരുപത്തെട്ട് വയസ്സ് പ്രായം. അമ്മയ്ക്കൊരൊറ്റ മകൻ! അല്ലലറിയാതെ പോറ്റി ഒത്ത ഒരാളാക്കി മാറ്റുമ്പോഴേക്കും ആയമ്മയുടെ കണ്ണടഞ്ഞു. അമ്മയുടെ വിടവാങ്ങൽ ആ ചെറുപ്പക്കാരന്റെ ജീവിതത്തെ ആകെ മാറ്റി മറിച്ചുകളഞ്ഞു. തനിക്കായോ അമ്മയ്ക്കായോ പണിയെടുത്ത് ജീവിച്ച ശീലമവനുണ്ടായിരുന്നില്ല.

പണിയെടുത്ത് ജീവിതം കണ്ടെത്താനുള്ള പരീക്ഷയിൽ അവൻ വിജയിച്ചു. അങ്ങനെ നേടിയ തന്റേടം കൃഷ്ണനെ ആഭിജാത്യമുള്ളവനാക്കി! തലയുയർത്തി നടക്കാൻ പ്രാപ്തനാക്കി!

കാമൻ കടഞ്ഞൊരു ശരീരസൗഭഗം ആ അരോഗദൃഢഗാത്രന്റെ സ്വകാര്യ അഹങ്കാരമായിരുന്നു! അക്കാലത്തെ സൗന്ദര്യധാമങ്ങൾ ഒട്ടേറെ അവരെയ്ത കൺകോണുകളുടെ പ്രേമശരങ്ങളാൽ ആ സുഭഗനെ കുടുക്കിയിടാൻ മത്സരിച്ചു!

ആ കാമരൂപന്റെ ദൃഷ്ടികൾ ചെന്നു പതിച്ചത് വാണിയ സമുദായത്തിലെ ഒരു സുന്ദരീമണിയിലാണ്! പേര് കമലാക്ഷി!

കമലാക്ഷിയുടെ പിതാവിന്റെ ചക്കാലയിൽ ചക്ക് തിരിച്ചത് ചെമ്പൻ എന്ന് പേരായ മൂരിക്കുട്ടനായിരുന്നു! ഒരുനാൾ മൂരിക്കുട്ടന് എന്തോ ഒരു ദീനം! രണ്ടു നാൾ വയ്യാതെ കിടന്ന ആ മിണ്ടാപ്രാണി ചക്കാലനായരെയും അയാളുടെ ചക്കാലയെയും സങ്കടത്തിലാക്കി ഈ ലോകത്തോടു യാത്ര പറഞ്ഞു!

ചക്കാല നിശ്ചലമായി. ചക്കാട്ടാൻ ആളില്ലാതായി. നായർക്ക് പണിയില്ലാതായി. കൊപ്രയും എള്ളും ആട്ടി എണ്ണയിലാക്കാൻ വന്നവർ മടങ്ങിപ്പോയി.

നായര് കൃഷ്ണനെ തേടി വന്നു.

"കൃഷ്ണാ നീയറിഞ്ഞില്ലേ, ന്റെ..... ചെമ്പൻ ചത്തുപോയി. ചക്ക് തിരിക്കാനാളില്ല നീയൊന്ന് വരേ."

എന്തു പണിയും പൂഞ്ചോല കൃഷ്ണൻ, ചെയ്യും! അയാൾ പിറ്റേന്നു മുതൽ ചക്കാലയിൽ ഹാജർ! ചക്കാല വീണ്ടും സജീവമായി. കൊപ്രയും എള്ളും; പിണ്ണാക്കും എണ്ണയുമായി വിരഹവേദന അനുഭവിച്ചു!

ചക്ക് തിരിക്കുന്നത് കൃഷ്ണനെങ്കിലും നായരും മകളും ചക്കാലയിൽ സജീവ സാന്നിദ്ധ്യമാണ്. ചക്കിൽ കുഴഞ്ഞു കുഴഞ്ഞുവരുന്ന മിശ്രിതം കോരിയെടുത്ത് തോർത്ത് മുണ്ടിലിട്ട് അരിപ്പയാക്കി എണ്ണ പിഴിഞ്ഞെടുക്കുമ്പോൾ ഒരു തല നായരും മറുതല കമലാക്ഷിയും പിടിക്കും.

ഇതിനിടയിൽ കൃഷ്ണന്റെ വിയർപ്പു ചാലുകൾ വരിയിട്ട കോമളശരീരം ഇമപൂട്ടാതെ നോക്കിപ്പോകും, കമലാക്ഷി! കൺകോണുകൾ

എത്രയോ വട്ടം കൂട്ടിമുട്ടുകയും അഗ്നിസ്ഫുലിംഗങ്ങൾ തെറിച്ചു വീഴുകയും ചെയ്യും! ഇരുകൂട്ടരുടെയും മനോമുകുരങ്ങളിൽ പരസ്പരമുള്ള തൂമന്ദഹാസങ്ങളുടെ ചിത്രങ്ങളനവധി നിരന്നു.

പ്രണയ വാർത്തകൾക്ക് റോക്കറ്റിന്റെ വേഗതയുണ്ട്!

ഇലഞ്ഞിപ്പൂവിന്റെ സുഗന്ധ വ്യാപക ശക്തിയുമുണ്ട്. തീയ്യച്ചെക്കനായ കൃഷ്ണന്റെയും വാണിയത്തരുണിയായ കമലാക്ഷിയുടെയും അനുരാഗ കഥനങ്ങൾ നാട്ടിക്കണ്ടത്തിലെ പെണ്ണുങ്ങൾ നാട്ടിപ്പാട്ടിനൊപ്പം പറഞ്ഞു രസിച്ചു.

അക്കിലും മുക്കിലുംനിന്ന്, നേരമില്ലാത്ത നേരത്ത് നേരമുണ്ടാക്കി കൃഷ്ണന്റെയും കമലാക്ഷിയുടെയും പ്രണയകഥ മണിയും തൊങ്ങലും ചാർത്തി നാട്ടുകാർ ആഞ്ഞു ചർച്ചചെയ്തു.

കമലാക്ഷിയുടെ കാമൻ കടഞ്ഞ രൂപത്തെ കാംക്ഷിക്കുകയും പറ്റിക്കൂടാൻ ചുറ്റിപ്പറ്റി നടക്കുകയും ചെയ്ത്, ഇണക്കമില്ലാത്ത പശുക്കറവക്കാരനെ കാൽകൊണ്ട് തൊഴിച്ചുവിട്ടതുപോലുള്ള അനുഭവം അയവിറക്കി നടക്കുന്ന ഏതാനും നിരാശാകാമുകർ കൂടി അന്നാട്ടിലുണ്ടായിരുന്നു. പുളിയുള്ള മുന്തിരി ആർക്കുവേണമെന്ന് ചൊല്ലി, തല ചരിച്ച് നടന്ന ഇക്കൂട്ടർ ഒരവസരം നോക്കിപ്പാർത്തു കഴിയുകയായിരുന്നു.

ജാതിക്കുശുമ്പ് നാട്ടിൽ പണ്ടേയുള്ള കാലം!

"തീയ്യൻ വാണിയത്തീന മംഗലം കയ്ക്കേ! പറ്റൂല! പറ്റൂല! ഇന്നാട്ടിൽ പറ്റൂല! സമുദായച്ചിട്ട സംരക്ഷിക്കാൻ ചിലരും പുറപ്പെട്ടു.

സംഗതിയുടെ കിടപ്പ് പ്രണയിനിയുടെ പിതാവിനെ ബോദ്ധ്യപ്പെടുത്താൻ ചിലർ മുമ്പോട്ടു വന്നു. കമലാക്ഷിയെ ഒരു മുറിക്കകത്തിട്ട് അതി തീരുന്നതുവരെ അയാൾ തല്ലിത്തീർത്തത് മിച്ചം! മനസ്വിമാരുടെ മനസ്സ് ഒരാളിലൂന്നിയാൽ, മാറ്റിയെടുക്കുക അശക്യമെന്ന്, കവി പറഞ്ഞത്, കമലാക്ഷിയുടെ കാര്യത്തിലും നൂറിൽ നൂറായി ഒത്തുവന്നു!

കൃഷ്ണനെ ഉപദേശിക്കാനല്ല പ്രണയ വിരോധികൾ തുനഞ്ഞത്! തല്ലിപ്പതം വരുത്തി മനസ്സ് മാറ്റാനാണ്! ഇരുട്ടടി പാസാക്കാൻ കൂടിയവരുടെ കൂട്ടത്തിൽ കൂടിയ നിരാശാകാമുകരുടെ മുൻവരിയിലെ പല്ലുകൾ ചിലത് പോയിക്കിട്ടി! കൃഷ്ണൻ കർപ്പൂരാദി തൈലം തേച്ച് ദേഹമൊന്ന് ചൂട് പിടിപ്പിച്ച് നല്ലൊരു കുളിയും പാസാക്കി കൈ നിറയെ കാന്താരിപ്പറങ്കി അമ്മിയിലിട്ടരച്ച് കലക്കിയ വെള്ളം കൂടെ കൂടെ കുടിച്ച് പിന്നെയും തലയുയർത്തിപ്പിടിച്ച് നടന്നു...!

രണ്ടു പക്ഷമില്ലാത്ത ഏതെങ്കിലും കാര്യമുണ്ടോ? എതിർപക്ഷത്തു മാത്രമല്ല, കൃഷ്ണപക്ഷത്തും ചിലരണിചേർന്നു! അവരുടെ സഹായത്തോടെ ഒരുനാൾ തക്കം നോക്കി കമലാക്ഷി പ്രണയവല്ലഭന്റെ കുടിയണഞ്ഞു!

ഇരമ്പലും മൂളലും പിറുപിറുപ്പുമായി നാട്ടുകാരിൽ ചിലർ അല്പകാലംകൂടി വിലപ്പെട്ട ആയുസ്സിൽ ഒരുഭാഗം പിന്നെയും വെറുതെ കളഞ്ഞു!

കാലം എല്ലാം മായ്ക്കുകയും കരിച്ചു കളയുകയും ചെയ്യും. വള രേണ്ട പുതിയ നാമ്പുകൾക്ക് തളിരിടാനും വികസിക്കാനും അവസര മൊരുക്കുകയും ചെയ്യും!

കൃഷ്ണന്റെയും കമലാക്ഷിയുടെയും ദാമ്പത്യപ്പൂമരം വെല്ലുവിളി കളെയതിജീവിച്ച് പൂത്തുല്ലസിച്ച് കായ്കൾ ചൊരിഞ്ഞു. കമലാക്ഷി തികഞ്ഞ ആരോഗ്യവതിയായിരുന്നു. ഇനിയുമുണ്ടേ വന്നോട്ടെ എന്ന മട്ടിൽ, വർഷം ഇരുപത്തഞ്ച് തികയുമ്പോഴേക്കും മൂത്തതേത്, ഇളയ തേത് എന്ന് തിരിച്ചറിയാനാവാത്ത പത്ത് മക്കളെയാണവൾ കൃഷ്ണ നെയേല്പിച്ചത്! എട്ടും പെണ്ണും രണ്ടാണും!

പ്രാരാബ്ധങ്ങളും വെല്ലുവിളിയായാണ് കൃഷ്ണൻ സ്വീകരിച്ചത്. പശു വളർത്തലാണ് അയാൾ തൊഴിലാക്കിയത്! അയാളുടെ ആലയിൽ നിത്യ ക്കറവയുള്ള മൂന്ന് പശുക്കളെങ്കിലുമില്ലാത്ത ഒരു കാലവുമുണ്ടായിട്ടില്ല. ആവശ്യക്കാർക്കെല്ലാം പാലും മോരും നെയ്യും വിറ്റ് അയാൾ ഉപജീവനം തേടി. അക്കുടുംബം, സമ്പാദിച്ചുകൂട്ടിയില്ലെങ്കിലും പട്ടിണി കൂടാതെ ജീവി ച്ചു. മാതാപിതാക്കളുടെ സൗന്ദര്യ പാരമ്പര്യം ഒന്നിന് പത്തായി മക്കൾക്ക് പകർന്നുകിട്ടി. മിശ്രജാതിക്കുറ്റം, ആകാരസൗഷ്ഠവത്തിന്റെ പിൻബല ത്താൽ പരിഹരിക്കപ്പെടുകയും ഇരുപത് തികയുമ്പോഴേക്കും രണ്ട് പെൺകുട്ടികളുടെ കല്യാണം നടക്കുകയും ചെയ്തു!

കൃഷ്ണൻ നാട്ടുകാരോടു പൊതുവെ നീരസത്തിലാണ്. പ്രതിസ ന്ധിയുടെ ഒരുഘട്ടത്തിലും തനിക്ക് താങ്ങായി ഒരു കൈ നീട്ടിത്തരാൻ ആരുമുണ്ടായില്ല എന്ന പരിഭവം അയാൾക്കെന്നാണില്ലാതാവുക?

അയാൾ തനിച്ചാണ്! ഒരു ജനകീയ കൂട്ടായ്മയിലും അയാളില്ല. അതു കൊണ്ട് ഒരുകാര്യത്തിലും ആരും അയാളെത്തേടി വരാറില്ല.

അതുകൊണ്ട് റോഡുണ്ടാക്കാനുള്ള ആലോചനാ യോഗത്തിൽ അയാൾ പങ്കെടുത്തില്ല. അതിനുള്ള തീരുമാനത്തിൽ അയാൾക്ക് പങ്കില്ല!

എന്നാൽ റോഡ് ഉണ്ടാവണമെങ്കിൽ വയലരികിലുള്ള അയാളുടെ സ്ഥലം മൂന്ന് മീറ്റർ അയാൾ നല്കണം. കമ്മിറ്റിയുടെ പ്രതിനിധികൾ കൃഷ്ണാട്ടന്റെ മുമ്പിലെത്തി.

“ഉം... എന്താ എല്ലാരും കൂടെ?”

ആ നാട്ടിൽ റോഡുണ്ടാവേണ്ടതിന്റെ ആവശ്യകത കമ്മിറ്റിയുടെ മുഖ്യൻ വിശദീകരിക്കുവാൻ തുടങ്ങി. മഴക്കാലം വന്നാൽ കുട്ടികളെ ങ്ങനെ സ്കൂളിൽ പോകും? റേഷൻകട, അടുത്ത മാർക്കറ്റ്, വില്ലേജ് ഓഫീസ് ഇവിടങ്ങളിൽ പോകാൻ ഒരു നല്ല വഴിയുണ്ടോ? നടക്കാൻ വയ്യാത്ത ഒരു രോഗിയെ, പേറ്റ് നൊമ്പലം കിട്ടിയ പെണ്ണിനെ, എങ്ങനെ ആശുപത്രിയിലെത്തിക്കും? പഴയ കാലമല്ല. പെൺകുട്ടികളെ മംഗലം കഴിക്കാൻ ചെറുപ്പക്കാർക്ക് പെണ്ണിന് സൗന്ദര്യം മാത്രം പോരാ. പെണ്ണു വീട്ടിലേക്ക് ഒരു നല്ല വഴിയും വേണം...”

മുഖ്യന്റെ പ്രസംഗം നീണ്ടപ്പോൾ കൃഷ്ണാട്ടൻ അക്ഷമനായി. “അയ്ന് ഞാനെന്തു വേണം... ഇതൊന്നും വേണ്ടാന്ന് ഞാമ്പറഞ്ഞില്ല ല്ലോ...”

"റോഡു പോകുന്നത് ഈ വയലിന്റെ അരികിലൂടെയാ.. നിങ്ങളും ഈ വയലിന്റെ ഉടമയും മൂന്നു മീറ്റർ വീതം സ്ഥലം നല്കണം... അതിനാ ഞങ്ങൾ വന്നത്.'

"ഓഹോ... അങ്ങനെയോ...? എന്നാക്കേട്ടോ.... അന്റെ സലം കൊണ്ട് നിങ്ങൾ റോഡുണ്ടാക്കുന്നില്ല.... ഞാൻ ഒരിഞ്ചു സ്ഥലം തരില്ല."

"അതെന്താ കൃഷ്ണന് റോഡു വേണ്ടേ?"

"വേണ്ട..."

അതെന്താ... കൃഷ്ണന്റെ മക്കളെ കല്യാണം ചെയ്തയക്കേണ്ടേ... റോഡുണ്ടെങ്കിലല്ലേ നല്ല ഭർത്താക്കന്മാരു വരൂ..."

"എന്നാക്കേട്ടോളീ... ഞാൻ കല്യാണം കയ്ച്ചത് റോഡുണ്ടായിറ്റല്ല... എന്റോള് പത്ത് പെറ്റ്..! റോഡിന്റെ ആവിശ്യംണ്ടായിറ്റില്ല... റോട്ടിലൂടെയല്ല പേറെടുക്കാൻ മലയ് മാതു വന്നിന്... ഞാനെന്റെ രണ്ടു പെണ്ണിന്റെ മംഗലം കയ്ച്ചയച്ചു... ഒരു റോഡുംണ്ടായിറ്റല്ല.... ഇതൊന്നും അന്നോട് ങ്ങള്... പറയണ്ട..."

"അങ്ങനെ പറയല്ലേ കൃഷ്ണാ, എല്ലാരും സമ്മതിച്ചു. കൃഷ്ണൻ സ്ഥലം തരുന്നില്ലാന്ന് വെച്ചാ റോഡ് ഇണ്ടാവൂല... ഒന്ന് നല്ലോണം ചിന്തിക്ക്... ഒരു സഹകരണം ഒക്കെ വേണ്ടേ?"

"സഹകരണം! അക്കഥയൊന്നും ങ്ങള് പറേണ്ട!.... അത് വിട്... അന്റെ കാര്യം ഞാമ്പറയാ... ഒരുപിടി മണ്ണ്... ഇപ്പറമ്പത്ത്ന്ന് എടുത്തിറ്റ് റോഡുണ്ടാക്കാൻ കയ്യൂല... ഞാൻ സമ്മതിക്കൂല... അനക്ക്ങ്ങളെ റോഡൊട്ട് വേണ്ടതാനും... ങ്ങള് പോയ്ക്കോളീ.."

കൃഷ്ണാട്ടന്റെ വാക്കുകൾ കമ്മിറ്റിക്കാരുടെ മുഖത്ത് കരുവാളിപ്പ് പകർത്തി. അവർ നിരാശരായി. അനുനയ വാക്കുകൾ പിന്നെയും തുടർന്നെങ്കിലും ഒന്നിലും അയാൾ വഴങ്ങിയില്ല.

റോഡു കമ്മിറ്റിയിലെ യുവരക്തങ്ങൾക്ക് പൂഞ്ചോലയുടെ നിലപാട് അംഗീകരിക്കാനായില്ല.

ഒരു പാതിരാ നേരം! നാടും നാട്ടാരും സുഖ സുഷുപ്തിയിലാണ്ടു കിടക്കേ, പണിയായുധങ്ങൾ ഒരുക്കി അയാളുടെ പറമ്പിൽ അവർ പ്രവേശിച്ചു. ബലമായി റോഡുണ്ടാക്കും എന്ന വാശിയാണവർക്ക്!

പാമ്പിന്റെ കാതാണ് ചിലർക്കെന്നു പറയാറുണ്ട്! കൈക്കോട്ട് മണ്ണിൽ പതിക്കുന്ന ശബ്ദംകേട്ട കൃഷ്ണൻ ഞെട്ടിയുണർന്നു! അച്ഛനും അമ്മയും എട്ടുമക്കളും കത്ത്യാളും, കറിക്കത്തിയും, കൈമഴുവും, കല്ലും കട്ടയുമായി പുറത്തിറങ്ങി! കൃഷ്ണന്റെ അലറുന്ന ശബ്ദത്തിന് മുമ്പിൽ, ചെറുപ്പക്കാർ ജീവനും കൊണ്ട് ഓടി രക്ഷപ്പെടുകയായിരുന്നു!

ബലമായി റോഡു വെട്ടാനുള്ള ശ്രമം പരാജയപ്പെട്ടു.

സംഗതി അതുകൊണ്ടവസാനിച്ചില്ല!

കൃഷ്ണൻ പൊലീസിൽ പരാതിയുമായെത്തി!

വീടു കൈയേറിയ കേസ്! ഭവനഭേദനം!

അഞ്ചു ചെറുപ്പക്കാർ അഞ്ചുദിവസം റിമാന്റിൽ കഴിഞ്ഞ് ജാമ്യം കിട്ടി ജയിലിൽനിന്ന് പുറത്തിറങ്ങുകയായിരുന്നു.

കമ്മിറ്റിക്കാർക്ക് റോഡു നിർമ്മാണത്തോടൊപ്പം കോടതിക്കേസു കൈകാര്യം ചെയ്യേണ്ട ബാദ്ധ്യതകൂടി ശിരസ്സിലേറ്റേണ്ടതായി വന്നു.

പൂഞ്ചോലയുടെ സ്ഥലം വിട്ടു തരില്ലെന്നുറപ്പായി!

ഈ പ്രശ്നം പരിഹരിക്കാതെ മറ്റുള്ളവരുടെ സ്ഥലം അളക്കാനാവില്ല. അവിടം റോഡുണ്ടാക്കാനെന്തു ചെയ്യും?

തന്റെ ശ്രമങ്ങൾ ലക്ഷ്യം കാണാതെ അലസിപ്പോവുകയല്ലേ എന്നാലോചിച്ച് ആ ചെറുപ്പക്കാരനായ അദ്ധ്യാപകൻ വിഷണ്ണനായി.

ഉറക്കംവരാത്ത രാവുകളിൽ അയാളുടെ മനസ്സിൽ ഒരു മാർഗ്ഗം തെളിഞ്ഞു വന്നു. നടക്കുമോ? ഒരു ശ്രമം നടത്തി നോക്കാം.

പിറ്റേദിവസം അയാൾ സ്കൂളിലെത്തി. പ്രധാന അദ്ധ്യാപികയെയും മറ്റു രണ്ട് സഹപ്രവർത്തകരെയും ഒന്നിച്ചിരുത്തി. റോഡ് നിർമ്മാണത്തിന് വന്ന തടസ്സം അവരുടെ മുമ്പിൽ വിവരിച്ചു.

"റോഡുണ്ടാവേണ്ടത് നമ്മുടെ സ്കൂളിന്റെകൂടി ആവശ്യമാണ്. എങ്കിലേ രക്ഷിതാക്കൾ നമ്മുടെ സ്കൂളിലേക്ക് കുട്ടികളെ അയക്കൂ. കൃഷ്ണാട്ടൻ സ്ഥലം തരില്ലെന്നുറപ്പാണ്. എന്നാൽ ഒരു മാർഗ്ഗമുണ്ട്. എതിരെ നല്ക്കുന്ന വയലിന്റെ ഉടമസ്ഥൻ ആവശ്യമായ സ്ഥലം തരും. അയാളെ ഞാൻ രാവിലെ കണ്ടു. വെറുതെ തരാനാവില്ല. ന്യായമായ പണം കിട്ടണം എന്നാണയാൾ പറഞ്ഞത്."

ആ ചെറുപ്പക്കാരൻ തന്റെ സഹപ്രവർത്തകരുടെ മുഖങ്ങളിലേക്ക് സൂക്ഷിച്ചു നോക്കി. വീണ്ടും തുടർന്നു.

"ഇതിനുള്ള പണം എങ്ങനെയുണ്ടാക്കും എന്നതാണ് പ്രശ്നം. നമുക്ക് നാലുപേർക്കുംകൂടി അതിനുള്ള കാശ് കണ്ടെത്തിക്കൂടേ?...."

എല്ലാവരും ചിന്താമഗ്നരായി ഇരിക്കയാണ്.

പ്രധാനാദ്ധ്യാപിക അല്പനേരത്തെ നിശ്ശബ്ദതയ്ക്ക് അന്ത്യം കുറിച്ചു.

"എത്രയാണയാൾ ചോദിക്കുന്നത്?"

"റോഡിനവിടെ ആകെ ആറ് സെന്റ് സ്ഥലം വേണ്ടിവരും. സ്വാഭാവികമായും അതില് മൂന്ന് സെന്റ് പ്രതിഫലമില്ലാതെ അയാൾ തരേണ്ടതാണ്. ബാക്കി മൂന്നു സെന്റിന് പണം കാണണം. സെന്റിന് ആയിരം ഉറുപ്പികയെങ്കിലും വേണ്ടി വരും. ആകെ മൂവായിരം രൂപ."

പ്രതീക്ഷയോടെ അയാൾ പ്രധാന അദ്ധ്യാപികയുടെ മുഖത്തേക്ക് നോക്കി.

അല്പനേരം ആലോചിച്ച് ആ മഹതി ഉത്തരം നല്കി.

"ശരി! അങ്ങനെയെങ്കിൽ ആയിരം രൂപ ഞാൻ തരാം."

ഉടനെ ആ ചെറുപ്പക്കാരന്റെ പ്രഖ്യാപനം വന്നു.

"ആയിരം ഞാനുമെടുക്കാം."

പിന്നെ ആയിരം രൂപ അവശേഷിക്കുന്ന രണ്ടദ്ധ്യാപികമാരും പങ്കിട്ടെടുക്കാൻ തീരുമാനമായി.

കൃഷ്ണേട്ടന്റെ സഹായമില്ലാതെ തന്നെ അവിടെ റോഡിന് സ്ഥലം സമ്പാദിക്കാനായി. ആ സ്കൂളിലെ അദ്ധ്യാപകരുടെ നാടിനോടുള്ള കരുതലും സേവനമനസ്കതയും എല്ലാവരാലും വാഴ്ത്തപ്പെട്ടു.

റോഡിനുള്ള സ്ഥലം മാർക്ക്ചെയ്ത് പൂർത്തിയാക്കി.

മകരക്കൊയ്ത്ത് കഴിഞ്ഞ് വയലുകളൊഴിഞ്ഞപ്പോൾ നാട്ടിലെ ചെറുപ്പക്കാർ റോഡ് നിർമ്മാണം തുടങ്ങി. രണ്ടാഴ്ചകളെടുത്ത് രൂപരേഖ പ്രകാരം റോഡിന്റെ ഔട്ട് ലൈൻ രൂപം കൊണ്ടു. എന്നാൽ റോഡാവണമെങ്കിൽ വശങ്ങളിൽ കരിങ്കല്ല് കെട്ടി ലോറിയിൽ മണ്ണുകൊണ്ട് നിറയ്ക്കണം.

പഞ്ചായത്ത് പ്രസിഡന്റ് സ്ഥല സന്ദർശനം നടത്തി. അദ്ദേഹം റോഡ് നിർമ്മാണം പൂർത്തീകരിക്കാൻ പഞ്ചായത്ത് തീരുമാനിച്ച കാര്യം അവിടെ കൂടിനിന്നവരുടെ മുമ്പിൽ പ്രഖ്യാപിച്ചു.

കേന്ദ്രഗവൺമെന്റിന്റെ ജോലിക്കു കൂലി ഭക്ഷണം എന്ന പദ്ധതി പ്രകാരമാണ് ഇനിയങ്ങോട്ട് റോഡു നിർമ്മാണം നടക്കാൻ പോകുന്നത്. മഴയ്ക്കു മുന്നേ റോഡ് നിർമ്മാണം പൂർത്തിയാക്കും.

ഉദ്ദേശിച്ചതുപോലെ തന്നെ റോഡു നിർമ്മാണം നടക്കുകയാണ്.

ഒപ്പം നാട്ടുകാർ കണ്ട കാഴ്ച കൃഷ്ണൻ അവരുടെ മൺകട്ട കൊണ്ട് നിർമ്മിച്ച പഴയ വീട് പൊളിച്ച് പുതിയൊരെണ്ണം നിർമ്മിക്കാനും ശ്രമം തുടങ്ങിയിരിക്കുന്നു.

ഇതിനിടയിൽ അയാളുടെ സ്ഥലം കൈയേറിയ കേസ് തകൃതിയായി നടക്കുന്നുമുണ്ട്!

റോഡ് നിർമ്മാണം പൂർത്തിയായി. നാട്ടുകാർ അവരുടെ വയലിലൂടെ പോകുന്ന റോഡ് കാണാൻ നേരം കിട്ടിയ നേരത്തെല്ലാം ആ റോഡിലൂടെ അങ്ങോട്ടുമിങ്ങോട്ടും നടന്നു. കുട്ടികൾ സ്കൂൾ വിട്ട നേരങ്ങളിൽ തലമയും ചുള്ളിക്കോലും കളിക്കാനും റോഡിൽ ഒത്തുകൂടി.

റോഡു കമ്മിറ്റിയുടെ യോഗം ചേരുകയാണ്. അടുത്ത ഞായറാഴ്ച വൈകുന്നേരം റോഡിന്റെ ഉദ്ഘാടനം തീരുമാനിച്ചു. റോഡിന്റെ ഉദ്ഘാടകൻ മറ്റാരുമല്ല, പഞ്ചായത്തു പ്രസിഡന്റ് തന്നെ. നോട്ടീസടിച്ച് ആഘോഷപൂർവ്വം പരിപാടി സംഘടിപ്പിക്കാൻ തീരുമാനിച്ചു.

പിറ്റേദിവസം നാട്ടുകാർ അത്ഭുതത്തോടെ ഒരു കാഴ്ച നോക്കി നില്ക്കുകയാണ്!

ആ മൺ റോഡിലൂടെ പൊടിപറത്തിക്കൊണ്ട് ഒരു ലോറി വരികയാണ്! ലോറിയുടെ ഹോൺ കേട്ട കുട്ടികൾ ലോറിയുടെ പിന്നാലെ ഓടുന്നുണ്ട്.!

ആ ലോറി പൂഞ്ചോലകൃഷ്ണന്റെ വീട്ടുപറമ്പിലേക്ക് കയറി. ആ ലോറിയിൽ അയാളുടെ വീട് നിർമ്മാണത്തിനുള്ള ചെങ്കല്ലുകളാണ്.! പിന്നാലെ, പിന്നാലെ, ലോറികൾ വന്നുകൊണ്ടേയിരുന്നു! ചെങ്കല്ല് ഇറക്കി അയാൾ അട്ടിയട്ടിയായി വെക്കുകയാണ്!

കരിക്കുട്ടി

"എന്താ നിന്റെ പേര്?"

"രാഹുൽ"

"അനിയത്തിയുടെയോ?"

"നീതു"

"മൂത്തോൻ പത്തിലും... ഇളയത് ആറിലും."

അവരുടെ അമ്മയുടെ ആ വാക്കുകളിൽ അനുഭവിച്ചുതീർത്ത ദൈന്യതയും പാരവശ്യവും പ്രകടമായിരുന്നു.

അമ്മയുടെയും മക്കളുടെയും ശരീരത്തിലും ഉടുപ്പിലും കണ്ണുകളിലും അവർ താണ്ടുന്ന ജീവിത പ്രാരാബ്ധങ്ങളുടെ അലകടൽ പ്രകടമായി!

"മക്കള് നന്നായി പഠിക്കുന്നുണ്ടോ?"

"ആവും പോലെ..."

"ഈ ജൂൺ ഒന്നാന്തി... ചാനലിൽ ക്ലാസ് തുടങ്ങ്യേരം... അതൊന്നും മക്കക്ക്.. നോക്കാൻ പറ്റീല്ല!... ഞാക്ക് ടീവീം... ഫോണും ഒന്നും...ല്ലാലോ.."

അമ്മച്ചി വീണ്ടും സങ്കടം പെയ്യാൻ തുടങ്ങി.

"സാരല്യ.. അതിനല്ലേ നിങ്ങളെ വിളിച്ചു വരുത്തിയത്... നല്ല പുതിയ ടി വിയിതാ നിങ്ങൾക്ക് തരാൻ പോകുന്നു."

വിക്ടേഴ്സ് ചാനലിൽ ഓൺലൈൻ ക്ലാസ് ആരംഭിച്ചപ്പോൾ പ്രദേശത്ത് ടി വിയോ സ്മാർട്ട് ഫോണോ ഇല്ലാത്തവർ ആരെങ്കിലുമുണ്ടോ? പാർട്ടി സഖാക്കൾ അന്വേഷണം നടത്തി. അഞ്ച് വീടുകളാണുള്ളത്. അവർക്ക് ടി വി വാങ്ങി നല്കണം.

നാട്ടിൽ സുമനസ്സുകളുടെ കുറ്റിയല്ല സുഗന്ധപുഷ്പങ്ങൾ പേറുന്ന

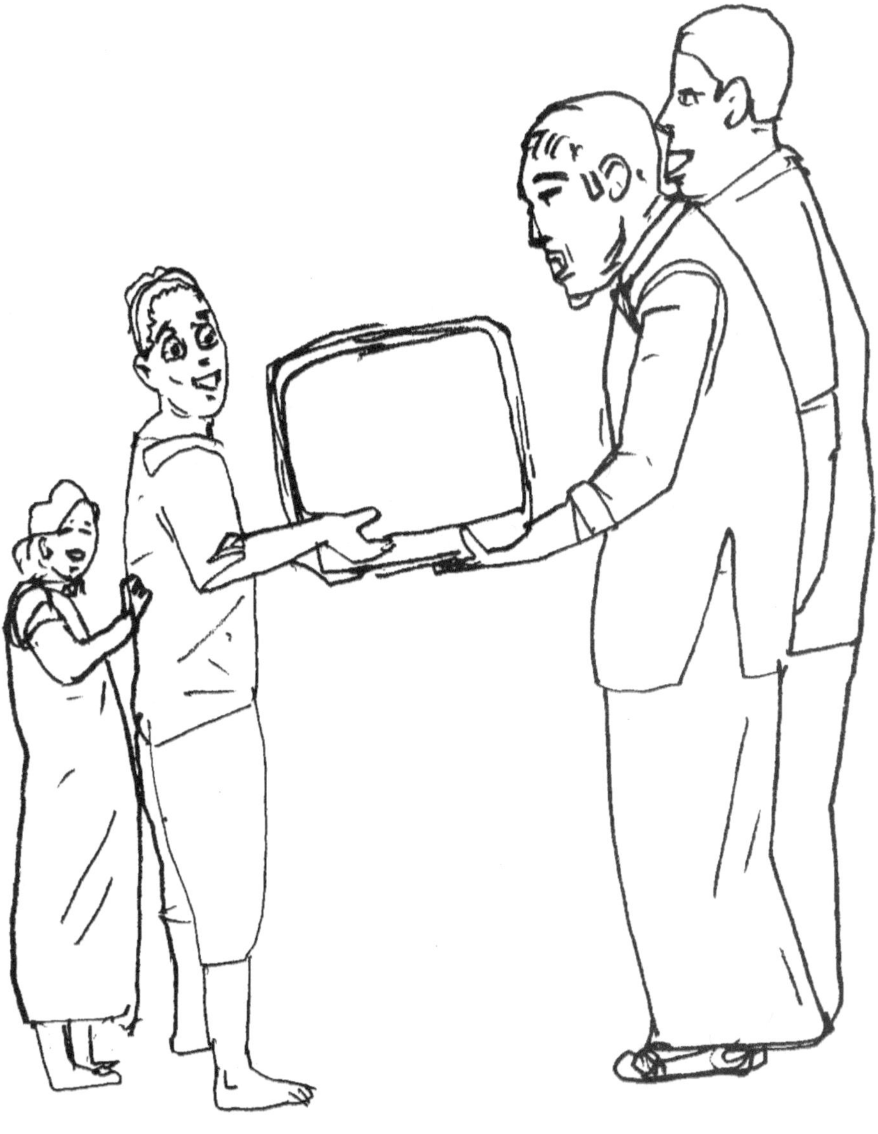

മരങ്ങൾതന്നെ സുലഭമെന്ന് തെളിയിക്കപ്പെട്ട അനുഭവം!

ടി വികൾ മുമ്പിലെത്തി!

മക്കളെ വിളിച്ചു വരുത്തി.

"രാഹുൽ വന്നോളൂ... വാങ്ങിക്കോളൂ.."

രംഗം പകർത്താൻ മൊബൈൽ ക്യാമറകൾ ഒരുക്കി സഖാക്കൾ റെഡിയായി നിന്നു. അമ്മയും മക്കളും ഏറ്റുവാങ്ങാൻ റെഡിയായി നിന്നു!

ടി വി താങ്ങി നില്ക്കുന്ന കൊച്ചുബാലന്റെ കണ്ണുകളിലെ നീരുറവകൾ ആ കവിളുകളെ സമ്പന്നമാക്കുന്നു.

തന്റെ കണ്ണുകളും ഈറനണിഞ്ഞോ? ടെലിവിഷൻ വിതരണച്ചടങ്ങ് അവസാനിച്ചു. കലങ്ങിയ കണ്ണുകളുമായി തന്റെ മുമ്പിൽനിന്ന രാഹുലിന്റെ രൂപം കണ്ണിൽനിന്ന് മറയുന്നില്ല!

മനസ്സിൽ ഒരു തിരയോട്ടം നടക്കുന്നുണ്ട്!

തിരശ്ശീലയിൽ രംഗങ്ങൾ പിറകോട്ട് മാറുകയും മറയുകയും ചെയ്യുന്നു!

സൂര്യചന്ദ്രന്മാർ താരാജാലങ്ങളോടൊപ്പം പുറംതിരിഞ്ഞ് ഭ്രമണം ചെയ്തു! രാഹുലിന്റെ രൂപത്തിന് ഒരു പകർന്നാട്ടം നടക്കുന്നു..!

തല്സ്ഥാനത്ത് മറ്റൊരു കൊച്ചുപയ്യൻ ഇരുകൈകളും നീട്ടിപ്പിടിച്ച് തന്റെ മുമ്പിൽ കണ്ണുമടച്ച് നില്ക്കുന്നു!

നിറം പോയൊരു കാക്കി നിക്കറും അവിടെയുമിവിടെയും പിഞ്ഞിത്തുടങ്ങിയ കുടുക്കുകൾ പലതും നഷ്ടപ്പെട്ട ഒരു ചേർച്ചയില്ലാത്ത കുപ്പായവുമാണവന്റെ വേഷം!

ജൂലൈ മാസത്തിലെ കോരിച്ചൊരിയുന്ന മഴയത്ത് പുസ്തകങ്ങൾ നനയാതിരിക്കാൻ ഗ്ലാസ് പേപ്പർ കൊണ്ട് പൊതിഞ്ഞ് റബ്ബർ ബാന്റ് കെട്ടി ഒരു നീളൻ വാഴയിലയും ചൂടിയാണ് അവൻ സ്കൂളിൽ കയറി വന്നത്! മിക്കവാറും നനഞ്ഞിരുന്നു!

ഓഫീസ് മുറയിലിരിക്കെ ഈ കാഴ്ചകണ്ട താൻ കസേരയിലിട്ട ഷാൾകൊണ്ട് "ഇങ്ങനെ പോയാൽ സദൂ.... നിനക്ക് പനി പിടിക്കുമല്ലോ." എന്നുപറഞ്ഞ് തല തുവർത്തിക്കൊടുത്ത് ഓഫീസ് മുറിയിലേക്ക് തിരിച്ചു വന്നതേയുള്ളൂ.

അപ്പോഴേക്കും അവനെക്കുറിച്ച് പരാതിയുമായി രണ്ടു പെൺകുട്ടികൾ തന്റെ മുമ്പിലേക്കു വന്നു. "മാഷേ... സദാനന്ദൻ ഇവളെ ചീത്ത പറഞ്ഞു... നായിന്റെ മോളേ ന്ന്.. വിളിച്ചു.."

ഒപ്പമുണ്ടായിരുന്ന നിഷ എന്ന കുട്ടി ഏങ്ങലടിച്ചു കരഞ്ഞു. എന്തെങ്കിലും ഒരു പരാതി സദാനന്ദനെക്കുറിച്ച് നാലാം ക്ലാസിലെ കുട്ടികൾക്ക് എന്നും ഉള്ളതാണ്.

ബോർഡിന്റെ പിറകിൽ സൂക്ഷിച്ചിട്ടുള്ള ചൂരൽ വടി ചിലപ്പോഴെല്ലാം അവനുവേണ്ടി വിശ്രമം ഉപേക്ഷിക്കേണ്ടിയും വന്നിട്ടുണ്ട്! ക്ലാസിലേക്ക് ചെന്നു.

"സദൂ... ഇവിടെ വരൂ..."

ഒരു കൂസലുമില്ലവന്! രണ്ടും കൈയും നീട്ടിപ്പിടിച്ച് തന്റെ മുമ്പിലവൻ വന്ന് നിന്നു.

അറുപത് കണ്ണുകൾ അവനെ ചൂഴ്ന്ന്നില്ക്കുന്നുണ്ട്! അവർക്കൊന്നും ഒരു സഹതാപവും അവരുടെ സഹപാഠിയോടില്ല!

ബോർഡിന്റെ പിറകിൽനിന്ന് ചൂരൽ വലിച്ചെടുത്തു.

"നീ നിഷയെ ചീത്ത വിളിച്ചോ?"

"വിളിച്ചു."

ഒരു സങ്കോചവുമില്ലവന്!

നീട്ടിപ്പിടിച്ച കൈവെള്ളയിലേക്ക് ചൂരൽ ഒരുതവണ ഉയരുകയും താഴുകയും ചെയ്തു. അടച്ചു പിടിച്ച കണ്ണുകൾ അടിയേറ്റു വാങ്ങുമ്പോൾ ഒന്നിളകിയതുപോലുമില്ല!

അവന്റെ നിർവ്വികാരത തന്റെ സമനില തെറ്റിക്കുമോ എന്നുതോന്നി! ഈ കുട്ടിയെ തല്ലിയിട്ടു കാര്യമില്ല. തല്ലിയാലൊന്നും നന്നാവില്ല. വടി അതിന്റെ പൂർവ്വ സ്ഥാനത്തേക്ക് തിരിച്ചെത്തി!

മനസ്സൊന്നടങ്ങിയപ്പോൾ സദാനന്ദനെയും കൂട്ടി ഓഫീസ് മുറിയിലേക്ക് പോയി. ഒരറവുമൃഗത്തെപ്പോലെ അവൻ കസേരയിലിരുന്ന തന്റെ മുന്നിൽ നിന്നു. തല്ലാനാണെങ്കിൽ തല്ലിക്കോ എന്ന ഭാവമാണവന്...

"സദൂ.. നീ എന്തായിങ്ങനെ...?"

"ഞാനെങ്ങനെയാ... മാഷേ?"

"നീയെന്തിനാ ആ കുട്ടിയെ ചീത്ത വിളിച്ചത്? എപ്പോഴും നിന്റെ കൂട്ടുകാർക്കും ടീച്ചർമാർക്കും നിന്നെപ്പറ്റി പരാതിയല്ലേ ഉള്ളൂ?" തന്റെ സൗമ്യമായ അടുപ്പത്തോടെയുള്ള സംസാരം അവനെ മയപ്പെടുത്തി.

എത്ര ശിക്ഷ കിട്ടിയാലും ഒരുതുള്ളി കണ്ണീർപോലും ഒരിക്കലും പൊഴിക്കാത്ത അവൻ ഏങ്ങലടിച്ചു കരയാൻ തുടങ്ങി!

"എന്തിനാ കരയുന്നേ..? ഞാനൊന്നും ചെയ്തില്ലല്ലോ." അവനെ ശരീരത്തോട് ചേർത്തു നിർത്തിപ്പറഞ്ഞു.

അവന്റെ കരച്ചിലിന്റെ ശക്തി കൂടി. വിതുമ്പിക്കൊണ്ട് പറയാൻ തുടങ്ങി. "മാഷേ... ഞാനിന്ന് ക്ലാസില്... വന്നപ്പോ... ആ കുട്ടീ എന്നെ... 'കരിക്കുട്ടി വന്നല്ലോ' ....എന്ന് പറഞ്ഞു കളിയാക്കി... അനക്ക് സഹിച്ചില്ല... മാഷേ... അന്റെ പേരെന്താ... ...അങ്ങന്യാ? അതോണ്ടാ അങ്ങനെ വിളിച്ചേ..!"

നല്ലതുപോലെ കറുത്ത സദാനന്ദനെ ചില വികൃതികൾ "കരിക്കുട്ടീ" എന്ന് വിളിക്കുന്നത് തന്റെ ശ്രദ്ധയിൽപെട്ടതാണ്. ആരെയും പരിഹാസപ്പേർ പറഞ്ഞ് വിളിക്കരുതെന്ന് കുട്ടികളെ ശാസിച്ചതുമാണ്.

"ശരി... അങ്ങനെ വിളിക്കാൻ പാടില്ല... വല്യ തെറ്റാ... പക്ഷേ, അങ്ങനെയാരെങ്കിലും വിളിച്ചാ മാഷോട് പറയുകയല്ലേ വേണ്ടത്. പരിഹാരം ഞാനുണ്ടാക്കില്ലേ?... അതിനും പകരം ഇങ്ങനെ ചീത്തവിളിക്കാവോ?... എങ്ങനാ സദൂ... ഇമ്മാതിരി വാക്കുകളൊക്കെ പറയാൻ പഠിക്കുന്നത്?"

അവന്റെ വിതുമ്പലിന്റെയും എങ്ങലിന്റെയും ഊക്ക് കൂടി!

എന്താണാ കുഞ്ഞുമനസ്സിനെ വീർപ്പുമുട്ടിക്കുന്നത്?

"സദൂ... എന്താ... നിന്റെ മനസ്സിൽ...? മാഷല്ലേ ചോദിക്കുന്നത്? തുറന്നു പറഞ്ഞോ... മാഷെല്ലാറ്റിനും പരിഹാരമുണ്ടാക്കും..."

തന്റെ വാക്കുകൾ അവന് അല്പം ആശ്വാസമുണ്ടാക്കുന്നുണ്ടെന്ന് തോന്നി. കണ്ണുകൾ തുടച്ച് അവൻ വിക്കി വിക്കി പറയാൻ തുടങ്ങി!

"എങ്ങന്യാ... മാഷേ? ഇമ്മാതിരിയല്ലാണ്ട് അന്റെ വായിൽ വര്വ...? അന്റെ അച്ഛൻ ഇമ്മാതിരി വാക്കല്ലാണ്ട് മറ്റൊന്നും പൊരേന്ന് പറയൂല്ല. അച്ഛൻ... എപ്പളും കള്ളോ റാക്കോ കുടിക്കും. മോന്തിയാവുമ്പം ആടി യാടി വരും... എന്തെങ്കിലും ചീത്തപ്പാട്ടും പാടീറ്റാ വര്വ... കേറി വന്നാ അമ്മേന ഒന്നും രണ്ടും പറഞ്ഞ്... വല്ലാണ്ടടിക്കും...ഞാളേം.. അടിക്കും... പാത്രങ്ങളെല്ലാം തച്ചു പൊട്ടിക്കും ഇതെല്ലാം കേട്ടീറ്റാ... ഇങ്ങനെയെല്ലം... പറഞ്ഞുപോന്ന്..." അവന്റെ വിതുമ്പലും പറയലും ഏറിയേറി വന്നു.

മാനത്ത് കെട്ടിനിന്ന കരിമേഘങ്ങൾ അല്പമൊന്നകന്ന് നിന്നു! കരി വർണ്ണനെങ്കിലും അവന്റെ മുഖം മാനത്തമ്പിളിപോലെ സുന്ദരമല്ലെന്ന് ആരാണ് പറഞ്ഞത്!

"ഇങ്ങനെയൊന്നും പറയരുതെന്ന് സദൂന് ഇപ്പോൾ തോന്നു ന്നുണ്ടോ?"

"ഇല്ല. മാഷേ... ഇനി ഞാൻ ചീത്ത ആരോടും പറയൂല്ല... ഒറപ്പ്..."

അത് പത്തരമാറ്റ് തിളക്കമുള്ള ഒരുറപ്പാണെന്ന് അവിടം സാക്ഷി യായിനിന്ന ആരും സമ്മതിക്കും! അവൻ വീണ്ടും ശങ്കയോടെ നിർത്തി നിർത്തി ഒരഭ്യർത്ഥന നടത്തി.

"എന്നാല്... അന്റെ പേര് മാറ്റി വിളിക്കരുതെന്ന് മാഷ് കുട്ട്യളോട് പറേണം."

അവന്റെ നിവേദനം അംഗീകരിക്കാമെന്ന് വാക്കു കൊടുത്തു.

സദാനന്ദൻ ഒരു തീക്കനലായി മനസ്സിൽ നീറി നിന്നു. ഒരദ്ധ്യാപക നെന്ന നിലയിൽ ആ കുട്ടിക്ക് താങ്ങാവാൻ തനിക്കെന്തെങ്കിലും ചെയ്യാ നുണ്ടോ?

അടുത്തദിവസം അവന്റെ അച്ഛൻ നാണുവേട്ടനെ തേടി ചെല്ലുക യായിരുന്നു. ആശ്വാസം! പതിവു മദ്യപാനം ആരംഭിക്കുന്നതിനുമുമ്പ് കാണാനായതുകൊണ്ട് തന്നെ അയാൾ അത്യധികം ശാന്തനും വിനയാ ന്വിതനുമായിരുന്നു!

മകന്റെ ക്ലാസ് മുറിയിലെ പെരുമാറ്റങ്ങളും അവന്റെ പ്രശ്നങ്ങളും സംസാരിക്കാൻ തുടങ്ങിയതോടെ അയാൾ കരയാനാണ് തുടങ്ങിയത്.

"ഇല്ല മാഷേ... ഒരു കൊഴപ്പോം ഇനി അവനെക്കൊണ്ടുണ്ടാവില്ല... കൊടുക്കും.... ഞാനവന് സ്നേഹം.... അച്ഛന്റെ സ്നേഹം! എന്റെ മോൻ... നന്നായി വരും... നന്നായി വരും."

എന്തു സംഭവിച്ചു എന്നറിയില്ല. സദു ക്ലാസു മുറികളിൽ തുടർന്നുള്ള നാളുകളിൽ വളരെയേറെ മാന്യനായിരുന്നു!

കലണ്ടറിന്റെ താളുകൾ ഒട്ടേറെ മാറിപ്പോവുകയും പുതിയ കലണ്ട റുകൾ ഭിത്തിയിൽ ഒട്ടേറെ സ്ഥാനം പിടിക്കുകയും ചെയ്തു.

ഒരു തീവണ്ടി യാത്രയ്ക്കിടയിൽ ഒരു ചെറുപ്പക്കാരൻ അടുത്തു വന്നു പരിചയപ്പെട്ടു. "സാറിന്നോർമ്മയുണ്ടോന്നറിയില്ല. ഞാൻ സാറിന്റെ ശിഷ്യനാണ്. നാലാം ക്ലാസിൽ! കുട്ടികളെ ചീത്തവിളിച്ചതിന് തല്ലുവാ ങ്ങുന്ന സദാനന്ദൻ!"

'കരിക്കുട്ടി' എന്ന് കുട്ടികൾ വിളിപ്പേരിട്ട സദു എന്റെ മനസ്സിലേക്ക് ഓടിക്കയറി. കറുത്ത കരുവാളിച്ച് പപ്രശ്ശ മുടിയും അഴുക്കുപിടിച്ച നിക്കറും അതിനൊത്ത കുപ്പായവുമായി ഒരശ്രീകരമെന്ന് ആരുടെ മനസ്സിലും സ്ഥാനം പിടിച്ച സദാനന്ദൻ!

ഇന്നവൻ സുഭഗനായിരിക്കുന്നു! ആർക്കും അറപ്പ് നല്കിയിരുന്ന കറുപ്പ് അവന്റെ ശരീരത്തിന് സവിശേഷതയാർന്ന ഒരഴക് നല്കിയിരി ക്കുന്നു! കറുത്ത കട്ടിമീശയും ഒത്ത പൊക്കവും വണ്ണവും ആരെയും ആകർഷിക്കുന്നവനാക്കി മാറ്റിയിരിക്കുന്നു!

ഒരെക്സിക്യൂട്ടീവിന്റെ വേഷം അസാമാന്യമായ ഒരു മാന്യതയാണ് അവന് നല്കിയത്.

"ഓ ഓർമ്മ വന്നു! ഓർമ്മ വന്നു... സദു; അല്ലേ? ആട്ടെ താനെവി ടെയാ? എന്തു ചെയ്യുന്നു?

"ഞാനിപ്പം ഹരിദ്വാറിലാ. അവിടെ ടൂറിസം വകുപ്പുമായി ബന്ധപ്പെട്ട കരാർ ജോലികൾ ഏറ്റെടുത്തു ജീവിക്കുന്നു. എന്റെ കമ്പനിയിൽ ഇരു പതോളം ജീവനക്കാരും പത്തെൺപതിലേറെ തൊഴിലാളികളുമുണ്ട്.

പത്താം ക്ലാസ് കഴിഞ്ഞ് നാട്ടിന്ന് പോയതാ. അവിടെ ഇരുപത് വർഷ മായി. നാട്ടിലേക്ക് ആദ്യമായി വരികയാ..."

"കുടുംബമൊക്കെ?"

"പത്തുവർഷം മുമ്പാ കല്യാണം നടന്നത്. യു പിക്കാരിയാ. അവി ടത്തെ ടൂറിസം ഡിപ്പാർട്ട്മെന്റിലെ ജീവനക്കാരിയാ. ആണും പെണ്ണുമായി രണ്ടു മക്കളുമായി."

സദുവിന്റെ അച്ഛൻ നാണുവേട്ടൻ മരിച്ചിട്ട് പത്ത് പതിനെട്ടുവർഷ ങ്ങളായി. ആത്മഹത്യയായിരുന്നു. അതിരുവിട്ട മദ്യപാനം ജീവിതത്തെ യാകെ തകർത്ത അയാൾക്ക് മറ്റൊരു പോംവഴിയുണ്ടായിരുന്നില്ല.

"നാട്ടിൽ ഒരനിയനേയുള്ളൂ. അവന്റെ സ്ഥിതി വ്യക്തമായറിയില്ല. അവന് എന്റെ സഹായം വേണമെങ്കിൽ അത് ചെയ്യണം. ജീവിച്ചിരിക്കുന്ന കാലത്ത് അച്ഛന്റെ പേരിൽ അല്പം മണ്ണുണ്ടായിരുന്നു. അതിൽ ഒരു വീടും ഉണ്ടായിരുന്നു. ഇപ്പോൾ അതവിടെയുണ്ടോ എന്നറിയില്ല. ഉണ്ടെ ങ്കിൽ എനിക്കൊന്നുംവേണ്ട. അതെല്ലാം അനിയന് കൊടുത്ത് വേഗം തിരി ച്ചുപോകും."

മനുഷ്യന്റെ നന്മയും തിന്മയും രൂപപ്പെടുത്തുന്നതിന് സാഹചര്യ ങ്ങൾക്ക് വലിയ പങ്കുണ്ട് എന്ന് സദാനന്ദന്റെ ജീവിതം സാക്ഷ്യപ്പെടു ത്തുന്നു.

"സാർ, ഞാൻ അടുത്ത സ്റ്റേഷനിൽ ഇറങ്ങും. അവിടെ എന്റെ ഒരു കൂട്ടുകാരനെ കാണേണ്ടതുണ്ട്. അതിനുശേഷം ഇന്ന് രാത്രിയോടെ നാട്ടിലെത്തും. ഇറങ്ങുന്നതിന് മുമ്പ് ഒരു വാക്ക്. എന്റെ ബാല്യകാലം ഓർക്കാൻ കൊള്ളാവുന്നതായിരുന്നില്ല.

എന്റെ കുടുംബ പശ്ചാത്തലം നിമിത്തം എന്റെ വാക്കും നോക്കും രീതികളും ആർക്കും ഇഷ്ടപ്പെടുമായിരുന്നില്ല.

എന്നാൽ എന്റെ ജീവിതത്തിൽ ഒരു വഴിത്തിരിവുണ്ടാക്കിയത് സാറിന്റെ എന്നോടുള്ള കരുതലും പ്രകടിപ്പിച്ച വാത്സല്യവുമാണ്. അതാണ് സാർ... അതുമാത്രമാണ് സാർ എന്നെ ഞാനാക്കുന്നതിൽ പ്രധാന പങ്കു വഹിച്ചത്.. ഓർക്കും സാർ... എന്നും."

സദാനന്ദന്റെ വാക്കുകൾ തിരയടങ്ങിയ തടാകത്തിലെ കൊച്ചോളങ്ങൾ കണക്കെ മനസ്സിനെ ചഞ്ചലമാക്കി.

തന്റെ അടുത്തിരുന്ന് മടിയിൽ വെച്ച എന്റെ രണ്ടു കൈകളും കൂട്ടിപ്പിടിച്ച് അയാൾ വീണ്ടും പറയാൻ തുടങ്ങി.

"നമ്മുടെ നാടിനു വേണ്ടിയും ചിലത് ചെയ്യണം. പഠിക്കാൻ പാങ്ങില്ലാത്ത സ്കൂൾ കുട്ടികൾക്കു വേണ്ടിയാവാം... ഇനി പഠിച്ച ആ സ്കൂളിനു വേണ്ടിയുമാവാം. എന്നെക്കൊണ്ടാവുന്നതു ചെയ്യും... ഞാനെന്റെ നമ്പർ തരുന്നുണ്ട്... എന്നെ വിളിക്കണം. സർ... ഏതാവശ്യത്തിനും കൂടെയുണ്ടാവും സാർ..!"

ഈ വാക്കുകളോടെ അയാൾ ഇറങ്ങിപ്പോയി. അയാൾ ടവ്വൽ കൊണ്ട് കണ്ണു തുടയ്ക്കുന്നതായികൂടി കണ്ടു!

താൻ പഠിപ്പിച്ചതും അയാൾ പഠിച്ചതുമായ വിദ്യാലയത്തിലെത്തി അവിടത്തെ പ്രധാന അദ്ധ്യാപകന്റെ കൈയിൽ അവിടെ സ്കൂളിന്റെ ക്ഷേമ പ്രവർത്തനങ്ങൾക്കായി രൂപീകരിച്ച പൂർവ്വ വിദ്യാർത്ഥി നിധിയിലേക്ക് ഒരു വൻ തുക സംഭാവന ചെയ്തതിനു ശേഷമാണ് അയാൾ തിരിച്ചുപോയതെന്നു പിന്നീടറിഞ്ഞു. ആറു സ്ഥാനമുള്ള വലിയൊരു തുക ഏറ്റുവാങ്ങുന്ന ചടങ്ങിൽ അയാൾ ഗദ്ഗദകണ്ഠനായി ഏതാനും വാക്കുകൾ ഉരിയാടിയത് സദസ്സിന്റെ കണ്ണു തുടപ്പിച്ചുവത്രെ!

കോവിഡ് 19 എന്ന സൂക്ഷ്മ വൈറസ് ഉലകം മുഴുവൻ തടവറയിലടയ്ക്കപ്പെട്ടപ്പോൾ നമ്മുടെ മക്കളുടെ വിദ്യാലയങ്ങൾക്കും അനിശ്ചിത കാലത്തേക്ക് താഴ് വീണു! വീട്ടിലിരുന്ന് പഠിക്കാം! വെർചൽ ക്ലാസുകൾ!

ടെലിവിഷൻ സെറ്റുകൾക്കു മുമ്പിൽ കുട്ടികൾ പഠനത്തിന് പുത്തൻ മാതൃക തീർക്കുന്നു! 'രാമായണം' സീരിയൽ വന്നപ്പോളെന്നതുപോലെ പൈങ്കിളി സീരിയലുകൾ ഉപേക്ഷിക്കുകയും ഓൺലൈൻ ക്ലാസുകളുടെ സമയ വിവരപ്പട്ടിക ഹൃദിസ്ഥമാക്കി മക്കളോടൊപ്പം ഞങ്ങളുമുണ്ട് എന്ന് പ്രഖ്യാപിച്ച് അമ്മമാരും ടി വിക്കു മുമ്പിൽ നിരന്നിരുന്നു!

അപ്പോഴാണ് ബ്രാഞ്ചു സെക്രട്ടറി സമീപിക്കുന്നത്. "മാഷേ, നമ്മുടെ പ്രദേശത്ത് അഞ്ചു വീട്ടിൽ ടി വിയില്ല... എന്തു ചെയ്യും?"

“സാരമില്ല... വഴിയുണ്ടാക്കാം.”

മനസ്സിലേക്ക് ഹരിദ്വാറുകാരൻ സദാനന്ദൻ ഓടിക്കയറി! ഫോൺ നമ്പർ തപ്പിയെടുത്തു. അങ്ങേത്തലയ്ക്കൽ വിനയാന്വിതനായ ശിഷ്യന്റെ ശബ്ദം. കുശലാന്വേഷണത്തിനുശേഷം വിളിച്ചതിന്റെ ഉദ്ദേശ്യം അറിയിച്ചപ്പോൾ ഇതൊരു നിസ്സാര കാര്യമല്ലേ, ഇതിലും വലുതൊന്നും ആവശ്യപ്പെടാനില്ലേ എന്ന മറുവാക്ക്. ഇപ്പോൾ തന്നെ പണമയക്കുന്നു... അക്കൗണ്ട് നമ്പററിയിക്കൂ എന്ന് വീണ്ടും. ഇതുപോലുള്ള ഏത് ആവശ്യവും എത്ര വലുതായാലും ചെയ്തുതരാൻ എപ്പോഴും സന്നദ്ധം എന്നും, പറയാൻ മടിച്ചേക്കല്ലേ എന്ന അഭ്യർത്ഥനയും!

പിറ്റേദിവസം ടെലിവിഷനുകൾ മുമ്പിലെത്തി. അഞ്ചു കുടുംബങ്ങളിലെ പത്തു കുരുന്നുകളുടെ പഠനം ഈ അടച്ചുപൂട്ടലിന്റെ കാലത്തും അവിഘ്നം നടക്കുന്നു എന്ന സംതൃപ്തി തനിക്കു മാത്രമല്ല പ്രദേശത്തെ സഖാക്കൾക്കും! ലക്ഷങ്ങളുടെ ജീവനെടുക്കുന്ന മഹാമാരിയുടെ കാലം നന്മപൂക്കുന്ന മരങ്ങൾ പരത്തുന്ന സുഗന്ധം നിറഞ്ഞ അന്തരീക്ഷത്തിന്റെ കാലം കൂടിയാണെന്ന് സഖാക്കളെ ഓർമ്മിപ്പിക്കാനും മറന്നില്ല!

മണിയോർഡർ

"മോളേ.... വന്നതാരാന്ന് നോക്ക്യേ?"

"മ്മേ... മ്മേ.... പോസ്റ്റ് മാമനാ.."

"പെരുവാണിയത്ത് പങ്കജയ്ക്ക് ഒരു മണിയോഡർ ഇണ്ട്:..... ഒപ്പിട്ടു തന്നാട്ടെ."

"ആരാ അയച്ചിന്?.... കോയമ്പത്തൂരുള്ള ചന്ദ്രാട്ടനാ?"

"ഒര് കുഞ്ഞപ്പ നായരാ... അയച്ചതായി കാണുന്നേ."

"ചന്ദ്രാട്ടന്റെ ലക്ഷ്മ്യേച്ചീന്റെ ഏട്ടന്റെ പേര് കുഞ്ഞപ്പാന്നാ... ഓറിപ്പം കോയമ്പത്തൂരെ കമ്പനീല് ചന്ദ്രാട്ടന്റെ കൂട്യാ.... ഏട്ടൻ ഓറെ ഏല്പിച്ച താരിക്കും."

....

"ഇദാ, ദിരിക്കട്ടെ... ഒരുറുപ്യണ്ട്... നടന്ന് തളന്ന് ബന്നതല്ലേ?"

"അയ്യാള് പോയോ... മ്മേ.... ന്റെ, പുള്ള്യടുപ്പ് നെറെല്ലം പോയി ആടേം ഈടേം കീറിന്. ക്ലാസിലെ അടുത്തിരിക്കുന്ന സുലൂട്ടിന്റെ ഉടുപ്പിന്... ന്ത് ഭംഗ്യാ! ഓളെ അച്ഛൻ ബാങ്ങിക്കൊടുത്തതാത്രേ!.... അനക്കങ്ങനത്തെ അച്ഛൻ ഇല്ല്യാലോ!"

"........ മോള് സങ്കടപ്പെടണ്ട... ഇക്കൊല്ലത്തെ ഓണം ബരട്ടെ.... നല്ല ഉടുപ്പ് അമ്മ ബാങ്ങിത്തര്ന്ന്ണ്ട്."

....

"ഓയ്... ഈടാര്യാരൂല്ലേ?...."

"ണ്ടല്ലോ... ങ്ങളാരാ?.... കാക്കിണ്ടല്ലോ?... പൊലീസാ?"

"പൊലീസും പട്ടാളോന്ന്വല്ല... പോസ്റ്റ്മാനാ..."

"ന്താപ്പാ... കത്തും കമ്പീങ്ങാനുണ്ടോ? അയിന്.... ഞാക്കാരാപ്പാ??... കത്തയക്കാൻ?"

"ഇങ്ങളെ പേരെന്നാ? ഈടത്തെ ആണുങ്ങളായാലും മതി."

"അന്റെ പേര് ജാനൂന്ന്... അന്റോറ കുണ്ടൻ ന്നാ... പറയ്യാ..."

"ഓറ് പണിക്ക് പോയിന്... ഞാക്ക് രണ്ട് പെങ്കുട്ട്യാളാ... പിള്ളറെ മങ്ങലെല്ലം കയ്ഞ്ഞ്... എല്ലം പുരവന്റടുത്താ."

"ആരായി കാട്ടിപ്പറമ്പില് കുഞ്ഞപ്പനായര്?"

"ഓ... ഓ... കുഞ്ഞപ്പ സ്വാമി...! ഒറക്കൻ സാമീന്ന് ബിളിക്കും... ആരാപ്പാ... ഈ പണീംതൊരോം ല്ലാണ്ട്.... യേതു നേരോം പൊക്ക്ണോം തൂക്കി നട്ക്ക്ന്ന ഇയാക്ക് കത്തയക്കാൻ? ആക്കെല്ലാം പിരാന്തായിപ്പോയോ?..."

"കത്തല്ല... നോട്ടീസാ... കോടതി നോട്ടീസ്! രയിസ്റ്റര് നോട്ടീസാ..."

"ഈയ്യന്റപ്പാ... കോടതിക്കേസോ? ഇയാള് എട്യെങ്കിലും പോയി... കക്വാനോ ബാവ്വാനോ ബല്ലോം പോയോ?... അയാക്ക് ആര്യേങ്കിലും കൊല്ലാമ്പറ്റൂന്ന് തോന്ന്ന്നില്ല.... അത്രയ്ക്ക് ബെറും പേടിത്തൂറിയാ.."

"അതൊന്നും അല്ല... സാക്ഷിയായി റ്റാ... കോടതീപ്പോയിറ്റ് സാക്ഷി പറയണം... ഈടയ്യ ടുത്തൊരു കുഞ്ഞിക്കേളു നായരില്ലേ? അയാൾടെ പേരിലുള്ള ഒരു കല്യാണക്കേസിന് സാക്ഷി പറയാനാ കുഞ്ഞപ്പ സാമിക്ക് കോടതി നോട്ടീസ്..."

"ഓ... ഹോ... പ്പം തിരിഞ്ഞി... കുഞ്ഞിക്കേളു നായരെ നല്ലോണം അറിയ്യാ... ആരാ... ജാമട്ട്രേരി.... പ്പം; രണ്ടാമത്തെ ഓളാ... ഓറെ കൂടെ.. ആദ്യത്തെ ഓള ഓറ് ഒയ്ച്ചളഞ്ഞി... പൊടോറി കയ്ച്ച് കൊണ്ടേ രുമ്പം... ന്തൊരു... ചൊങ്കേരുന്നപ്പാ..! അയിനു തക്കത്തെ മോളും...! സുന്ദരിക്കട്ടെ! അയിനയല്ലേ ആ ബട്ക്കൂസ് ബേണ്ടാന്ന് ബെച്ചേ:?.... ഒരിക്കോം കൊണം പിടിക്കൂല ആ ചെയ്ത്താന്..! ബർത്താനം പറഞ്ഞാ ന്റെ പണി നടക്കൂല. ങ്ങള് പോയിക്കോളി... ഈട്ന്ന്... അക്കാണ്ന്ന പോരേം കയ്ഞ്ഞ് രണ്ട് കണ്ടിപ്പറമ്പും കടന്നാ ഒറക്കൻ സാമീന്റെ ബീടായി..."

"ആടെ ഇണ്ടാവ്വോ എന്തോ..?"

****

"ഞ്ഞി, ന്താ... മാതൂട്ട്യേ.... നേരം ബൈയേ്യ...? കൂഞ്ഞുമ്പോച്ചനിപ്പം മ്മളെ കാണുമ്പം കൂട്ടം തൊടങ്ങും... ഇന്നലെ പറിച്ച ഞാറ് ഇന്ന് വയ്യു മ്പളക്കും നട്ട് തീർക്കണംന്ന്... ന്നലെ വയ്യിന്നേരം ഏല്പിച്ചതല്ലേ?"

"എന്ത്ന്ന് ചെയ്യാനാ ജാമ്പേടത്തി? കുട്ട്യളച്ചന്... ന്നലെ പണിം കേരി ബന്നേരം തൊടങ്ങീന് കൊരോം പനീം.... മോന്തിക്ക് ഒരുപോള കണ്ണടച്ചി ല്ല... കൊറച്ചേസായി, തൊരളപിടിച്ചിറ്റ്... തീരെ ചെർദീക്കുല്ല... രാവിലെ നോക്കുമ്പം മൂടിപ്പൊതച്ച് കിടന്നിന്... കുരുമൊളാം ചുക്കും തൊളസി യേലേം ചേർത്ത് കശായം ബെച്ച് കുടിപ്പിച്ചി... പിള്ള റെ എയ്ത്തള്ളി ലാക്കാൻ പിന്നേം ബേണ്ടേ നേരം?.... ല്ലാം കൂടി ബൈയി... ബേം... പൂവ്വാ... അയാളെ ബായിലിള്ളത് കേക്കണ്ട.."

"ഞ്ഞി... അപ്പോന്നാള കണ്ടാ...?" "അതാരപ്പാ... മ്മളെ ഒറക്കൻ സാമി യല്ലേ? ഇന്നെന്താ പൊക്ക്ണം... കാണാത്തെ? ഉടുത്തതും കൊറച്ച് ബെളു ത്തിറ്റണ്ടല്ലാ...! ന്താ... പറ്റ്യേ?"

"ഒന്നും പറ്റീറ്റില്ല.. മൂപ്പറ് കോടതീലേക്കാ സാക്ഷി പറയാൻ..."

"ആരിക്കാ സാക്ഷി പറേണ്ട്?"

"ഉമ്മളെ കുഞ്ഞിക്കേളു നായർക്ക്... അയാക്ക് കോടതിൽകേസാ.. ആദ്യത്തെ ഓള് കൊടുത്ത കേസ്!... ഇനിക്കോർമ്മേയില്ലേ... പങ്കജേന.... പളുങ്ക് പോലത്തെ ചെങ്കത്തിപ്പെണ്ണ്!... തങ്കക്കുടംപോലത്തെ മോളെ പെറ്റേരത്തല്ലെ... ആ കള്ളൻ നായര് ഓള ബേണ്ടാന്ന് പറഞ്ഞ് എറക്കി ബിട്ടേ...? കാളി ബിളിച്ച് ഓള് എറങ്ങിപ്പോന്നത് ഓർമ്മിക്കുമ്പം നെഞ്ഞര ക്കണ്ടം കത്ത്ന്ന്... ഓള് കൊടുത്ത കേസാ... ഓക്കും മോക്കും ചെല വിന് കിട്ടണം... ന്ന്!"

"ആ നായര് ദുഷ്ടനാ... ദുഷ്ടൻ!.... ന്തെല്ലാം പോക്രിത്തരങ്ങളാ അയാള് കാണിച്ച് കൂട്ട്യത്?"

"ഇനിക്ക് കേക്കണോ.... ന്റെ... കുഞ്ഞിമ്മാ തൂ...? ഈ നായർക്ക് ഒര് എളേ പെങ്ങളുണ്ടേനും ചിരുതൈ... ഓക്കരേന്തുണ്ടേനും.... അതോണ്ട് പൊടോറി കയ്ക്കാൻ ആരും ബന്നില്ല... കൂടെപ്പെറന്ന ഒറ്റപ്പെങ്ങളല്ലേന്ന് ഒര് ബി ചാരോം.... ഈ അസത്തിനുണ്ടായിരുന്നില്ല. ഒര് കാരണോം ല്ലാണ്ട് അക്കുട്ടീന ഈ കണ്ണും മൂക്കും ല്ലാത്തോൻ... അടിച്ചു പുല്ലാക്കും! ഈ എമകാലന്റെ അടീം ചബ്ട്ടും... കിട്ടിക്കിട്ടി... ആ പെണ്ണ് ചോര തുപ്പിച്ചത്ത്! അയ്ന്റെ സ്വത്തും പണ്ടോം ഈ മൂർഖൻ കൊണ്ടോയ്...!"

"ഇക്കേളുന്റെ അച്ചനും... കൊറഞ്ഞ കൂട്ടത്തിലായിരുന്നില്ലാന്ന് പൊരേലുള്ളോറ് പറേന്ന കേട്ടിറ്റിണ്ട്... കുഞ്ഞാണൻ നായര്ന്നാ അയാൾടെ പേര്... അധികാരി കൈക്കോറെ മേനോൻ..! തൊള്ളായിര ത്തിനാൽ പതിൽ ബെള്ളക്കാർക്കെതിരെ സമരം ചെയ്ത കൂട്ടർക്കെതി രെ.... ഇയാളാ കള്ള സാക്ഷി പറഞ്ഞേ... കൊറേയാള് ജേലിൽ പോയി..! ജന്മിക്കൈക്കോറെ സ്വന്തം ആളേനും പോലും! കൂടിയാന്മാറ തല്ലാനും കൊല്ലാനും കൂട്ട് നിന്നിട്ട്ണ്ട് പോലും!.... അയാളെ മോനാവുമ്പം അയിന്റെ ദെമ്മ്... കാണിക്കാണ്ടിരിക്ക്യോ?"

"എന്തിനാ തോരം പറേന്ന്!.... അടിയന്തരാവസ്ത ബന്നേരം... ഇക്കു ഞ്ഞിക്കേളു നായര്... കോങ്ക്രസ്സായി!"

നാട്ട്വാറ പൊലീസിൽ പിടിപ്പിച്ച് കേസാക്കുന്ന ആളേനും; അന്നേരം..! പൊറുതി മുട്ട്യപ്പം ആരാണ്ടോ ഇര്ട്ടത്ത് നല്ലോണം ചാമ്പിക്കൊടുത്ത്..! പൊലീസാർ പിടിച്ചോണ്ടോയിത്ര... സഖാക്കളെയാ... ലോക്കപ്പിലിട്ട് എല്ല് ബെള്ളാക്ക്യോ? ആര്യല്ലം പേരിലാ... കള്ളക്കേസ്?... ഉമ്മളെ നാട്ടിലെ പാർട്ടി നേതാക്കള് കുഞ്ഞാണൻ മാഷും കുമാരൻ മാഷും ചിണ്ടോട്ടിയേ ട്ടനും ദാമോരനും ഒരു കൊല്ലല്ലേ... ജേലിൽകിടന്നേ..?"

"ന്റെ... കുഞ്ഞിമ്മാതൂ... ഇതെല്ലം: ന്തിനാ.. അന്നോട് ബിസ്തരി ക്ക്ന്ന്..! അനക്കറിഞ്ഞൂടെ അന്റെ തീയ്യന്റെ കാര്യം? ഓർക്കിപ്പം ചെവി കേക്ക് ന്നില്ലാലോ... ഇന്നായര് കൊടുത്ത കേസില് പിടിച്ചോണ്ടോയി.. നല്ലോണം തക്കരിച്ച്... പാതി ജീവനായി റ്റല്ലേ മ്മള്.. കണ്ടേ?... പോതോ ണ്ടേനോ?.... ദർസറെക്കൊണ്ട് നോക്കീറ്റ് മാറായിറ്റ്.. അച്ചുബൈശറെ അരിഷ്ടോം കഷായോം... എത്ര കാലാ... കുടിച്ചിന്..?"

"ഇനീപ്പം ഇക്കേസിന്റെ ഗതീം... ന്താവൂ ന്നാ? ഏപ്പും തുളുപ്പും ണ്ടാവ്വോ....? എന്തെങ്കിലും കെണി ഒപ്പിച്ച് ഇയാള് തലയൂരും... അയിനായിറ്റാ... ഒറക്കൻ സാമീനെ സാക്ഷീന്നും പറഞ്ഞ് കോടതീൽ കൊണ്ടോന്ന്.. രണ്ട് മൂന്നീസായി... നായരും സ്വാമിയും പോക്കും വരവും ഒപ്പരാന്നന്യാ പറേന്ന്. പാവം പങ്കജ! ഗെതി പിടിക്കൂല ആ ദ്രോഹി നായര്..!"

"കുഞ്ഞിമ്മാത്യോ... കിസ്സ പറഞ്ഞ്... കിസ്സ പറഞ്ഞ് ഉമ്മള് കണ്ടത്തിലെത്തി..."

"....ഉയ്യന്റപ്പാ... കുഞ്ഞമ്പോച്ചൻ ബരമ്പത്തന്നെ.... ണ്ട്! നല്ല കോളായി! ഞ്ഞി... നോക്ക്യാ!... ദെച്ചൂം... ചിരുത്തയ്യും മാണിക്കേം, കല്ലൂം.. നടവാൻ തുടങ്ങി...

മിന്നം മിന്നം ബന്ന ചാരക്കെന്താ ഉശാറ്..? ബാ... ബാ.. അച്ചാലും മുച്ചാലും നടക്കാണ്ട് കണ്ടത്തിലിറങ്ങിക്കാ..."

****

"ഹരജിക്കാരുണ്ടോ....? ഹരജിക്കാരുണ്ടോ...?"

"...................."

"പങ്കജ... മകൾ സുമംഗല... അന്യായക്കാർ സാക്ഷിക്കൂടിനടുത്ത് നിക്കാ..."

"എതൃകക്ഷി... കുഞ്ഞിക്കേളു നായർ... പ്രതിക്കൂട്ടിൽ കേറി നിക്കാ.."

"യുവർ ഓണർ. എതൃകക്ഷിക്കു വേണ്ടി കുഞ്ഞപ്പ നായരെ സാക്ഷിയായി വിസ്തരിക്കാൻ അനുവാദമുണ്ടാകണം."

"യെസ് പ്രൊസീഡ്."

"കാട്ടിപ്പറമ്പത്ത് കുഞ്ഞപ്പ നായർ സാക്ഷിക്കൂട്ടിൽ കേറി നിക്കാ..."

"സത്യം പറയും."

"ഓ... സത്യം പറയും."

"കുഞ്ഞപ്പ നായർക്ക് വയസ്സെത്രയായി?"

"ഓ.. അറുവത്തെട്ട്..."

"എന്താ, ജോലി?"

"ഓ... പളനിയാണ്ടവന്റെ സാമ്യാ... ല്ലാ.. ക്കൊല്ലോം ആയിരത്തൊന്ന് കുടി കേറി...പളനിമല കേറും.. ആണ്ടവാ!"

...... സൊബ്രഹ്മണ്യസ്സാമിയേ!.... കാത്തോളണേ...!'

ഇത് കോടതിയാ... പളനിമലയല്ല... ചോദിച്ചേന് ഉത്തരം പറഞ്ഞാൽ മതി."

"ഓ..."

"കല്യാണം കഴിച്ചതാണോ?"

"ഓ... പണ്ടൊന്നും... അങ്ങനൊരു.. ബാഗ്യം... ണ്ടായില്ലേ.... ന്നാ.... കൊല്ലം രണ്ടായിറ്റ്.... ഒര്ത്തീന... കൂട കൂട്ടിറ്റ്ണ്ട്..!"

"ന്താ... അവരുടെ പേര്?"

"പങ്കജ...!"

"അവർ ഇപ്പോൾ എവിടെയുണ്ട്?"

"എന്റോള്:... ഇക്കോടതീല്ണ്ട്..."

"പറയൂ... ചൂണ്ടിക്കാണിക്കൂ... അവരാരാണെന്ന്?"

"അതാ... അബ്ളാ... എന്റോള്... പങ്കജ.."

"ന്റെ:... മുച്ചിലോട്ടമ്മേ... ന്തായി കേക്ക് ന്നേ?"

"ലേഡീ അഡ്വക്കറ്റ്സ്, വീണുകിടക്കുന്ന ആ സ്ത്രീ... ബോധം പോയെന്നു തോന്നുന്നു! അവർക്ക് വേണ്ട സഹായം ചെയ്യണം അറ്റന്റർ... ആവശ്യമാണെങ്കിൽ അവർക്ക് ഡോക്ടറുടെ സേവനം നല്കണം."

"ഈ കേസ് ഇനി ഉച്ചയ്ക്കു ശേഷം എടുക്കുന്നതാണ്."

****

"യെസ്, വിചാരണ തുടരാം."

"പങ്കജ നിങ്ങളുടെ ഭാര്യയാണെന്നതിന് എന്തെങ്കിലും തെളിവുണ്ടോ... മിസ്റ്റർ നായർ?"

"ങ്ങളെന്തായി പ്പറേന്ന്..! ഞാനെല്ലാ മാസോം... ഓൾക്ക് ചെലവിന് പണം അയക്ക്ന്ന്ണ്ട്... കയിഞ്ഞ മാസോം... അയച്ചിന്..."

"ഇങ്ങനെ പണമയച്ചതിന്... ന്താ തെളിവ്?"

"നോക്കട്ട... നോക്കട്ടെ.... കിശേൽ... നോക്കട്ടെ... ആ... ഇത... കിട്ടിപ്പോയി..! കയ്ഞ്ഞ മാസം അഞ്ചലാപ്പീസീ...പ്പോയി... ഉർപ്പ്യ അയച്ചേ ന്റെ... രശീത്യാ... ഇത്..!"

"യുവർ ഓണർ, ഈ മണിയോർഡർ റസീറ്റ് കോടതിയുടെ മേശപ്പുറത്ത് വെക്കുന്നു... ഇതിൽ പങ്കജയുടെ ഒപ്പ് കാണ്ന്ന്ണ്ട്.... കുഞ്ഞപ്പ നായരുടെ വിസ്താരം ഞാനിവിടെ അവസാനിപ്പിക്കുന്നു... ശ്രീമതി പങ്കജയ്ക്ക് അസുഖമൊന്നുമില്ലെങ്കിൽ അവരെ വിസ്തരിക്കാൻ അനുവാദമുണ്ടാകണം."

"അന്യായക്കാരിയുടെ ക്ഷീണം മാറിയോ? എങ്കിൽ വിസ്താരക്കൂട്ടിൽ കേറി നില്ക്കാൻ പറയൂ... പ്രതിഭാഗം വക്കിലിന് വിസ്താരം തുടരാം.."

"മിസ്സിസ് പങ്കജ... ഈ മണിഓർഡർ റസീറ്റിൽ കാണുന്ന ഒപ്പ്.. നിങ്ങളുടേതല്ലേ...? "......"

"ഇത് കോടതിയാണ്. ചോദ്യത്തിന് ഉത്തരം പറയണം... ഈ ഒപ്പ് നിങ്ങളുടേതല്ലേ...?"

".....അ... തേ..."

"യുവർ ഓണർ എന്റെ വിസ്താരം അവസാനിപ്പിക്കുന്നു."

"അന്യായക്കാരിയുടെ വക്കീലിന് എന്തെങ്കിലും പറയാനുണ്ടോ...?"

"നോ... സർ."

"ഈ കേസിന്റെ വാദം ജൂൺ 15 ന് കേൾക്കുന്നതും തുടർന്ന് ജൂൺ മാസം 30 ന് വിധി പറയുന്നതുമായിരിക്കും."

****

"ഹരജിക്കാരുണ്ടോ? ഹരജിക്കാരുണ്ടോ...?"

....

"പങ്കജ, മകൾ സുമംഗല.... എതൃകക്ഷി കുഞ്ഞിക്കേളു നായർ.... കൂട്ടിൽ കേറി നില്ക്കു..."

....

"ശ്രീമതി പങ്കജയും മകളും അന്യായക്കാരികളായ ഈ കേസിൽ എതൃകക്ഷിയായ കുഞ്ഞിക്കേളുനായർക്കെതിരെ സംരക്ഷണച്ചെലവ് ആവശ്യപ്പെട്ടതിനുമേലെ നടന്ന വിസ്താരം സശ്രദ്ധം വിശകലനം ചെയ്തതിൽ ഈ കോടതി വ്യക്തമായ ചില നിഗമനങ്ങളിൽ എത്തിയിട്ടുണ്ട്. അവ താഴെക്കൊടുക്കുകയും അതിന്റെ അടിസ്ഥാനത്തിൽ ഈ കോടതി അന്യായം സംബന്ധിച്ച തീരുമാനം ഉണ്ടാക്കുകയും ചെയ്യുന്നു

1. ഒമ്പത് വർഷങ്ങൾക്കു മുമ്പ് കുഞ്ഞിക്കേളു നായർ ശ്രീമതി പങ്കജയെ വിവാഹം ചെയ്തു എന്നത് വസ്തുതയാണ്. ആ ബന്ധത്തിൽ പിറന്ന മകളാണ് സുമംഗല എന്നതും ഈ കോടതി അംഗീകരിക്കുന്നു
2. എന്നാൽ ആറു വർഷമായി കുഞ്ഞിക്കേളു നായരും പങ്കജയും അകന്ന് കഴിയുകയാണ്. ഭാര്യ ഭർത്താക്കന്മാർ എന്ന നിലയിലുള്ള ഒരുജീവിതം അവർക്കിടയിലില്ല. മകൾ സുമംഗല അമ്മയോടൊപ്പമാണ്. അച്ഛനോടൊത്ത് ജീവിക്കാൻ ഇഷ്ടമില്ലെന്നും, അമ്മയോടൊത്ത് ജീവിക്കാനാണ് ഇഷ്ടമെന്നും മകൾ ഈ കോടതിയിൽ പറഞ്ഞിട്ടുണ്ട്. ഈ സാഹചര്യത്തിൽ അമ്മയെയും മകളെയും വേർപെടുത്താൻ ഈ കോടതി ആഗ്രഹിക്കുന്നില്ല.
3. എന്നാൽ പങ്കജ രണ്ടുവർഷമായി കുഞ്ഞപ്പ നായരുടെ സംരക്ഷണയിലാണെന്ന് ഇവിടെ നടന്ന സാക്ഷി വിചാരണയിൽ ബോദ്ധ്യപ്പെടുന്നു. ഇത് ഉപോൽബലകമായി കുഞ്ഞപ്പ നായരുടെ മണിയോർഡറും അത് സ്വീകരിച്ചിട്ടുണ്ടെന്ന് വ്യക്തമാക്കുന്ന പങ്കജയുടെ വെളിപ്പെടുത്തലും കോടതി മനസ്സിലാക്കുന്നു. കുഞ്ഞപ്പനായരുടെ പണം മറ്റൊരു രീതിയിലും പങ്കജ വാങ്ങേണ്ട ആവശ്യമുള്ളതായി കാണുന്നില്ല.
4. ഈ കേസിന്റെ വാഗ്വാദം നടക്കുന്ന സമയത്ത് കുഞ്ഞപ്പ നായരുടെ സാക്ഷി എന്ന നിലയിലുള്ള വിശ്വാസ്യതയെ സംബന്ധിച്ച് അന്യായക്കാരിയുടെ വക്കീൽ എതൃക്കുകയുണ്ടായി. നാട്ടിൽ വീടുകൾ തോറും കയറി യാചക വേഷം ധരിച്ച് ആളുകളുടെ ദയാദാക്ഷിണ്യംകൊണ്ട് ജീവിക്കുന്ന ഇയാൾ പീടികക്കോലായയിലും മറ്റുമാണ് കിടന്നുറങ്ങുന്നതെന്നാണ് വാദിച്ചത്. ഇയാൾക്ക് ഒരു പെണ്ണിനെ എങ്ങനെ പൊറുപ്പിക്കാനാകും എന്നും വക്കീൽ ചോദിക്കുകയുണ്ടായി. മണിയോർഡർ അയക്കാൻ മാത്രം പണം എങ്ങനെയുണ്ടായി എന്നും ചോദ്യമുയർന്നു. ശ്രീമതി പങ്കജയുടെ ചെലവിന് കിട്ടാനുള്ള അന്യായത്തിൽ നിന്ന് തലയൂരാൻ കുഞ്ഞിക്കേളുനായർ വേഷം കെട്ടിച്ചു കൊണ്ടുവന്നതാണ് ഇയാളെ എന്നും അന്യായക്കാരിയുടെ വക്കീൽ പ്രസ്താവിക്കുകയുണ്ടായി. എന്നാൽ

കുഞ്ഞപ്പ നായർ കള്ളസാക്ഷി പറഞ്ഞതാണ് എന്ന വാദം ഈ കോടതി തള്ളിക്കളയുന്നു. ഇയാൾ അയച്ച മണിയോർഡർ താൻ സ്വീകരിച്ചു എന്ന് ശ്രീമതി പങ്കജ ഈ കോടതിയിൽ സമ്മതിച്ച സാഹചര്യത്തിൽ സാക്ഷിയെ അവിശ്വസിക്കേണ്ടതായിട്ടില്ല എന്ന് ന്യായമായും ബോദ്ധ്യപ്പെട്ടിട്ടുണ്ട്.

5. കുഞ്ഞിക്കേളു നായർക്ക് ഇപ്പോൾ മറ്റൊരു ഭാര്യയും രണ്ടു കുട്ടികളുമുണ്ട്. അവരുടെ സമ്പൂർണ്ണ സംരക്ഷണം ഇയാളുടെ ചുമതലയിലുമാണ്. ആദ്യഭാര്യ പങ്കജയ്ക്കാവട്ടെ കുഞ്ഞപ്പ നായരുടെ സംരക്ഷണം ലഭിക്കുന്നതായി ഈ കോടതിക്ക് ബോദ്ധ്യപ്പെട്ടിരിക്കുന്നു. ഈ സാഹചര്യത്തിൽ ടിയാരിക്ക് കുഞ്ഞിക്കേളു നായർ സംരക്ഷണച്ചെലവ് നല്കണമെന്ന ആവശ്യം കോടതി അംഗീകരിക്കുന്നില്ല.

6. എന്നാൽ കേളു നായരുടെ മകളായ സുമംഗല പ്രായപൂർത്തിയാവാത്ത ഒരു പെൺകുട്ടിയാണ്. ഇപ്പോൾ പങ്കജയോടൊപ്പം താമസിക്കുന്ന കുട്ടിക്ക് ഭക്ഷണം, വസ്ത്രം, വിദ്യാഭ്യാസം, ചികിത്സ എന്നിവ ലഭിക്കേണ്ടതുണ്ട്. ഇതിനുള്ള ചെലവുകൾ വഹിക്കേണ്ടത് പിതാവായ കുഞ്ഞിക്കേളു നായരുടെ ബാദ്ധ്യതയാണ്. ആയതിനാൽ കുട്ടിയുടെ ചെലവിനായി വിവാഹം കഴിയുന്നതുവരെ പ്രതിമാസം 400 രൂപ കുഞ്ഞിക്കേളു നായർ അയച്ചു കൊടുക്കേണ്ടതാണ്.

7. ഈ വിധി അനുസരിച്ച് ഈ അന്യായം ഇവിടെ അവസാനിപ്പിച്ചിരിക്കുന്നു.

ഇതോടുകൂടി കോടതി ഇന്നത്തേക്ക് പിരിയുന്നു.

തടവറകൾ

ആ വലിയ വീടിന്റെ വിശാലമായ പൂമുഖത്ത് സെറ്റിയും, തുണി കൊണ്ടു പൊതിഞ്ഞ ഇരിപ്പിടങ്ങളും ധാരാളമുണ്ടെങ്കിലും നാരായണൻ നമ്പ്യാരുടെ, മണിക്കൂറുകൾ നീണ്ട ഇരിപ്പ് മുറ്റത്ത് നിന്ന് കോലായിലേക്കുള്ള ചവിട്ടു പടിയിലാണ്. ഇടതു കൈ കോലായിലൂന്നി ഇരുകാലുകളും പിണച്ച് മുറ്റത്തേക്ക് നീട്ടി ദേഹം അല്പമൊന്ന് പൂമുഖത്തേക്ക് ചാഞ്ഞാണ് ആ ചിന്താധനന്റെ ഇരിപ്പ്.

അരികത്ത് തന്റെ പതിവു ചായ തണുത്തു മരവിച്ച് പിണങ്ങിയിരിപ്പുണ്ട്! വിലാസിനി ടീച്ചർ അടുത്ത് വന്ന് 'ഇരുത്തം മതിയാക്കാറായില്ലേ? ചായ തണുത്തല്ലോ? എഴുന്നേല്ക്കരുതോ? കുളിക്കുന്നില്ലേ?' എന്നെല്ലാം ചോദിച്ചു. ടീച്ചർ മൂന്ന് ദിവസമായി അവധിയിലാണ്! രണ്ടുപേരും മകളെയും കൂട്ടി ബാംഗ്ലൂരിൽനിന്ന് രാവിലെയാണെത്തിയത്.

സായ്പ് ഭരിക്കുന്ന കാലത്ത് ഇഷ്ടമില്ലാത്തവർക്ക് ഏർപ്പെടുത്തിയ കരുതൽ തടങ്കൽ, സ്വതന്ത്ര ഭരണകർത്താക്കൾ തുടർന്നത്, നമ്പ്യാർ മകൾക്കുമേർപ്പെടുത്തിയിരിക്കയാണ്!

അവൾ അകലെ മുറിയിലുണ്ട്. കിടപ്പാണ്! ഭക്ഷണപാനീയങ്ങളോട് അവൾ സഹകരിച്ചിട്ടില്ല! അവളെക്കാണാൻ ഒരു കൂട്ടർ വരുന്നുണ്ട് എന്ന ന്യായം പറഞ്ഞാണ് കൂട്ടിക്കൊണ്ടുവന്നത്!

ബാംഗ്ലൂരിലുള്ള ബന്ധുവാണ് അവിടെ നിർത്തുന്നത് അപകടകരമാണ് എന്നറിയിച്ചത്! ഒരു ക്രിസ്ത്യാനിച്ചെക്കനുമായി അവൾ ഒരു ചുറ്റിക്കളി തുടങ്ങിയിട്ടുണ്ടത്രെ! പാർക്കിലും റസ്റ്റോറന്റിലും അവനോടൊത്ത് പലവട്ടം ഉല്ലസിച്ച് കറങ്ങി നടക്കുന്നത് അയാളുടെ ശ്രദ്ധയിൽപ്പെട്ടത്രെ!

വീട്ടിലെത്തി മനസ്സൊന്ന് മയപ്പെടുത്തി അവളോട് രണ്ടുപേരും സംസാരം തുടങ്ങി. "നീലിമേ, നിന്നെ വിവാഹം ചെയ്തയക്കാൻ ഞങ്ങൾ തീരുമാനിച്ചു."

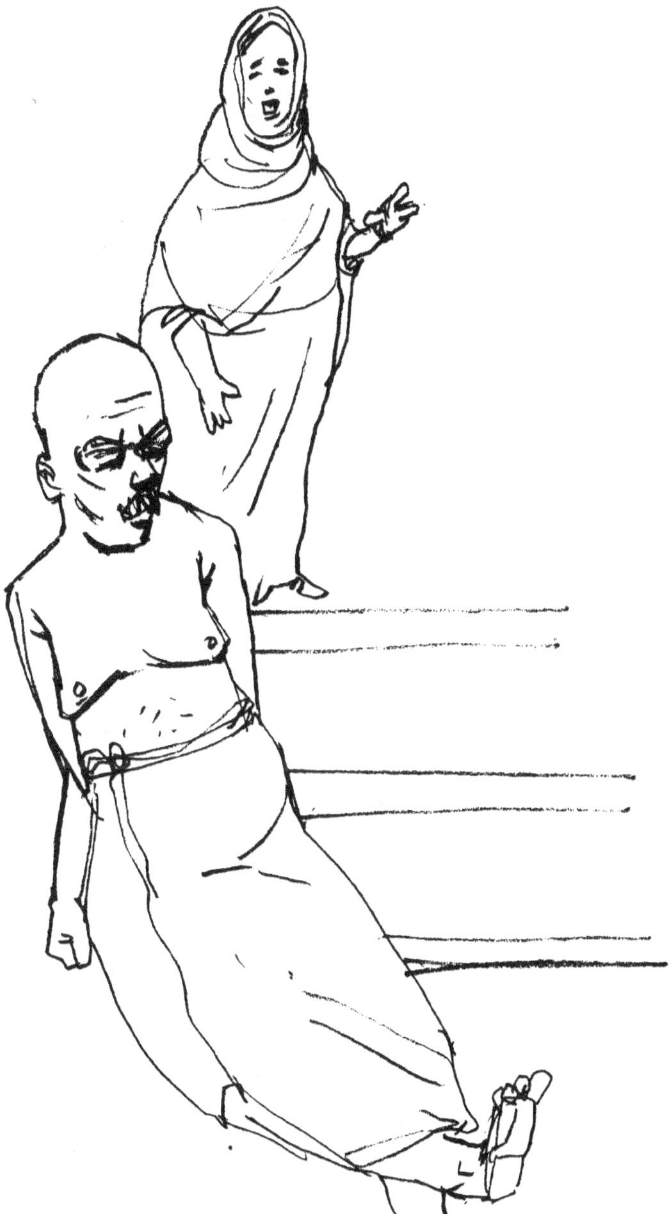

"...................."

വീണ്ടും ഉയർന്ന ചോദ്യത്തിനാണ് അവൾ മൗനത്തിന്റെ വാല്മീകം ഉപേക്ഷിച്ചത്.

"എനിക്കിപ്പോൾ വിവാഹം വേണ്ട."

"ഉം, അതെന്താ വിവാഹം വേണ്ടാത്തത്."

"................" മൗനപടം വീണ്ടും അവളെ ആവരണം ചെയ്തു.

"നിന്നോടല്ലേ ചോദിച്ചത്? ഉത്തരമില്ലാത്തതെന്താ?...."

"മോളേ, നിന്റച്ഛനല്ലേ ചോദിക്കുന്നത്? സമാധാനം പറയാതിരുന്നാലെങ്ങനെയാ.." അല്പനേരം ആ മുറിക്ക് ഏകപക്ഷീയമായ ചോദ്യങ്ങൾക്ക് മാത്രം സാക്ഷ്യം വഹിക്കേണ്ടി വന്നു! അച്ഛനമ്മമാരെ തൃപ്തിപ്പെടുത്തുന്ന ഉത്തരമല്ലല്ലോ അവൾക്കുള്ളത്!

തലയണയിൽ മുഖമമർത്തി കരയുന്ന നീലിമ മുഖമൊന്നുയർത്തി! മുനകൂർപ്പിച്ച ചോദ്യശരങ്ങളാൽ വളഞ്ഞുനില്ക്കുന്ന അച്ഛന്റെയും അമ്മയുടെയും ആശങ്കകളുടെ ആകുലതകളാൽ വീർപ്പുമുട്ടുന്ന മുഖങ്ങളിലേക്കവൾ കണ്ണയച്ചു!

നാളിതുവരെ സ്നേഹവാത്സല്യത്തിന്റെ മധുരിമ മാത്രം കണ്ടു പരിചയിച്ച ആ കണ്ണുകളെ നേരിടാനാവാതെ തലയിണയിലേക്ക് നീലിമ വീണ്ടും മുഖം പൂഴ്ത്തി!

മകളുടെ അവസ്ഥ അമ്മയുടെ മനസ്സിൽ നൊമ്പരം കൊണ്ടൊരു ചിതൽപ്പുറ്റിന് രൂപംകൊടുത്തു! തൊണ്ടയിൽ ഉരുണ്ടു കൂടിയ ഗദ്ഗദം മുരടനക്കി ഒളിപ്പിച്ച്, ടീച്ചർ കട്ടിലിൽ മകളുടെ അടുത്തിരുന്നു. അവളുടെ പുറത്തും, കുനുകുനെ ചിന്നിയുയർന്നു നില്ക്കുന്ന, മനോഹരമായ മുടിക്കുലയുടെ ഇടയിലും വിരലോടിച്ച് മകളുടെ ഹൃദയഭാരം ലഘൂകരിക്കാൻ സഹായിച്ചു.

മകളുടെ തണ്ടൊടിഞ്ഞ താമരപ്പൂ സദൃശമായ കിടപ്പ്, ഏങ്ങലടികളുടെ നൊമ്പര താളങ്ങളുടെ അകമ്പടിയോടെ കാണുന്ന ആരുടെ ശിലാഹൃദയങ്ങൾക്കാണ് ശൈഥില്യം സംഭവിക്കാതിരിക്കുക! കഠിനകഠോര ഹൃദയനെന്ന് നാട്ടുകാർ പക്ഷം മറന്ന് മുദ്ര ചാർത്തി അവരോധിതനായ നമ്പ്യാർ ഒരു നിമിഷം പുറത്ത് പോയി മൂക്ക് ചീറ്റി മുഖം തുടച്ച് തിരിച്ചു വന്നു!

അന്തരീക്ഷത്തിന്റെ താപനിലയുടെ സൂചിക താഴോട്ടുവന്നെന്ന് കണ്ട ടീച്ചർ, നീലിമയുടെ മുഖത്തോട് മുഖം ചേർത്ത് ചോദിച്ചു. "മോളേ, എന്താ നിന്റെ മനസ്സിൽ?.... ഞങ്ങക്ക് ആണായും പെണ്ണായും നീയൊരുത്തിയേ ഉള്ളൂന്ന് നിനക്കറിയാലോ?.... ആ അച്ഛനോടും അമ്മയോടും... എന്താ... നിന്റെ മനസ്സിലിരുപ്പ് തുറന്ന് പറയ്.."

അമ്മയുടെ വാക്കുകളിലെ മൃദുത്വം നീലിമ ഒരു പ്രതീക്ഷയായി കണ്ടുവോ! ഈ ഏക മകളുടെ ആഗ്രഹങ്ങൾക്ക് തന്നെ ഇരുപത്തിരണ്ട് വർഷക്കാലം കണ്ണെന്നും കരളെന്നും കണ്ട് വളർത്തിയ സ്നേഹനിധികളായ അച്ഛനമ്മമാർക്ക് എതിര് നില്ക്കാനാകുമോ?

നിശ്ചയദാർഢ്യം പ്രകടമാക്കിക്കൊണ്ട് നീലിമ കട്ടിലിൽ എഴുന്നേ

റ്റിരുന്നു. ഒരു തോർത്തുകൊണ്ട് മുഖം തുടച്ചു! ഒരു വട്ടം കൂടി തന്റെ ഭാവമെന്തെന്നറിയാൻ സാകൂതം ശ്രദ്ധിക്കുന്ന അച്ഛനമ്മമാരെ ആ മകൾ ഉദ്വേഗം നിറഞ്ഞ പ്രതീക്ഷയോടെ നോക്കി. മെല്ലെ അവൾ മുരടനക്കി.

"എനിക്കൊരാളെ ഇഷ്ടമാണ്... അയാളെ മാത്രമേ ഞാൻ കല്യാണം കഴിക്കൂ... ഈ മകളുടെ ഇന്നോളമുള്ള എല്ലാ ആഗ്രഹങ്ങൾക്കും എതിര് നില്ക്കാത്ത അച്ഛനുമമ്മയും ഇതും സാധിച്ചും തരണം;..."

കരിമേഘമാലകൾ ഒഴിഞ്ഞെന്നു തോന്നിയതായിരുന്നു. അന്തരീക്ഷം ഒന്നുകൂടി കനത്തു! കൊടുങ്കാറ്റിനും മേഘസംഘട്ടനങ്ങൾക്കും മുന്നോടിയായി പ്രകൃതി ഭയസമാനനിശ്ശബ്ദതയെ പുല്കി! അല്പനേരത്തേക്കാണെങ്കിലും ഒരു ഘോരമാരിക്ക് മുന്നോടിയായ മിന്നൽപ്പിണറുകൾ പ്രത്യക്ഷപ്പെട്ടു!

"ആരാണവൻ?..." മിന്നൽ ജാലത്തെത്തുടർന്നെത്തിച്ചേർന്ന ഇടി നാദംപോലെ നമ്പ്യാരുടെ ശബ്ദം മുഴങ്ങി! അച്ഛന്റെ വാക്കുകളുടെ കാഠിന്യം മകളുടെ ഹൃദയത്തെ മാത്രമല്ല സാധ്വിയായ വിലാസിനിടീച്ചറെയും ഒന്നു വിറപ്പിച്ചു കളഞ്ഞു!

"...കേൾക്കട്ടെ.... എന്താ അവന്റെ പേര്?... എന്താ ജാതി?... ഏതാ തറവാട്....? എന്നിട്ടാലോചിക്കാം..."

നീലിമയുടെ മുഖം കാതരഭാവത്തിനു പകരം ഒരു നിശ്ചയദാർഢ്യം കൈവരിക്കുന്നുണ്ടോ?

ഇടിയും മിന്നലും പേമാരിയും അടങ്ങിയിട്ട് പ്രയാണം ആരംഭിക്കാമെന്ന് ഇനി കരുതാനാവില്ലെന്ന് അവൾ നിശ്ചയിച്ചു! ആഞ്ഞു പെയ്യുന്ന ആ ഘോരവർഷത്തിലേക്ക് അവൾ ഒരു കുടയുമില്ലാതെ ചുവട് വയ്ക്കുകയാണ്!

"പേര് ജോൺ ജോർജ്..! ഞാൻ ജോലിചെയ്യുന്ന ആയുർവ്വേദ ആശുപത്രിയുടെ ഉടമസ്ഥനാണ്... ബാംഗ്ലൂരിൽ ഒരു ഐ ടി സ്ഥാപനവുമുണ്ട്.... അവിടെ അമ്മയോടൊത്ത് സ്ഥിരതാമസമാണ്..." പറയേണ്ടത് നിമിഷനേരം കൊണ്ട്, ഒരാവേശത്തുള്ളിച്ചയാൽ അവൾ പറഞ്ഞൊപ്പിച്ചു.

കൊള്ളിയാൻ മിന്നുന്നതേയുള്ളൂ! ദിഗന്തങ്ങൾ ഞെട്ടി വിറയ്ക്കുന്ന ഇടി നാദത്തിന് മുന്നോടിയാണത്! മുറിക്കകത്തുകൂടി ഇരുമ്പു കൂടിനകപ്പെട്ട വെരുകിനെപ്പോലെ നമ്പ്യാർ പലതവണ അങ്ങോട്ടുമിങ്ങോട്ടും നടന്നു!

ചരടിന് കൊളുത്തിയ തീ എത്തിച്ചേരാനുള്ള സാവകാശമേ വേണ്ടി വന്നുള്ളൂ! ഉഗ്രശേഷിയുള്ള ബോംബ് പൊട്ടുകയായി! "എന്തെടീ നീ പറഞ്ഞത്?..... എവ്ട്ന്നാടീ നിനക്കീ... ക്രിസ്ത്യാനിച്ചെക്കനെ കിട്ട്യേ? കല്യാണം കയ്ക്കണം പോലും!... നിന്നെ ഡോക്ടറാക്കി ബാംഗ്ലൂരിലെ ആസ്പത്രിലേക്കയക്കുമ്പം... ഇതാടീ കണ്ടേ? അതിന് നിനക്ക് കഴിയൂന്ന് കരുതണ്ടടീ... നീ...!"

ഉഗ്രമായ ആ അലർച്ച ആരോഹിക്കുകയും അവരോഹിക്കുകയും ചെയ്ത് ആ വീടിന്റെ ചുവരുകളെയും മച്ചകങ്ങളെയും വിറപ്പിക്കുകയും ഉലയ്ക്കുകയും ചെയ്തു! വിലാസിനി ടീച്ചർക്ക് തന്റെ മൂന്ന് പതിറ്റാ

ണ്ടത്തെ ദാമ്പത്യജീവിതത്തിൽ ഇത് പോലൊരു ഭാവം ഭർത്താവിൽ ആദ്യമായി കാണുകയാണ്! “നാരാണേട്ടാ... നിങ്ങളൊന്നു ക്ഷമിക്ക്.... ഇങ്ങനെ ഒച്ച വെക്കല്ലേ...! അപ്രത്തെ വീട്ടിലുള്ളോരെല്ലാം കേൾക്കും!.... മ്മ്ടെ മോളല്ലേ!... പറഞ്ഞാ കേക്കും!.... സമാധാനായി പറയാ...!”

തന്റെ ഇരുചുമലുകളും പിടിച്ച് ഭാര്യ നടത്തുന്ന സമാധാന ശ്രമങ്ങൾ നമ്പ്യാരുടെ മനസ്സിനെ ഒന്നു കൂടി അസ്വസ്ഥമാക്കി! ടീച്ചറുടെ ഇരു കരങ്ങളും ചുമലിൽനിന്ന് പിടിച്ചു മാറ്റി അവരെ തന്നെ തള്ളി മുന്നോട്ടു നീക്കി അയാൾ ആക്രോശിച്ചു.

നീയൊറ്റയൊരുത്തിയാ... ഇവളെ താലോലിച്ച് ഈ വഴിക്കാക്കിയേ!... അമ്മയോടും മോളോടും ഒന്നിച്ചങ്ങു പറഞ്ഞേക്കാം...! ആ കട്ടിലു കണ്ട് പനിക്കണ്ടാ... ആ ചേട്ടൻ കുട്ടീന ഇത്തറവാട്ടിൽ കേറ്റാന്ന്... മോഹിക്കണ്ട...! വെള്ളുവത്തറവാടിന്റെ മഹത്ത്വം അറിയ്യോ... നിങ്ങക്ക്...! എടീ... മൂധേവീ കൊന്ന് മഠത്തിലെ കൊളത്തില് കെട്ടിത്താഴ്ത്തും... ഞാൻ... നേർച്ചേം, വൈദ്യോം അനവധി നടത്തി കിട്ട്യ കുട്ട്യാന്ന് കർതി.... ലാളിച്ച് പോറ്റ്യേന്റെ... ഫലം...!” അത്രയും, പറഞ്ഞപ്പോ നമ്പ്യാരുടെ കണ്ഠമിടറി! അയാൾ അടുത്തുകണ്ട കസേരയിലിരുന്നു!

ആ ഇരിപ്പ് അല്പം നേരം തുടർന്ന്, കാർക്കശ്യം മാറ്റി വെച്ച്, ആ പിതാവ് ശാന്തനായി തുടർന്നു.

“ആ വിവാഹം നടപ്പില്ല! കൊക്കിൽ ജീവനുണ്ടെങ്കിൽ ആ ബന്ധം അനുവദിക്കില്ല! എന്റെ ചോരയിൽ പിറന്നതെങ്കിൽ ഞാൻ നിശ്ചയിക്കും... ചെക്കനാരായിരിക്കണമെന്ന്!... അത് ലക്ഷണം തികഞ്ഞ ശൂദ്രജാതിയിൽപ്പെട്ട തറവാട്ടിൽനിന്നു തന്നെയായിരിക്കും...! ഇതാണ് തീരുമാനം..!”

മുറിക്കകത്ത് ഏങ്ങലടികൾ വീണ്ടുമുയർന്നു. ആശ്വസിപ്പിക്കാൻ ശ്രമിക്കുന്ന അമ്മയ്ക്ക് മകളുടെ അലയൊലിക്ക് സമാനമായ മനസ്സിലെ തീവ്രവികാരങ്ങൾക്ക് ശാന്തതയേകാൻ കഴിയുന്നില്ല.

മകൾ ഇനി ബാംഗ്ലൂരിലേക്കില്ലെന്ന് നമ്പ്യാരുടെ പ്രഖ്യാപനമുണ്ടായി! അവളുടെ പെട്ടിയും ബാഗും പരിശോധിച്ച് രണ്ടു ഫോണുകളും കൈവശപ്പെടുത്തി തന്റെ സുരക്ഷാ വലയത്തിലാക്കി!

ആ ചെറുക്കനുമായുള്ള പ്രേമബന്ധം ഉപേക്ഷിച്ചാൽ മാത്രമേ നീലിമയ്ക്ക് വീടു വിട്ടു പുറത്ത് പോകാനാവൂ എന്ന തീരുമാനവുമുണ്ടായി! ഒരു കാരാഗൃഹത്തിന്റെ ഉപയോഗം തന്റെ ഭവനത്തിനുണ്ടെന്ന് അയാൾ തെളിയിക്കാൻ പോവുകയാണ്!

2

നമ്പ്യാർ മണിക്കൂറുകളായി ആ ഇരിപ്പ് തുടരുകയാണ്. ഓർമ്മകളിരമ്പുന്ന മഹാനദിയിലേക്ക് നിരവധി കാട്ടാറുകളായി കഴിഞ്ഞുപോയ കാലത്തിന്റെ നീർച്ചാലുകൾ ഒഴുകിയെത്തി!

സൈനിക സേവനത്തിനായി സമർപ്പിച്ച പതിനഞ്ചാണ്ടുകൾ പൂർത്തിയാക്കിയതിനുശേഷമാണ് ജീവിത പങ്കാളിയായി തന്റെ മുപ്പത്തി

മൂന്നാമത്തെ വയസ്സിൽ വിലാസിനി എത്തിച്ചേരുന്നത്. അദ്ധ്യാപക പരിശീലനം നേടിയ അവൾ അടുത്ത സ്വകാര്യ പ്രൈമറി വിദ്യാലയത്തിലെ അദ്ധ്യാപക ജോലിയിൽ പ്രവേശിച്ചു.

ഒന്നിനും ഒരു കുറവുമുണ്ടായിരുന്നില്ല! ഒരു പരമ്പരാഗത ജന്മിത്തറവാടിന്റെ അവകാശിയായി മാറാൻ കഴിഞ്ഞതുകൊണ്ടു തന്നെ ഏക്കറു കണക്കിനു തോട്ടംഭൂമിയും വയലും പുരയിടവുമൊക്കെയായി വൻ സമ്പത്തിന്റെ അവകാശി!

എല്ലാ സന്തോഷങ്ങളും ഒത്തുവരിക അപൂർവ്വമായിരിക്കും! സങ്കടങ്ങളുടെ രാജനായി അനപത്യദുഃഖം വർഷങ്ങളോളം പിന്തുടർന്നു.

"ശാപം പിടിച്ച തറവാടാ...! കുടിയാന്മാരെ പണ്ട് തീ തീറ്റിച്ചില്ലേ..?"

"കുടീന്നും പൊരേന്നും പണ്ട് കുടിയൊയ്പിച്ചോറെ... ശാപാ...!"

"തറവാട്ടിലെ അടിച്ചു തളിക്കാരീനെ ആനേനക്കൊണ്ട്... ചബ്ട്ടിക്കൊല്ലിച്ച കൂട്ടരാ... ഓക്ക്... വൈറ്റിലിണ്ടേനും പോലും!... അയിന്റെ ആത്മാവ്... പൊറുക്കോ?... അതുകൊണ്ടാ... ഇന്നമ്പ്യാർക്ക് കുഞ്ഞായിറ്റൊരെണ്ണം ജനിക്കാത്തേ.."

ജനബന്ധം കുറവാണെങ്കിലും നാട്ടുകാരുടെ കൂട്ടം പറച്ചിലുകളിലുള്ള ഇത്തരം അഭിപ്രായപ്രകടനങ്ങൾ തന്റെ ചെവിയിലുമെത്തിയിട്ടുണ്ട്! ചിലത് കേൾക്കുമ്പോൾ പറഞ്ഞവന്റെ ചെവിക്കുറ്റി അടിച്ചു പൊട്ടിക്കണമെന്ന് തോന്നും!

ചികിത്സകൾ പലതും ചെയ്തു.! ചിലപ്പോൾ മൂന്നും നാലും മാസം തികയുമ്പോഴേക്കും കുഞ്ഞു ഭ്രൂണങ്ങൾ മാസം തികയാൻ കാത്തു നില്ക്കാതെ ആ അമ്മ വയർ ഉപേക്ഷിച്ചു പോയി!

ഇനിയൊരു വട്ടം കുളി നിന്നപ്പോൾ പ്രസിദ്ധയായ ഗൈനക്കോളജിസ്റ്റ് പറഞ്ഞു. "പ്രസവം കഴിയുന്നതുവരെ ഈ ആശുപത്രിയിൽ കിടക്കണം. പൂർണ്ണ വിശ്രമം! കട്ടിലിൽ നിന്ന് താഴെയിറങ്ങരുത്! ഗർഭപാത്രത്തിന് ബലം പോരാ.. അതുകൊണ്ടാ അലസിപ്പോകുന്നത്!"

എട്ടുമാസം വിലാസിനിടീച്ചർ ആശുപത്രിയിൽ! കട്ടിലിൽ ഒരേ കിടപ്പ്! ഗർഭിണിക്ക് സഹായികളായി ഡോക്ടർമാരും സിസ്റ്റർമാരും മാത്രമല്ല, പാദഭാഗത്തെ കട്ടിൽക്കാലുകൾക്ക് താങ്ങായി വെച്ച ഉയരം കൂടിയ രണ്ടു മരക്കട്ടകളുമുണ്ടായിരുന്നു!

കാലക്കേടുകൾക്ക് അവധി നല്കി ഒമ്പതുമാസം തികഞ്ഞപ്പോൾ വിലാസിനി ടീച്ചർ ഒരു പെൺകുഞ്ഞിനു ജന്മം കൊടുത്തു. ഇനിയൊരു പ്രസവം താങ്ങാനുള്ളശേഷി അവർക്കില്ലെന്ന ഡോക്ടറുടെ തീർപ്പിന്മേൽ അതിനുള്ള ശസ്ത്രക്രിയകൂടി നടത്തിയാണ് ആശുപത്രി വിട്ടത്!

നീലിമയുടെ ആഗമനം തറവാടിന്റെ ഓരോ അണുവിലും ലഭ്യമായ സന്തോഷത്തിന് അതിരുണ്ടായിരുന്നില്ലല്ലോ എന്ന് നമ്പ്യാർ വേദനയോടെ ഓർത്തു! ഇലവിരിയുകയും വീണ്ടും പുതുമുളകൾ നാമ്പെടുക്കുകയും ശാഖോപശാഖകളായി, സുഗന്ധം പൊഴിക്കുകയും ചെയ്യുന്ന പാരിജാത മലർച്ചെടിയായി നീലിമ എത്ര വേഗമാണ് വളർന്നത്!

വിദ്യാഭ്യാസത്തിന്റെ വിവിധഘട്ടങ്ങൾ അതിവേഗം കടന്നുപോവു

കയും ഒരായുർവ്വേദ ഡോക്ടർ ബിരുദം നേടുകയും ചെയ്തു, അവൾ! കാലവും കാമനും നീലിമയെന്ന ക്യാൻവാസിൽ എന്തെല്ലാം ചായക്കൂട്ടുകളാണ് കോരിയൊഴിച്ചത്!

തന്റെ മകൾ, സുന്ദരിയായ പെൺകൊടിയായി മാറി എന്നത് ആ പിതാവിന് അഭിമാനത്തിനും ഒപ്പം ഹൃദയഭാരം നല്കുന്ന ഒരാശങ്കയ്ക്കും ഒരേ സമയമിടയാക്കി! ബാംഗ്ലൂരിലെ ആയുർവ്വേദാശുപത്രിയിൽ ഡോക്ടറായി നിയമനം കിട്ടിപ്പോകുമ്പോൾ തറവാടിന്റെ അഭിമാനകരമായ പാരമ്പര്യത്തെ, മനസ്സിൽ കൂടുകെട്ടിയ ഭയാശങ്കകളെ ഒതുക്കിവെച്ച്, ആ പിതാവ് മകളെ പലവട്ടം ഓർമ്മിപ്പിച്ചു!

തറവാടിന്, തന്റെ രക്തത്തിൽ നിന്ന് ഉദയം കൊണ്ട, മകൾ ഇപ്പോൾ അപമാനം വരുത്തിയിരിക്കുന്നു എന്നോർത്തപ്പോൾ ഞരമ്പുകൾ വലിഞ്ഞു മുറുകുകയും കൈകൾ കൊണ്ട് തലമുടിയിഴകൾ പിടിച്ചു പറിക്കുകയും പല്ലുകൾ ഞെരിക്കുകയും, ചെയ്തു ആ മനുഷ്യൻ! അവൾ പ്രേമിക്കാൻ കണ്ടത് ഒരു ക്രിസ്ത്യാനിച്ചെക്കനെ!

സമ്പത്തൊന്നും വേണ്ട. വല്യ വിദ്യാഭ്യാസമില്ലെങ്കിലും സാരമില്ല. ഒരു നായർ തറവാട്ടിലെ ഏതു ചെക്കനെ അവൾക്കിഷ്ടമാണെന്നു പറഞ്ഞാലും തനിക്കു സമ്മതമാണ്! ക്രിസ്ത്യാനിച്ചെക്കന്റെ പിറകെ നടക്കുമ്പോ അവളോർത്തോ ഇത്തറവാടിന്റെ മഹിമയെക്കുറിച്ച്?

കോട്ടയം തമ്പുരാക്കന്മാരുടെ പടയാളിക്കുറുപ്പന്മാരാണ് ഇത്തറവാട്ടിന്റെ പൂർവ്വികർ! തമ്പുരാൻ എഴുന്നള്ളുമ്പോൾ അംഗരക്ഷകരായി ഉടവാൾ പിടിച്ച് മുമ്പേ നടക്കുന്നവരായിരുന്നു ഇവിടത്തെ കാരണവന്മാർ! സ്വന്തമായി കളരിയും, അവിടെ പയറ്റിത്തെളിഞ്ഞ ആയിരം നായന്മാരും, അതിന് നാഥന്മാരായി ഗുരിക്കള് കാരണോർമാരും ഉണ്ടായിരുന്ന കാലമുണ്ടായിരുന്നെന്ന് അമ്മ പറഞ്ഞു തന്നിട്ടുണ്ട്!

ടിപ്പുസുൽത്താൻ തലശ്ശേരിയിലെ കമ്പനി കോട്ട വളഞ്ഞപ്പോൾ അന്നത്തെ തറവാട്ടു കാരണവർ പഴശ്ശിത്തമ്പുരാന്റെ കല്പനപ്രകാരം പടയാളികളുമായി ചെന്ന് കോട്ട പ്രതിരോധിച്ചത്രെ!

തറവാട്ടുകാരണവന്മാർ കുതിരകളെപ്പൂട്ടിയ വില്ലുവണ്ടിയിൽ സഞ്ചരിച്ചവരായിരുന്നു എന്ന് അമ്മ പറയുമ്പോൾ മിഴികളിൽ അഭിമാനബോധത്തിന്റെ ഇളകിയാട്ടം നടക്കുകയായിരുന്നു!

ആനകളെപ്പൂട്ടിയ സ്ഥലം അമ്മ തറവാട്ടുപറമ്പിൽ ചൂണ്ടിക്കാട്ടിത്തന്നിട്ടുണ്ട്! അവിടെയുള്ള വൻമരങ്ങളിൽ ഒരാൾപ്പിടിയിലൊതുങ്ങാത്ത തടിയിൽ ഇരുമ്പു ചങ്ങലകൾ ഒട്ടിപ്പിടിച്ചു കിടക്കുന്നത് ഇപ്പോഴുമുണ്ട്!

അക്കാണുന്ന വെള്ളുവക്കാവിന് നൂറ്റാണ്ടുകളുടെ പഴക്കമുണ്ട്! നാല്പതിലൊന്നു കുറ തെയ്യക്കോലങ്ങളെ കെട്ടിയാടുന്ന കാവിലെ ഉത്സവം ആയിരങ്ങൾ പങ്കെടുക്കുന്നതും അഞ്ചുനാൾ നീണ്ടു നില്ക്കുന്നതുമാണ്! അഞ്ചാം നാൾ പൂർവ്വികരും കേളികേട്ടവരുമായ ഇത്തറവാട്ടിലെ അഞ്ചു കാരണവന്മാരെ കെട്ടിയാടിച്ച് ഉത്സവത്തിന് സമാപനം കുറിക്കുകയായി!

വെള്ളുവക്കാവിന്റെ ഊരാളനും മേലായിയുമായ ഈ നമ്പ്യാർത്തറ

വാട്ടിലേക്ക് പോത്തിനെക്കൊന്ന് ഇറച്ചിഭോജിക്കുന്ന വർഗ്ഗത്തിലൊരുത്തനെ ഇവിടത്തെ അവകാശിയായ ഒരു പെണ്ണ് കൈ പിടിച്ച് കൊണ്ടുവരികയോ? കുലദൈവമായ ഭൈരവമൂർത്തി ഇത്തറവാടിനോട് പൊറുക്കുമോ? മുപ്പത്തൊൻപത് മൂർത്തികളും ആർത്തട്ടഹസിച്ച് ഉറഞ്ഞു തുള്ളി ചിലമ്പും കുലുക്കി വാളുയർത്തി തന്റെ നേരെ പാഞ്ഞോടി വരികയാണോ? "ഇല്ല, ഇല്ല.... സമ്മതിക്കൂല.." ചെവി രണ്ടും പൊത്തി കൈകൾ മാനത്തേക്കുയർത്തി അയാൾ പിറുപിറുത്തു.

"എന്താ ഏട്ടാ,... എന്താ ഉണ്ടായേ... എന്താ ഇങ്ങനെ താനേ പറയുന്നേ..." അനിയൻ വേലായുധനാണ്! തൊട്ടടുത്ത് വീടുവെച്ചു താമസിക്കുന്നു. നഗരത്തിലെ സ്വകാര്യ എയ്ഡഡ് കോളേജിലെ ഓഫീസ് സൂപ്രണ്ടാണ്. ഇക്കഴിഞ്ഞ കൃഷ്ണജയന്തി ദിനത്തിൽ കെട്ടിയ രാഖി നിറം മങ്ങാതെ കൈയിൽ കിടപ്പുണ്ട്!

ചില സംഘടനാ പ്രവർത്തനങ്ങളാക്കെയുണ്ട്. അയോദ്ധ്യയിൽ പള്ളി പൊളിച്ച് രാമക്ഷേത്രം പണിയുന്നതിന് പോയ സംഘത്തിലെ അംഗമായിരുന്നു.

അനിയനെക്കണ്ടപ്പോൾ പ്രളയജലം തിങ്ങിനിറഞ്ഞ അണക്കെട്ടിന്റെ കരിങ്കൽ ഭിത്തി പൊട്ടിയ കണക്കെ ഇരു കണ്ണുകളിൽനിന്നും നീർ ഒഴുകിയിറങ്ങി!

കവിളുകൾ തുടച്ച്, ആസനം മരവിച്ചുപോയ ഇരുപ്പിൽ നിന്ന് എഴുന്നേറ്റ്, ഒട്ടു കരഞ്ഞും, അല്ലാതെയും അയാളുടെ ശബ്ദം പുറത്തു വന്നു. "എല്ലാം പോയെടാ....! തറവാടിന്റെ മാനം ആ പെണ്ണ്... കളഞ്ഞുകുളിച്ചെടാ...! ഇനി എന്തിനാടാ... ഞാൻ ജീവിക്കുന്നെ?..."

"ഏത് പെണ്ണ്...? ആരുടെ മാനം?.... ഈ ഏട്ടൻ എന്താ പറയ്ന്നേ..."

"എന്റെ മോള് തന്നടാ.... അവക്കെ,.... ഒരു ക്രിസ്ത്യാനീനെ... കല്യാണം കഴിക്കണംത്രെ!... പ്രേമാത്രെ!.... പ്രേമം...! കൊല്ലും ഞാൻ... എല്ലാറ്റിനേം...!"

ഏട്ടന്റെ ക്ഷമ കെട്ട സംസാരങ്ങൾക്കിടയിൽ നിന്ന് സംഭവങ്ങളുടെ സത്യാവസ്ഥ അനിയൻ ഒരുവിധം മനസ്സിലാക്കി. തറവാടിന്റെ മാനം ഏട്ടനെപ്പോലെ അനിയനും നിസ്സാരമല്ല! നായരല്ലാതെ ക്രിസ്ത്യാനിക്ക് മാത്രമല്ല തീയ്യനും വാണിയനും പഞ്ചമജാതിക്കാരും ഈ മുറ്റത്തിന്നേവരെ കാലുകുത്തിയ ചരിത്രമുണ്ടായിട്ടില്ല! അപ്പോഴാണോ ഒരു ക്രിസ്ത്യാനി?

"നീ ഒന്ന്ചെന്ന്... നീലിമയോട്... ഇത് നമ്മ്ക്ക് വേണ്ടാന്ന് പറഞ്ഞാട്ടെ" നമ്പ്യാർ അനിയനെ മദ്ധ്യസ്ഥത്തിന് പ്രേരിപ്പിച്ചു. "നീ പറഞ്ഞാ അവള് കേട്ടെങ്കിലോ..." നീലിമയെ വേലായുധന് അത്ര വിശ്വാസം പോരാ. എങ്കിലും ഏട്ടന്റെ ആഗ്രഹമല്ലേ? ഒരു ശ്രമം നടത്തി നോക്കാം! അയാൾ നീലിമയുടെ കിടപ്പുമുറിയിലേക്ക് ചെന്നു. നയതന്ത്രചർച്ചകൾക്ക് തുടക്കം കുറിച്ചു.

"ഞാനെന്റെ വ്യക്തമായ തീരുമാനം അച്ഛനോട് പറഞ്ഞതാണ് ഇളയച്ഛാ!.... അതിൽ ഒരു മാറ്റവുമില്ല... ഇളയച്ഛന് മറ്റെന്തെങ്കിലും പറയാനുണ്ടോ?"

തന്റെ അനുരഞ്ജനം വിജയം കണ്ടില്ലെന്ന കാര്യം വേലായുധൻ ഏട്ടനെ ധരിപ്പിച്ചു. "ഓളെ മനസ്സ് കരിങ്കല്ലിന് സമം! ഇതങ്ങനെ വിടാൻ പറ്റൂല്ല... ഞാൻ നാളെ മോളെ ഇങ്ങോട്ടയക്കാം... അവര് തമ്മില് ഒരു മനസ്സായിറ്റ് കയ്ഞ്ഞതല്ലേ? കാർത്തികമോള് പറഞ്ഞാ കേൾക്ക്യോന്ന് നോക്കാ.."

3

പിറ്റെ ദിവസം കാർത്തിക ദൗത്യവുമായെത്തി. വേലായുധൻ നമ്പ്യാർക്ക് രണ്ടു മക്കൾ. മൂത്തതാണ് കാർത്തിക. ഇളയത് ആണാണ്. മകൾ ലോ കോളേജ് വിദ്യാർത്ഥിനി.

വേലായുധൻ മകളെക്കുറിച്ച് പറഞ്ഞതിൽ ശരിയും തെറ്റുമുണ്ട്. നീലിമയും കാർത്തികയും ഒറ്റ മനസ്സായി കഴിയുന്നവരാണ്. എന്നാൽ നീലിമയും ജോണുമായുള്ള ബന്ധം അവൾ നേരത്തേ തന്നെ അറിഞ്ഞതാണ്. നീലിമയുടെ ഏതൊരു രഹസ്യവും കാർത്തികയുടേതുമാണ്! കാർത്തികയുടെ മനസ്സ് നീലിമയുടെ തുറന്ന പുസ്തകവും!

കാർത്തികയുടെ മനസ്സിനകത്ത് ഒരു രഹസ്യക്കലവറയുണ്ട്! അതിൽ ഏതൊരു ചോരനും ചോർത്തിക്കൊണ്ടു പോകാനാവാത്തവിധം ഈ പ്രണയരഹസ്യം ഒളിപ്പിച്ചുവെച്ചിട്ടുണ്ട്!

വേലായുധൻ നീലിമയുടെ പ്രണയവാർത്ത മകളെ അതീവ ഗൗരവത്തോടെ ബോദ്ധ്യപ്പെടുത്തി. അവൾ അപ്രതീക്ഷമായി കേൾക്കുന്നൊരു ആദ്യ വാർത്ത കണക്കെ, അമ്പരപ്പ് കൊണ്ടൊരു മുഖാവരണം തീർത്തതു കേട്ടു നിന്നു! അതുകൊണ്ട് മഹത്തായ ഈ നമ്പ്യാർ തറവാടിന്റെ മാനം രക്ഷിക്കേണ്ട ചുമതല കാർത്തിക ഏറ്റെടുക്കണം!

"മോള് പറഞ്ഞാ നീലിമ കേൾക്കും... വല്യച്ഛൻ പ്രത്യേകം ഏല്പിച്ചതാ!... ഒരു അന്യജാതിക്കാരനും മതക്കാരനും വെള്ളുവത്തറവാട്ടിലെ പെണ്ണിനെ മോഹിക്കാൻ പാടില്ല."

പ്രണയമഹാസമുദ്രത്തിൽ കരയിൽനിന്ന് ഗോചരമല്ലാത്തൊരകലത്തിൽ നീന്തിത്തുടിക്കുന്ന ആ കാമുക ഹൃദയങ്ങളുടെ സ്പന്ദനം നേരിട്ടറിയുന്നവളാണ് കാർത്തിക! അവരുടെ പ്രണയസാഫല്യത്തിന് അനുഗ്രഹാശിസ്സുകൾ അർപ്പിച്ചുകൊണ്ടിരുന്ന ഈയുള്ളവളെത്തന്നെ കാമുക ഹൃദയങ്ങളെ വേർപെടുത്താനുള്ള ഭരമേല്പിക്കുക!

അച്ഛന്റെ ആവശ്യം നിരസിക്കുന്നതെങ്ങനെ? പരിണാമഗുപ്തി എന്തു തന്നെയായാലും നീലിമയുടെ തറവാട്ടു മഹിമയ്ക്ക് ഹാനിയേകുന്ന പ്രണയത്തിന് താനെതിരാണെന്ന് എല്ലാവരെയും ബോദ്ധ്യപ്പെടുത്തുകയെങ്കിലും വേണം!

കാർത്തിക നീലിമയ്ക്ക് മുമ്പിലെത്തി! ഇളയമ്മയോടും വല്യച്ഛനോടും കുശലം നടത്തി അവൾ പ്രിയപ്പെട്ടവളുടെ അടുത്തെത്തി. ഒരു സമ്പൂർണ്ണദിനം നിരാഹാരിയായിക്കഴിഞ്ഞ നീലിമ പ്രളയജലപ്രവാഹത്തിൽ ഒടിഞ്ഞു തൂങ്ങിയ പൂവാക കണക്കെ ആ മെത്തയിൽപ്പറ്റിക്കിടക്കുകയായിരുന്നു!

മുറിയുടെ വാതിലടഞ്ഞു. ഹൃദയവികാരങ്ങളുടെ ജലാശയം കെട്ടുകൾ ഭേദിച്ച് ആർത്തലച്ച് പുറത്തേക്കൊഴുകി! ആലിംഗനങ്ങളിലമർന്ന സഹോദരിമാർ മിഴിനീരിന്റെ ഉപ്പുരസം പരസ്പരം പങ്കുവെച്ചു! ഹൃദയവികാരങ്ങളുടെ തീവ്രത മയപ്പെട്ടു വരാൻ സമയമെടുത്തു! മെല്ലെ മെല്ലെ അവരുടെ പിതാക്കന്മാർ തന്നിലേല്പിച്ച ദൗത്യമെന്തെന്ന് കാർത്തിക വിശദീകരിച്ചു. തന്നെ എല്ലാമറിയുന്ന ആ സന്ദേശവാഹകയോട് *രമണ*കാവ്യത്തിലെ ചന്ദ്രികയായി ജോണിനെ താൻ വഞ്ചിക്കാനില്ല എന്നത് നീലിമ ഒന്നുകൂടി വ്യക്തമാക്കി.

“ആരോട് വേണമെങ്കിലും പറഞ്ഞേക്കൂ, ജോൺ എന്റെ ഭർത്താവാണെന്ന്! അദ്ദേഹത്തെ ഹൃദയത്തിലേറ്റുമ്പോൾ നായരോ, ക്രൈസ്തവനോ, മുഹമ്മദീയനോ, തീയനോ, പുലയനോ എന്നൊന്നുമല്ല ചിന്തിച്ചത്. ഒരു നല്ല മനുഷ്യനാണോ എന്നാണ്..” ഈ വാക്കുകൾ അവസാനിക്കുമ്പോഴേക്കും നീലിമ വികാരാധീനയായി കാർത്തികയുടെ ചുമലിലേക്ക് ചാഞ്ഞു...

“കാർത്തീ... ഒരു മുന്നറിയിപ്പുമില്ലാതെയാണ് എന്റെ ഹോസ്റ്റലിൽനിന്ന് അച്ഛനോടും അമ്മയോടുമൊപ്പം പോരേണ്ടിവന്നത്. വീട്ടിലൊരത്യാവശ്യമുണ്ട്. ഒരു മൂന്നുദിവസത്തെ അവധി വേണം, എന്ന് പറഞ്ഞ് പോന്നതാണ്. ജോൺ അവിടെയുണ്ടായിരുന്നില്ല. ഫോൺ ചെയ്ത് പറയാൻ സൗകര്യപ്പെട്ടതുമില്ല... പാവം!... എന്റെ വിവരങ്ങളറിയാതെ വിഷമിക്കുകയായിരിക്കും...” “ഇതാണോ കാര്യം... വിഷമിക്കാതെ! എന്റെ ഫോൺ തരാം... ആ ടോയ്‌ലറ്റിലേക്ക് കേറിക്കോളൂ... ഇഷ്ടംപോലെ സംസാരിച്ചോളൂ!...”

നീലിമ ടോയ്‌ലറ്റിൽ കേറിയതിനിടയിൽ വിലാസിനിടീച്ചർ വാതിൽ തുറന്ന് അകത്ത് കടന്നു. “എന്തായി?... മോളെവിടെ?..” കാർത്തിക ടോയ്‌ലറ്റിലേക്ക് കൈചൂണ്ടി പറഞ്ഞു. “ഒരു രക്ഷയുമില്ല വല്യമ്മേ..! തലയ്ക്കു പിടിച്ചിരിക്ക്യാ...! മറ്റാരെക്കൊണ്ടെങ്കിലും പിടിച്ച് കല്യാണം കയ്പിച്ചാ പിന്നെ... ജീവിച്ചിരിക്കൂല്ലാന്നാ പറേന്ന്..! എന്നാ ചെയ്യാ.... ഇത്തറവാടിന് വന്ന ദുര്യോഗം..! എന്നെക്കൊണ്ട് പറ്റുന്നതുപോലെ ഞാൻ പറഞ്ഞു...”

അമ്മ മുറിയിലുണ്ടെന്ന് ശബ്ദം കൊണ്ടറിഞ്ഞ ആ പ്രണയിനി വേഗം പുറത്തുവന്നു. കാത്തിരുന്നോളൂ. ജീവനുണ്ടെങ്കിൽ അത് ജോണിന്റെ ജീവിതസഖിയായിട്ടായിരിക്കും എന്ന ഉറപ്പ് നല്കിക്കൊണ്ടാണ് ആ ഹ്രസ്വ സംഭാഷണം അവസാനിച്ചത്!

സഖികൾക്കെന്തെങ്കിലും സംസാരിക്കാൻ അവശേഷിക്കുന്നുണ്ടെങ്കിൽ താനൊരു തടസ്സമാകുന്നില്ലെന്ന നാട്യത്താൽ ടീച്ചർ പുറത്തു കടന്നു. ജോണിന്റെ ഫോൺ നമ്പർ താൻ സേവു ചെയ്ത് വിവരങ്ങൾ കൃത്യമായി അറിയിച്ചോളാമെന്ന് ഉറപ്പു നല്കി കാർത്തികയും പുറത്തിറങ്ങി!

കാർത്തികയുടെ നാവിൽനിന്നുതന്നെ മകളുടെ കാരിരുമ്പിന്റെ കാഠിന്യമുള്ള നിലപാടറിഞ്ഞ നമ്പ്യാർ ഒന്നു കൂടി അസ്വസ്ഥനായി.

നാഴികവട്ടത്തിന്റെ ചലനത്തിനും, ഭൂമിയുടെ ഭ്രമണത്തിനും പ്രകൃതിയുടെ കലണ്ടറിൽ അവധിയുടെ ചുവന്ന അടയാളങ്ങൾ ആരെങ്കിലും കണ്ടിട്ടുണ്ടോ?

അച്ഛന്റെ കാല്പാടുകൾ മകളുടെ തടവറയുടെ പടികൾക്കകത്ത് പിന്നീടൊരിക്കലും പതിഞ്ഞില്ല! ഭൗതികമായ അകല്ച തുടരുമ്പോഴും, പിതാവിന്റെ മനസ്സിൽ മകൾ ചെന്നുപെട്ട രാവണൻ കോട്ടയിൽനിന്ന് അവളെ മോചിപ്പിക്കാനുള്ള വഴികളെക്കുറിച്ചുള്ള അന്വേഷണം മാത്രമായിരുന്നു.! ഇനിയെന്തു വഴി? ഉന്നതതല ചർച്ചയിൽ ജ്യേഷ്ഠനും അനുജനും മാത്രം! ടീച്ചറുടെ മാതൃഹൃദയം മകളുടെ പക്ഷത്ത് ശരി കണ്ടെത്തിയാലോ? ഗൂഢാലോചനകളിൽ അവരെ ഒരിക്കലും പങ്കാളിയാക്കില്ല!

ഒരുനാൾ, അനുജന്റെ ചുണ്ടും ജ്യേഷ്ഠന്റെ കാതും സമീപസ്ഥങ്ങളായി വളരെനേരം വർത്തിച്ചു.! ഇടയിൽ സംഭ്രമത്തോടെയും മറ്റുചിലപ്പോൾ സംശയങ്ങൾക്കടിപ്പെട്ടും, ഇനി ചിലയിട ആശ്വാസവും തൃപ്തിയും മുഖത്ത് വെളിവാക്കിയും, അനുജന്റെ പതിഞ്ഞതും രഹസ്യവുമായ ശബ്ദത്തോടു ആ ജ്യേഷ്ഠൻ പ്രതികരിക്കുന്നുണ്ട്!

രാഷ്ട്രീയരംഗത്തും വിശിഷ്ട വ്യക്തികളുടെ ഇടയിലും അധികാര സ്ഥാനങ്ങളിലും തന്റെ അനിയനുള്ള സ്വാധീനത്തിൽ ജ്യേഷ്ഠന് വലിയ മതിപ്പു തോന്നി. അവർ സുനിശ്ചിതമായ തീരുമാനത്തിലെത്തിയിരിക്കുന്നു.

4

പൂർണ്ണാനന്ദദേവിയാശ്രമം നില്ക്കുന്നത് അഞ്ചേക്കറിലാണ്. മലനിരകളൊരുക്കിയ മൈതാനഭൂവ് ആശ്രമ നിർമ്മിതിക്കായി പ്രകൃതി പ്രത്യേകം ഒരുക്കിയതാണോ! ചുറ്റും കാവലൊരുക്കി കൂറ്റൻ മലനിരകൾ! തേയിലക്കാടുകൾ വെട്ടിയൊരുക്കിയ ഹരിത നിറമാർന്ന ചെമ്മരിയാടുകളെപ്പോലെ തോന്നിച്ചു! ഗിരിശൃംഗങ്ങളിൽ വട്ടത്തിൽ രോമം വെട്ടിയൊതുക്കിയ ബ്രാഹ്മണ ശിരസ്സുപോലെ പൈൻ മരകൂട്ടങ്ങൾ!

ആശ്രമവളപ്പ് മതിലുകളാൽ ചുറ്റപ്പെട്ടിരിക്കുന്നു. മൂന്നു മീറ്റർ പൊക്കമുള്ള മതിൽ! പ്രധാന കവാടത്തിൽ ആശ്രമത്തിൽ വളരെ ദൂരെ നിന്നുപോലും കാണാൻ പാകത്തിൽ പേർ കൊത്തിവെച്ചിട്ടുണ്ട്. കവാടത്തിൽ കൂറ്റൻ ലാത്തിയേന്തിയ, കാക്കി പാന്റും വെള്ള ഷർട്ടും കറുത്ത തൊപ്പിയുമണിഞ്ഞ രണ്ടു കാവല്ക്കാർ! കവാടത്തിൽ ആശ്രമ മേധാവിയുടെ അനുവാദമില്ലാതെ ഒരാൾക്കും പ്രവേശനമുണ്ടാകാറില്ല. ആശ്രമത്തിനകത്തെ പ്രധാന കെട്ടിടത്തിനകത്തേക്ക് ആറു മീറ്റർ വീതിയുള്ള ഒരു കോൺക്രീറ്റ് റോഡുണ്ട്. പ്രധാന കെട്ടിടത്തിന്റെ കവാടം തുറക്കുന്നത് വിശാലമായ ചുവപ്പ് പരവതാനി വിരിച്ച ഒരു ഹാളിലേക്കാണ്. ഹാളിൽ കസേരകളില്ല!

ഹാളിന്റെ ഇരുവശവും ധാരാളം മുറികളുണ്ട്. ഓഫീസുകളും, പുരുഷന്മാരായ ജീവനക്കാർക്ക് താമസിക്കാനുമുള്ള മുറികളാണ്. സ്ത്രീ ജീവ

നക്കാർക്കും അവിടെ എത്തിച്ചേരുന്ന അന്തേവാസികൾക്കും താമസ സൗകര്യത്തിനായി നിരവധി കെട്ടിടങ്ങൾ പ്രധാന കെട്ടിടത്തിന് പുറത്ത് കാണാം! കെട്ടിടങ്ങൾ കഴിച്ച് ബാക്കിയുള്ള സ്ഥലം വിവിധതരം കൃഷി കൾക്കും പശുവളർത്തലിനുമായി മാറ്റിവെച്ചിരിക്കുന്നു. ആശ്രമത്തിന്റെ മാനേജർ സന്ന്യാസി വേഷധാരിയായ ഒരു യുവ കോമളനാണ്. ആശ്രമ ജീവനക്കാർക്ക് പൊതു യൂണിഫോം ഉണ്ട്. അത് ഗേറ്റ്കീപ്പർമാർ ധരിച്ച തുതന്നെ! അവരെല്ലാം കൈയിൽ രാഖി കെട്ടിയിരിക്കുന്നു. അന്തേവാ സികളും ജീവനക്കാരും പരസ്പരം അഭിസംബോധന ചെയ്യുന്നത് "ജയ്! ശ്രീറാം!" എന്ന് ഉച്ചരിച്ചു കൊണ്ടാണ്.

ആശ്രമത്തിലെ ദിവസം ആരംഭിക്കുന്നത് വെളുപ്പിന് അഞ്ചു മണി യോടെയാണ്! അപ്പോൾ ജീവനക്കാരും അന്തേവാസികളും ഹാളിന കത്തെ പരവതാനിക്കകത്ത് ചമ്രം പടിഞ്ഞ് ഇരിക്കുകയായി! ഈ പ്രഭാത പ്രാർത്ഥനാ സദസ്സിന് നേതൃത്വം കൊടുക്കുന്നത് യോഗിനി മാതാ ആശ്ര മാധിപതി പൂർണ്ണാനന്ദാദേവിയാണ്

പ്രാർത്ഥന, അനുഗ്രഹഭാഷണം, ഗീതാപ്രഭാഷണം, യോഗ പരിശീ ലനം എന്നിങ്ങനെയാണ് എട്ടുമണിവരെയുള്ള പരിപാടി. തുടർന്ന് പ്രഭാത ഭക്ഷണം! ചെറു വിശ്രമത്തിനുശേഷം പത്തുമണി തൊട്ട് അദ്ധ്യാത്മിക ക്ലാസ് ഒരു മണി വരെ. ഉച്ചഭക്ഷണത്തിനും വിശ്രമത്തിനും ശേഷം മൂന്ന് മണിതൊട്ട് കൗൺസലിങ്, ഭജനമേളം, അന്തേവാസികളുടെ കലാപരി പാടികൾ. ഇവ 6 മണി വരെ തുടരും.

അന്നത്തെ പ്രഭാത പ്രാർത്ഥനാ സദസ്സ് ആരംഭിച്ചു. പ്രാർത്ഥനാ ഗാന ത്തെത്തുടർന്ന് യോഗിനിമാതാ ഘനഗംഭീര മധുര ശബ്ദത്തിന്റെ അകമ്പ ടിയോടെ അനുഗ്രഹ ഭാഷണം ആരംഭിച്ചു.

"പ്രിയ വത്സലപുത്രരെ, പതിവ് അനുഗ്രഹവചനങ്ങളിലേക്ക് കട ക്കുന്നതിന് മുമ്പെ നമ്മുടെ പുത്രസഞ്ചയത്തിലേക്ക് കടന്നുവന്ന കുമാരി ഡോ. നീലിമയെ നിങ്ങൾക്ക് ഞാൻ പരിചയപ്പെടുത്തുന്നു. അവർ മല ബാറിലെ നൂറ്റാണ്ടുകളുടെ പഴക്കവും, പാരമ്പര്യവും, കുലമഹിമയും, ചരിത്രവും, ഹിന്ദുത്വാഭിമാനവുമുള്ള പ്രസിദ്ധ നായർ കുടുംബമായ വെള്ളുവത്തറവാട്ടിലെ അംഗമാണ്. കുമാരി നീലിമ എഴുന്നേറ്റ് മുന്നോട്ട് വന്ന് ഈ സദസ്സിന് അഭിവാദനമേകൂ."

നൂറുകണക്കിന് കണ്ണുകൾ നീലിമയെന്ന നവാഗതയെ തേടുക യാണ്! ഏറ്റവും പിന്നിലെ വരിയിൽ മിഴിനീരിന്റെ നില്ക്കാത്ത പ്രവാഹ ത്താൽ കവിളുകൾ തുടുത്ത് ഉലഞ്ഞ മുടിയുമായി വലതുകൈയാൽ മുഖം താങ്ങി നീലിമ തല കുനിച്ചിരിപ്പുണ്ട്!

മാതാജി ജോലിക്കാരിയായ ഒരന്തേവാസിയെ കൈകാട്ടി വിളിച്ച് "വത്സേ, നീലിമയെ ഈ സദസ്സിന്റെ മുൻനിരയിലേക്ക് കൊണ്ടുവരൂ." എന്ന് കല്പിച്ചു. അവൾ ഓടിച്ചെന്ന് നീലിമയെ പിടിച്ചെഴുന്നേല്പിച്ച് തന്റെ ബലിഷ്ഠകരങ്ങളാൽ താങ്ങിപ്പിടിച്ച് സദസ്സിന്റെ മുൻനിരയിലേക്ക് കൊണ്ടുവന്നു. സദസ്സിനുനേരെ കൈ കൂപ്പാൻ മാതാജി നല്കിയ നിർദ്ദേശം നീലിമ അംഗീകരിക്കാതെ വന്നപ്പോൾ അന്തേവാസിയായ

യുവതി ബലാല്ക്കാരമായി കൈകൾ കൂട്ടിത്തൊഴുവിച്ചു!

സ്വാമിനിയുടെ അടുത്ത കല്പന പ്രകാരം നീലിമയെ മുൻനിരയിൽ ഇരുത്തി.

"പ്രിയ വത്സല ശിഷ്യരേ,

ഈ ആശ്രമാരാമത്തിലേക്ക് നമ്മളോടൊപ്പം അല്പകാലം താമസിച്ച്, ഹിന്ദുത്വ ജീവിത ചര്യങ്ങളെ കൂടുതൽ അറിയാനും സനാതനധർമ്മ ബോധം കൈവരിക്കുവാനുമായി എത്തിച്ചേർന്നിരിക്കുന്ന കുമാരി ഡോ. നീലിമയ്ക്ക് സഹർഷസ്വാഗതം!"

ഹാളിനകം കൂട്ടക്കരഘോഷത്തോടൊപ്പം ജയ്! ശ്രീറാം! ജയ്! ശ്രീറാം! ജയ്! ശ്രീറാം എന്നിങ്ങനെ ആരെയും ഭയപ്പെടുത്തുന്ന ആരവ ഘോഷത്താൽ മുഖരിതമായി!

താൻ, നാവുകൾ നൊട്ടിനുണഞ്ഞ്, ആക്രോശം മുഴക്കുന്ന, ഒരു കൂട്ടം വ്യാഘ്രങ്ങളാൽ വളയപ്പെട്ടിരിക്കുന്നു എന്ന് നീലിമയ്ക്ക് മനസ്സിലായി. ജീവിതത്തിലിന്നോളം കേട്ടിട്ടില്ലാത്ത ദുർഗ്രഹങ്ങളായ വാചാടോപങ്ങളോടെ, യോഗിനി മാതായുടെ വചനപ്രഭാഷണം, ഒരായിരം ചീവീടുകൾ കാതുകളെ കടന്നാക്രമിക്കുന്നതായിരുന്നു! ആശ്രമവാടത്തിലേക്ക് ആദ്യമായി എത്തിയവളെന്ന നിലയിൽ ആശ്രമാധിപ അന്നത്തെ ദിവസം നേർച്ചക്കോഴിക്ക് നെൽമണികൾ എന്ന പോലെ പൂർണ്ണ വിശ്രമത്തിനുള്ള സൗമനസ്യം പ്രകടമാക്കി! ഈ ആനുകൂല്യം ഈ ദിവസത്തേക്കു മാത്രമുള്ളതാണെന്നും ഇവിടത്തെ അന്തേവാസികൾക്കാർക്കും സമയബന്ധിതമായ ജീവിതചര്യകളിൽ നിന്ന് ഒരിളവും പ്രതീക്ഷിക്കേണ്ടെന്നും പ്രഖ്യാപനമുണ്ടായി.

നിരനിരയായി ഒട്ടേറെ കൊച്ചു കട്ടിലുകൾ അല്പമാത്രമകലത്തിൽ നിരത്തിയിട്ടിരിക്കുന്ന ശയനമുറിയിൽ തനിക്കനുവദിക്കപ്പെട്ട ശയ്യയിൽ അവളിരുന്നു! എത്തിപ്പെട്ടിരിക്കുന്ന കാരാഗൃഹസമാനമായ ആശ്രമവാസത്തിൽനിന്ന് തനിക്ക് മോചനമുണ്ടാവില്ലേ? ഒരു മകളോടും കാണിക്കാൻ പാടില്ലാത്ത ഈ കൊടുംക്രൂരത തന്നോടു കാണിക്കുന്ന അച്ഛന്റെ ഹൃദയത്തിൽ താനാരുമല്ലേ?

ഏഴുവർഷങ്ങൾക്കുശേഷമാണ് അവരുടെ നീണ്ട പ്രതീക്ഷയറ്റ കാത്തിരിപ്പിനു ശേഷം തന്റെ ജന്മം കൊണ്ട് അവരുടെ ജീവിതതാളമാകെ മാറുന്നത്! ഇരുപത്തിരണ്ടു വർഷക്കാലം അവർ അനുഭവിച്ച സന്തോഷത്തിന്റെ കേന്ദ്ര ബിന്ദു താനായിരുന്നില്ലേ? കൂടെക്കൂടെ മകൾക്കുവേണ്ടിയാണ് ജീവിക്കുന്നത് എന്നല്ലേ അവർ ആരോടും പറഞ്ഞുകൊണ്ടിരുന്നത്! എങ്ങനെ മനുജസമാനമല്ലാത്ത പ്രകൃതങ്ങളിൽ അഭിരമിക്കുന്ന ഈ ആശ്രമത്തടവറയ്ക്കകത്ത് കൊണ്ടുതള്ളാൻ അവർക്കു മനസ്സുവന്നു!

അവളുടെ മനോമുകുരത്തിൽ അവളുടെ പ്രിയതമന്റെ വശ്യ മുഖം തെളിഞ്ഞു! തന്റെ ജീവിതത്തിലേക്ക് ആ മുഗ്ദ്ധമാനസൻ കടന്നു വന്നതെങ്ങനെയെന്ന് കണ്ടെത്താൻ നീലിമ തന്റെ മാനസവഞ്ചി തുഴയെറിഞ്ഞ് പിന്നോട്ട് നയിച്ചു!

ഡോക്ടറായി ചേർന്ന ദിവസം തൊട്ട് ആശുപത്രിയുടെ നാഡീ ഞര

മ്പുകളെല്ലാം കേന്ദ്രീകരിപ്പിച്ച് പ്രവർത്തിക്കുന്ന ഉടമസ്ഥനാട്യമില്ലാത്ത ആ ചുറുചുറുക്കിനെ ആരാധനയോടെയാണ് താൻ എന്നും ശ്രദ്ധിച്ചത്! മാസാന്ത്യ അവലോകന യോഗങ്ങളിൽ തന്റെ ശുശ്രൂഷാ മികവിനെ അഭിനന്ദിക്കാറുള്ളതും ഹൃദയ പുഷ്പദളങ്ങളിലെല്ലാം ആ യുവ കോമളന് കൂടുകെട്ടാൻ അവസരമേകി!

ഏതു ആൾക്കൂട്ടത്തിലും കൺകോണുകൾ ആ രൂപത്തെ മാത്രം അന്വേഷിച്ചുകൊണ്ടിരുന്നു! യോഗങ്ങളിൽ ഒരു മാന്ത്രികന്റെ ചാരുതയോടെയും കൈയടക്കത്തോടെയും ശ്രോതാക്കളെ തന്റെ ചിന്താതന്ത്രികളിൽ കൊരുത്തിടുന്നത് മായിക ഭാവത്തോടെയാണ് ഇമ പൂട്ടാതെ കണ്ടുനിന്നത്!

ഹോസ്റ്റലിൽനിന്നും ആശുപത്രിയിലേക്കുള്ള യാത്ര, യാദൃച്ഛികമെന്നപോലെ, ജോണിന്റെ കാറിലാകുന്നത്, തന്റെ സാന്നിദ്ധ്യം നേടിയെടുക്കാനുള്ള ജോണിന്റെ തന്ത്രമായിരിക്കണമെന്നും മനസ്സ് ആഗ്രഹിക്കുകയായിരുന്നു! ആ യാത്രകൾ ഇരുവരും പരസ്പരം മനസ്സിലാക്കാൻ ഉപയോഗപ്പെടുത്തുകയായിരുന്നു.

അത്തരമൊരു പതിവു യാത്രകളിലൊരുനാൾ ജോൺ ആളൊഴിഞ്ഞൊരു മൂലയിൽ വാഹനം പൊടുന്നനെ നിർത്തി!

"എന്നാലിനി ഈ യാത്ര ഒന്നിച്ചൊരു ജീവിത യാത്രയാക്കി മാറ്റിയാലോ..?"

കേൾക്കാൻ കൊതിച്ച വാക്കുകളെങ്കിലും അത് അപ്രതീക്ഷിതമായൊരു കൊള്ളിയാൻപോലെ ഹൃദയഭിത്തികളെ ദീപ്തമാക്കി! എങ്ങനെയാണ് മറുപടി പറയേണ്ടത്? ഒട്ടാലോചിച്ച് ഹൃദയതാളങ്ങളെ നിയന്ത്രിച്ച് അത്യന്തം സൂക്ഷ്മതയോടെ ഇങ്ങനെയൊരു മറുവാക്കാണ് പുറത്തുവന്നത്.

"ഈ നമ്പ്യാത്തിക്കുട്ടീന പള്ളിയെയും പട്ടക്കാരെയും അനുസരിച്ചു നടക്കുന്ന, വേദ പുസ്തകവും കൊന്തയും കൈയിൽ നിന്നൊഴിയാത്ത ഈ ഏക മകന്റെ അമ്മച്ചി സ്വീകരിക്കുമോ?"

"ഈ മകന് മുകളിൽ അമ്മച്ചിക്ക് ഒരു പള്ളിയും ഇല്ല മതവുമില്ല... മകന്റെ ആഗ്രഹം അമ്മച്ചിയെ അറിയിച്ചിട്ടുണ്ട്... മുകളിലോട്ടുനോക്കി കുരിശു വരച്ച് ഈശോ മിശിഹായ്ക്ക് സ്തുതിയും ചൊല്ലി 'നീ ഇഷ്ടപ്പെടുന്ന പെണ്ണ് ഏത് ജാതിയായാലും മതമായാലും എന്നുമെന്നും നിന്റെ ഇഷ്ടാനിഷ്ടങ്ങൾക്കനുസരിച്ച് നടന്നോളണം.. അതേ ഈ അമ്മച്ചി കാണുന്നുള്ളൂ.' അതാ എന്റെ അമ്മച്ചി! അവര് പുണ്യവതിയാ.." ജോണി തെല്ലിട നിർത്തി തുടർന്നു.

"നീലിമയുടെ അച്ഛൻ ഒരു യാഥാസ്ഥിതികനല്ലേ? ഈ ക്രിസ്ത്യാനിച്ചെക്കനെ ഉൾക്കൊള്ളാനാവുമോ..?"

പൊടുന്നനെ കാർമേഘപാളികൾ മുഖത്ത് പടർന്നു. തന്റെ കണ്ണുകൾ ഈറനണിഞ്ഞിരുന്നു. തന്റെ വാക്കുകൾക്ക് കുടുംബ പശ്ചാത്തലമോർത്തപ്പോൾ ഗദ്ഗദകണ്ഠയാവേണ്ടി വന്നു.

"ശരിയാണ്,... ബാംഗ്ലൂരിലേക്ക് വരുമ്പോൾ അച്ഛൻ തറവാട്ടു മഹി

മയും പാരമ്പര്യത്തേക്കുറിച്ചും ഓർമ്മിപ്പിച്ചുകൊണ്ടേയിരുന്നു... ഹിന്ദു സമുദായത്തിന് അന്യനായ ഒരു മരുമകനെ അതും ക്രൈസ്തവ മതത്തിൽപെട്ട ഒരാളെ അദ്ദേഹത്തിനംഗീകരിക്കാനാവില്ല..."

തെല്ലിട നിർത്തി വീണ്ടും പറഞ്ഞു. "എന്നാൽ... ജോൺ.. അങ്ങയുടെ ഈ ഇമ്പമേറുന്ന വാക്കുകൾക്കായി ഞാനെത്ര കാലമായി പ്രതീക്ഷിക്കുന്നു!... അച്ഛനും അമ്മയും എന്നെ വെറുക്കുമായിരിക്കും... അത് തികച്ചും സങ്കടകരമാണ്... പക്ഷേ, ജീവിതം എന്റേതാണ്, എന്റെ ജീവിതത്തിൽ കടന്നുവരുന്ന പുരുഷൻ അത് ആരെതിർത്താലും ഞാൻ നിശ്ചയിക്കും!... അത് ജോണാണ്!... ജോൺ മാത്രം!"

ജോൺ ഒരു സീൽക്കാരത്തോടെ ഇടതുവശത്തിരിക്കുന്ന തന്നെ ഇരുകൈകളും ചേർത്ത് തന്നിലേക്കടുപ്പിച്ചു. റോഡരികിൽ സുഗന്ധം പരത്തി നാണിച്ചുനിന്ന്, സർവ്വരെയും മോഹിപ്പിച്ച് സൗരഭ്യം പരത്തിയൊരു പൂവിൽ നേരവും കാലവുമോർമ്മിക്കാതെ വർണ്ണശബളിമയാർന്നൊരു ചിത്രശലഭം എത്ര നേരമായി തേൻ നുകരുന്നു!

5

ആ ദിവസത്തെ ദിനചര്യകൾ പൂർത്തിയാക്കി ആശ്രമവാസികൾ ഓരോരുത്തർക്കും നിശ്ചയിച്ച താമസസ്ഥലത്തേക്ക് എത്തിച്ചേർന്നു. നീലിമയുടെ ശയനമുറിയിൽ അവളുൾപ്പെടെ പതിനൊന്നു പേരുണ്ട്. പന്ത്രണ്ടാമത്തെത് ആശ്രമ ജീവനക്കാരിയായ ഒരു ഘടോൽക്കചയാണ്!

നവാഗതയെ പരിചയപ്പെടാൻ എല്ലാരും നീലിമയുടെ അടുത്തേക്ക് ചെന്നിരിക്കയാണ്. അവരും തന്നെപ്പോലെ ബന്ധുജനങ്ങളാൽ ബഹിഷ്കൃതരായവർതന്നെ! അന്യമതസ്ഥരെയും അന്യജാതിക്കാരെയും പ്രണയിച്ച് ജീവിതപങ്കാളിയാക്കാൻ വാശിപിടിച്ചതിന്റെ ഭാഗമായിട്ടാണ് തടവറ സമാനമായ ആശ്രമത്തിലെ അന്തേവാസികളാകാൻ ആ കന്യകമാരും വിധിക്കപ്പെട്ടത്! ആശ്രമജീവിതം അവരെയെല്ലാം മസ്തിഷ്ക പ്രക്ഷാളനം നടത്തി അച്ഛനമ്മമാരുടെ അഭീഷ്ടം സാധിക്കാൻ പര്യാപ്തമാക്കുമെന്നാണ് അവരെ അവിടെ എത്തിച്ചവർ പ്രതീക്ഷിക്കുന്നത്.

ആശ്രമത്തിൽ ഇത്തരം പ്രണയ ഭിക്ഷുക്കൾക്കായി മാനസാന്തരത്തിനുതകുന്ന പ്രത്യേക ആദ്ധ്യാത്മിക ക്ലാസുകളും, കൗൺസലിങ്ങും ഉണ്ട്. ഇതിനെല്ലാമായി സന്ന്യാസീ വേഷം ധരിച്ച സ്ത്രീ പുരുഷന്മാരെ പ്രത്യേകം നിയോഗിച്ചിട്ടുണ്ട്. വശംവദരാകാത്തവർക്ക് പ്രത്യേക ശിക്ഷണ കേന്ദ്രങ്ങളിലിരുത്തി ശാരീരിക ദണ്ഡനകൾക്കു വിധേയമാക്കുകയും ചെയ്യുമത്രെ!

കാമുക മാനസങ്ങളെ ഉപേക്ഷിക്കാൻ തയ്യാറാവാത്ത ചിലരെക്കുറിച്ച് ഒരു വാർത്തകളും ബന്ധുക്കളുൾപ്പെടെയുള്ള പുറംലോകത്തിന് പിന്നീട് അറിയാതെയും വന്ന അനുഭവങ്ങളുമുണ്ടായിട്ടുണ്ട്. അവർ എവിടെയാണ് വിലയം പ്രാപിച്ചത്?

ഒന്നുകൂടികേട്ടു. ഇവിടെ സ്വീകരിക്കുന്ന സാമ, ദാന, ഭേദ, ദണ്ഡ

ങ്ങൾ കൊണ്ടൊന്നും മാനസാന്തരം വരാത്തവരെ മുന്നൂറിൽപരം നാഴിക അകലെയുള്ള നഗരത്തിലുള്ള ഒരു ക്യാമ്പിലേക്കയക്കുമത്രെ! ഇവിട ത്തേതുപോലുള്ള പ്രാർത്ഥനകളും ഭജനയും ആദ്ധ്യാത്മിക പഠനവും കൗൺസലിങ്ങിനോടുമൊപ്പം കടുത്ത മർദ്ദന നടപടികളും ഉണ്ടത്രെ! ഒരു കോൺസെൺട്രേഷൻ ക്യാമ്പ് അവിടെയുണ്ടെന്ന്!

പിറ്റേദിവസത്തെ ആശ്രമദിനചര്യകളും സമയക്രമം തെറ്റാതെ നടന്നു! നീലിമയ്ക്ക് അതിൽ പങ്കുകൊള്ളാതിരിക്കാൻ പറ്റില്ല! ശരീരം ആരോ വലിക്കുന്നൊരു ചരടിനൊത്ത് എന്തൊക്കെയോ ചെയ്യുന്നുണ്ട്. മനസ്സും ഹൃദയവും ആശ്രമം വിട്ട് എവിടെയൊക്കെയാണ് സഞ്ചരിക്കു ന്നത്!

ആദ്ധ്യാത്മിക ക്ലാസ് എടുത്തത് ആശ്രമ ഡയറക്ടറായ യുവ കാഷായ വേഷധാരിയാണ്. ആകാരം സുകുമാരമെങ്കിലും പുറത്തു വരുന്ന ശബ്ദഘോഷങ്ങൾ കർണ്ണകഠോരവും ദുർഗ്രഹവുമായി നീലി മയ്ക്ക് തോന്നി.!

കൗൺസലിങ് റൂമിൽ അതിനായി നിയോഗിക്കപ്പെട്ടവർ നീലിമയ്ക്ക് പ്രത്യേക ശ്രദ്ധ നല്കി. മാതാപിതാക്കളുടെ ആഗ്രഹ നിവൃത്തിക്കായി മനസ്സിനെ എങ്ങനെയെല്ലാം പാകപ്പെടുത്താമെന്ന് എല്ലാ തവണയും അവരുടെ നിർദ്ദേശങ്ങളുണ്ടായി.

സംഗീത സാന്ദ്രമായി "ഹേ, ഭഗവാൻ! ഹേ ഭഗവാൻ!" എന്ന് ശബ്ദ ഘോഷം മുഴക്കി തലയറഞ്ഞാടി കൈത്താളം കൊട്ടി ആണും പെണ്ണും ഒന്നിച്ചിരുന്നും നിന്നും നടത്തുന്ന ഭജനമേളകളിൽ അന്തേവാസിനികൾ എത്ര നിർബ്ബന്ധിച്ചിട്ടും അവൾ തലകുനിച്ചിരുന്നു!

ക്ലാസുകളിൽ ആർഷഭാരത പാരമ്പര്യത്തെക്കുറിച്ചും സനാതനധർമ്മ മഹിമയെക്കുറിച്ചും, ഹിന്ദുമതമെന്താണെന്നും മുസ്ലീങ്ങളിൽനിന്നും, ക്രൈസ്തവരിൽനിന്നും വ്യത്യസ്തമായ സാംസ്കാരിക സവിശേഷകളും ക്ലാസുകളിൽ പ്രതിപാദിക്കപ്പെട്ടു. മുസ്ലീങ്ങളും ക്രിസ്ത്യാനികളും മഹ ത്തായ ഭാരതഭൂമിയെ ആക്രമിച്ച് ഇവിടം അവരുടെ രാജ്യമാക്കാൻ ശ്രമി ക്കയാണെന്നും വിശദീകരിച്ചു. അവരെ ഇവിടെനിന്ന് ഓടിക്കുകയോ അല്ലെ ങ്കിൽ അവർ ഹിന്ദുമതോപസകാരായി കഴിയുകയോ ചെയ്യണം.

അന്യമതസ്ഥരെ വിവാഹം കഴിക്കുന്നത് നരകത്തിലേക്കുള്ള വഴി യൊരുക്കലായിരിക്കും! അത്തരക്കാർ ആർഷഭാരത സംസ്കാരത്തിന്റെ ശത്രുക്കളാണ്! പാപികളാണ്! ഗാന്ധാരിയും, സീതയും, പൃഥയും മറ്റന വധി പുരാണ സ്ത്രീകഥാപാത്രങ്ങളെയും അന്യമത പുരുഷരെ കാം ക്ഷിക്കുന്നവർക്ക് മനംമാറ്റത്തിൽ നിന്ന് മോചിതരാകാനുള്ള മാതൃകക ളായി ചൂണ്ടിക്കാണിക്കപ്പെട്ടു. ജീവിതത്തിലെ വിലപ്പെട്ട ദിവസങ്ങൾ ആ ആശ്രമകാരാഗൃഹത്താൽ നഷ്ടപ്പെടുന്നതായാണ് നീലിമയ്ക്ക് തോന്നി യത്! തന്റെ ദുരവസ്ഥയ്ക്ക് കാരണക്കാരായ അച്ഛനെയും ഇളയച്ഛനെയും അവൾ വെറുത്തു.

ഒരു മാസത്തിനുശേഷം നീലിമയെ ഒരു പ്രത്യേക മുറിയിൽ ഹിപ്നോട്ടിസത്തിന് വിധേയയാക്കി.

ഹിപ്നോട്ടിസ്റ്റ് ഒരു ബെഡിൽ അവളോട് കിടക്കാനാവശ്യപ്പെട്ടു. ആ മുറി ഒരു നേർത്ത സംഗീതത്താൽ ആകർഷകമായിരുന്നു.

ഹിപ്നോട്ടീസ്റ്റ് മൃദുവായ ശബ്ദത്തിൽ “നീലിമാ... നീലിമയ്ക്ക്... ഉറക്കം വരുന്നുണ്ടല്ലേ.. ഉറങ്ങൂ... ഉറങ്ങൂ... ഉറങ്ങൂ...” എന്നിങ്ങനെ ആരോഹണക്രമത്തിൽ ഒരു താരാട്ടിന്റെ മാധുര്യത്തിൽ പറഞ്ഞുകൊണ്ടേയിരുന്നു

നീലിമ കണ്ണുകളടച്ചു! ഉറക്കം വന്നിട്ടല്ല! ഉറങ്ങുന്നതായി നടിക്കുന്നത് ആവശ്യമാണ്!

“ഡോക്ടർ നീലിമാ നിങ്ങൾക്ക് ഇപ്പോഴും ജോൺ ജോർജിനെ ഇഷ്ടമാണോ.”

“ഇഷ്ടമാണ്...”

“അയാൾ അന്യമതക്കാരനല്ലേ...”

“അതേ...”

“അന്യമതക്കാരനെ ജീവിത പങ്കാളിയാക്കുന്നത് സനാതന ധർമ്മമനുസരിച്ച് പാപമല്ലേ..”

“അല്ല... അയാൾ ഒരു നല്ല മനുഷ്യനാണ്... എന്റെ ഭർത്താവ് ഹിന്ദുവാകണ്ട! ഒരു നല്ല മനുഷ്യനായാൽ മതി!

“നീലിമാ, നിന്റെ മനസ്സിൽനിന്ന് ജോൺ ജോർജിന്റെ ഓർമ്മകളെ ഞാൻ ഇല്ലാതാക്കട്ടെ...! നിന്നെ ഏറ്റവും ഇഷ്ടപ്പെടുന്ന അച്ഛന്റെയും അമ്മയുടെയും ആഗ്രഹം അതാണല്ലോ...?”

“വേണ്ട... അവർക്ക് അവരുടെ മതമാണ് വലുത്.. ഞാനല്ല...”

“നീലിമ.. ഉറങ്ങിക്കോളൂ.. ഉറങ്ങിക്കോളൂ... ഇപ്പോൾ നീലിമ മാത്രം... ജോണില്ല. ജോണിനെ മനസ്സിൽനിന്ന് മായ്ച്ചു കളയുന്നു...”

“പാടില്ല..... സമ്മതിക്കില്ല...” അവൾ ബെഡിൽനിന്ന് എഴുന്നേറ്റ് അലറുകയായിരുന്നു!

പുറത്ത് കാവൽനില്ക്കുകയായിരുന്ന രണ്ട് അന്തേവാസിനികൾ അവളെ ബലമായി പിടിച്ചുകൊണ്ടുപോയി അവളുടെ ശയ്യാഗൃഹത്തിൽ തള്ളി വാതിലടച്ചു!

പിറ്റേദിവസം ശരീരസുഖമില്ലെന്ന കാരണം പറഞ്ഞ് അവൾ പതിവു പ്രാർത്ഥനാ സദസ്സിൽ ഹാജരായില്ല.

പതിനൊന്നു മണിയോടെ അന്തേവാസിനികളാൽ ആശ്രമാധിപയോഗിനി മാതയുടെ മുന്നിലേക്ക് അവൾ ആനയിക്കപ്പെട്ടു. പൂർണ്ണാ നന്ദാദേവിയുടെ ശയ്യാഗൃഹമാണത്!

രണ്ടു വ്യാഘ്രരൂപികളെ കൈപ്പിടിയിലും, മൃഗരാജനെ ശിരസ്സിനു മുകളിലും കൊത്തിവച്ചിരിക്കുന്ന ചുകപ്പ് വെൽവെറ്റ് തുണികൾ പൊതിഞ്ഞ പതുപ്പതുത്ത ഇരിപ്പിടത്തിൽ അവർ ഇരിപ്പുണ്ട്. മുറിക്കകത്ത് പ്രവേശിച്ച നീലിമയെ അനുഗ്രഹിച്ച് തന്റെ മുന്നിൽ പരവതാനി വിരിച്ച നിലത്ത് ഇരിക്കാനാവശ്യപ്പെട്ടു.

അവർ ശാന്തയായി പറയാൻ തുടങ്ങി. “ഹിപ്നോട്ടിസം പുത്രിയുടെ മുമ്പിൽ പരാജയപ്പെട്ടു എന്നറിഞ്ഞു... ഇവിടെ അങ്ങനെ സംഭവിക്കാ

റില്ല... ഇതാദ്യമാണ്... എന്താണ് നീലിമയുടെ ഉദ്ദേശ്യം?"

ദൃഢചിത്തയെങ്കിലും ആ ചോദ്യത്തിന് മുമ്പിൽ അവളൊന്ന് പിടഞ്ഞു. എന്തു പറയണം?

ആ നിമിഷം മനസ്സിൽ തെളിഞ്ഞത് അവളുടെ ഹൃദയേശ്വരന്റെ മുഖമാണ്! അത് നീലിമയ്ക്ക് യോഗിനിമാതായുടെ ആജ്ഞാശക്തിയുടെ മുമ്പിലും ഹൃദയ കാഠിന്യം നല്കി.

"ദയവു ചെയ്ത് എന്നെ വിട്ടയക്കണം.. ആരെന്തു പറഞ്ഞാലും ജോണിനെ ഞാൻ എന്റെ ഭർത്താവായി വരിച്ചതാണ്. ആരെന്തു പറഞ്ഞാലും അതുപേക്ഷിക്കാനാവില്ല..."

ആശ്രമാധിപയുടെ വാക്കുകൾ അപ്രതിരോദ്ധ്യങ്ങളായിരുന്നു.

"പുത്രിയുടെ മനസ്സ് പിതൃതാല്പര്യത്തിനും ഹിന്ദു ധർമ്മത്തിനും അനുസരിച്ച് പാകപ്പെടുത്തിത്തരണം എന്നാണ് പിതാവ് നമ്മോട് ആവശ്യപ്പെട്ടിരിക്കുന്നത്. നീലിമയുടെ നിലപാട് സനാതന ധർമ്മത്തിനെതിരാണ്! ധർമ്മസംരക്ഷണത്തിനാണ് ഈ ആശ്രമം പ്രവർത്തിക്കുന്നത്. ഇയാളുടെ ആഗ്രഹം അനുവദിക്കാൻ നിവൃത്തിയില്ല... പോകാം.."

6

കൈകാലുകൾ ബന്ധിച്ച്, ഒരുതുണി കൊണ്ട് വായ്മൂടി, കാവല്ക്കാരുടെ സുരക്ഷിത വലയങ്ങളിൽ ശരവേഗത്തിലോടിയ കാറിൽ പാതിരാത്രിയിലാണ് യാത്ര പുറപ്പെട്ടത്! വെളുപ്പിന് കേന്ദ്രത്തിലെത്തി ഇറങ്ങുമ്പോൾ റോഡരികിലെ ബോർഡുകളിൽനിന്ന് നഗരത്തിന്റെ പേര് വായിച്ചെടുക്കാനായി!

എന്തും നേരിടാനുള്ള മനക്കരുത്ത് ആശ്രമ ജീവിതം നല്കിയിട്ടുണ്ട്. പുതിയ ക്യാമ്പിലെ ജീവിതചര്യകളെല്ലാം നിർവ്വികാരതയോടെ അഭിമുഖീകരിച്ചു.

മർദ്ദനമുറകളിലേക്ക് എപ്പോഴാണ് തന്നെ കൊണ്ടുപോകുന്നത്? ഇവിടെ തന്നെപ്പോലെ സമാനജീവിതം നയിക്കുന്നവർ മൂന്നുപേരേയുള്ളൂ. പരസ്പരം മനസ്സുതുറക്കാനുള്ള അവസരം കർശനമായി നിരോധിച്ചിരിക്കുന്നു!

ആകെ സംസാരിക്കാൻ അവസരമുള്ളത് അവിടെയുള്ള പാചകക്കാരിയുമായിട്ടാണ്. തടവുകാരുടെ ബന്ധുക്കൾ സംസാരിക്കുന്നത് അവരുടെ ഫോണിലായിരിക്കണമെന്നാണ് ചട്ടം! അതിന്റെ പുറത്തേക്കു വിളിക്കാനുള്ള സൗകര്യം അൺലോക്ക് ചെയ്യണമെന്നും പാചകക്കാരിക്കു മാത്രം അറിയാവുന്ന കാര്യമാണ്!

ഇതിനിടയിൽ ഒന്നുരണ്ടുതവണ മകളുടെ വിവരങ്ങളറിയാൻ നമ്പ്യാരും ടീച്ചറും വിളിച്ചു. നീലിമ അവരോട് സംസാരിക്കുകയും ചെയ്തു. ഇതിനിടയിൽ ഫോൺ പാചകക്കാരി അൺലോക്ക് ചെയ്യുന്നത് എങ്ങനെയെന്ന് നീലിമ മനസ്സിലാക്കി!

എന്നല്ല പാചകക്കാരി ഒന്നു തിരിഞ്ഞു മറിയുന്നതിനിടയിൽ തന്റെ പ്രിയതമന് അവൾ ഒരു മിസ്കോൾചെയ്തു!

ആരിത് തനിക്ക് മിസ് കോൾചെയ്തത്? ജോൺ ആ നമ്പറിലേക്ക് തിരികെ വിളിച്ചു. ആ വിളി നീലിമ പ്രതീക്ഷിക്കുകയായിരുന്നു.

"ഇങ്ങോട്ടു തന്നേക്കൂ. വീട്ടിൽനിന്ന് അച്ഛനാണ്. വിളിക്കുമെന്ന് പറഞ്ഞിരുന്നു." ആ പാവം പാചകക്കാരിക്ക് നീലിമയുടെ നിഷ്കളങ്കതയിൽ നല്ല ബോദ്ധ്യമായിരുന്നു!

കൊച്ചുനേരം കൊണ്ട് പാചകക്കാരിക്ക് തരിമ്പും സംശയമില്ലാത്ത നിലയിൽ താൻ ചെന്നുപെട്ട അവസ്ഥ ജോണിനെ ബോദ്ധ്യപ്പെടുത്താൻ ആ മിടുക്കിക്ക് കഴിഞ്ഞു.!

ക്യാമ്പിലെ മൂന്നാഴ്ചത്തെ താമസത്തിനിടയിൽ വിരഹിതമായ ആ യുവമിഥുനങ്ങൾക്ക് പലവട്ടം സന്ദേശവാഹകയാകാൻ കഴിഞ്ഞതിൽ ഇന്ത്യയുടെ വാർത്താവിനിമയ ഉപഗ്രഹം ഏറെ അഭിമാനിച്ചിട്ടുണ്ടാവണം!

നീലിമയുടെ പുതിയ തടവറയുടെ പേര് പരാശക്തി യോഗാ സെന്റർ എന്നാണ്! ആയിരം കൈകളുള്ള ഉമാമഹേശ്വര സംഭവയായ പരാശക്തിയുടെ ഒരു ശില്പം. പ്രവേശന കവാടത്തിൽ കാണാം. മൂന്ന് നിലയുള്ള കോൺക്രീറ്റ് കെട്ടിടത്തിനകത്ത് എന്താണ് നടക്കുന്നതെന്ന് അത്യന്തം രഹസ്യമാണ്.

സന്തോഷ് എന്നും സിന്ധു എന്നും പേരായ രണ്ടുപേരാണ് ഇതിന്റെ നടത്തിപ്പുകാർ. ഇവിടെയും പൂർണ്ണാനന്ദാശ്രമത്തിലെന്നതുപോലെ ദിനചര്യകളെല്ലാം സമാനമാണ്. കൗൺസലിങ്ങിനും ഹിപ്നോട്ടിസത്തിനും വഴിപ്പെടാത്തവരെ കൈകാര്യം ചെയ്യാനുള്ള ഒരിരുട്ടു മുറി ഇവിടത്തെ പ്രത്യേകതയാണ്.

പരാശക്തി യോഗാ സെന്ററിന്റെ മുമ്പിൽ ഒരു കാവ് കാണാം! സാമാന്യം നല്ല തോതിൽ ഭക്തജനങ്ങൾ ഇവിടെയെത്തിച്ചേരുന്നു.

കാവിന്റെ ഒരുഭാഗത്ത് കാക്കിക്കാലുറയും വെള്ള ബനിയനുമണിഞ്ഞ ഒരുകൂട്ടം യുവാക്കൾ എന്നും ലാത്തിവീശി ആയുധ പരിശീലനം നടത്തുന്നുണ്ട്. കാവിന്റെ പരിസരത്ത് തന്നെ ഒരു മാതാജിയുടെ പേരിലുള്ള ആശുപത്രിയും കാണാം. യോഗാ സെന്ററിലെ ജീവനക്കാരും അന്തേവാസികളും രോഗ പരിചരണത്തിനായി ഈ ആതുരാലയത്തിനെയാണ് ആശ്രയിക്കുന്നത്.

വീതിയുള്ളൊരു താർറോഡും, ചുറ്റും വ്യാപാര സ്ഥാപനങ്ങളുമുള്ള ഒരു കൊച്ചു ബസാർ അവിടെ രൂപം കൊണ്ടിട്ടുണ്ട്.

പരിസരപ്രദേശത്തെവിടെയുമുള്ള സ്ത്രീ പുരുഷന്മാരുടെ ഒരു പ്രത്യേകത സ്വർണ്ണാഭരണങ്ങളേക്കാൾ അവർ ഏറെ ഇഷ്ടപ്പെടുന്നത് കൈയിൽ വളയണിയുന്നതിനുപകരം കെട്ടുന്ന രാഖി എന്ന് പേരായ ചെണ്ടോടുകൂടിയ ഒരു മഞ്ഞച്ചരടിനെയാണ്!

നീലിമ സനാതനധർമ്മത്തെ തരിമ്പും ബഹുമാനിക്കുന്നില്ലെന്ന് ക്യാമ്പധികാരികൾക്ക് ബോദ്ധ്യപ്പെടാൻ ഏറെ ദിവസങ്ങൾ വേണ്ടി വന്നില്ല! കൗൺസലിങ്ങിനോടും അവൾ വിരക്തി പ്രകടിപ്പിക്കുന്നു! ഹിപ്നോ

ട്രിസ്റ്റിന് കീഴടക്കാനാവാത്ത മാനസികകരുത്ത് അവൾക്കുണ്ടെന്നും മന സ്സിലായി!

ക്യാമ്പ് ഡയറക്ടർമാരായ സന്തോഷും സിന്ധുവും നീലിമയെ ഇരു ട്ടറഭേദ്യത്തിന് വിധേയമാക്കാനുള്ള നിർണ്ണായകമായ തീരുമാനമെടുത്തു!

ആദ്യം ഒറ്റ ദിവസത്തെ പരീക്ഷണത്തിനുശേഷം തുടർന്നെന്തു വേണമെന്ന് തീരുമാനിക്കാമെന്ന് ധാരണയായി!

പ്രഭാത ഭക്ഷണത്തിനുശേഷം നീലിമ ഇരുട്ടറയ്ക്കകത്തു പ്രവേശി ക്കപ്പെട്ടു!

ആദ്യം പ്രഹരശേഷിയുള്ള ഒരുകൂട്ടം ചോദ്യ ശരങ്ങളാണ് ശിക്ഷക ന്മാർ ഉയർത്തിയത്!

ഒരുമണിക്കൂറോളംനീണ്ട ചോദ്യ പ്രക്രിയകളെല്ലാം ക്രിസ്ത്യാനി ച്ചെറുക്കനെ ഉപേക്ഷിക്കാൻ ലക്ഷ്യമിട്ടതായിരുന്നു.

നീലിമ അതിലെല്ലാം പരാജയപ്പെട്ടു! പിന്നെ ലഘുവായ ഒരു ശിക്ഷാ വ്യായാമം! ഇരുന്നൂറ് തവണ ഏത്തമിടുക! ആ പ്രക്രിയ പൂർത്തിയാകു മ്പോഴേക്കും നീലിമ ബോധരഹിതയായി നിലം പതിച്ചു!

പ്രജ്ഞ തിരിച്ചുകിട്ടിയ ആ ഹതഭാഗ്യയോട് ജോണിനെ ഉപേക്ഷി ക്കില്ലേ എന്ന ചോദ്യത്തോട് നിഷേധാത്മകമായ മറുപടി തന്നെയാണ് ഉണ്ടായത്! തുടർന്ന് ഇരുട്ടറയിലെ ഭേദ്യങ്ങളെപ്പറ്റി ഒരേകദേശരൂപം ശിക്ഷ കർ നീലിമയ്ക്ക് നല്കി. തിരണ്ടിവാൽ കൊണ്ട് പ്രഹരിക്കുക,! കാലിലെ നഖം കൊടിൽ കൊണ്ട് പറിക്കുക! ഇരുമ്പു വളയത്തിൽ തല കീഴായി കെട്ടിത്തൂക്കുക! നഗ്നയായി പന്ത്രണ്ടു മണിക്കൂർ ഇരുത്തുക! ഏറ്റവും അവസാനമായി കരിനാഗങ്ങളുടെ ഇടയിൽ ദിവസം മുഴുവൻ കഴിയുക!

നീലിമയ്ക്ക് ആയിരം അടി താഴ്ചയുള്ള അതൃഗാധതയിലേക്ക് വീഴു ന്നതായാണ് തോന്നിയത്! തന്റെ ജീവിതം ഈ ഇരുട്ടറയ്ക്കകത്ത് അവ സാനിക്കാൻ പോവുകയാണ്! ആ നീലനയനങ്ങളിൽ ഒരു കൂറ്റൻ ജലാ ശയമാണ് രൂപപ്പെട്ടത്! അത് പൊട്ടിയൊഴുകി കവിളുകളെ ഈറനണി യിച്ചു!

ആ ഇരുട്ടറ ഉച്ച ഭക്ഷണത്തിനായുള്ള അല്പ സമയത്തിനായി തുറ ക്കുകയും ചെയ്തു! ഉച്ചഭക്ഷണത്തിനുശേഷം മുഖ്യ ശിക്ഷകൻ തിരണ്ടി വാൽ കൊണ്ടുള്ള കൂറ്റൻ ചാട്ടവാർ അന്തരീക്ഷത്തിലേക്കാഞ്ഞു വീശി! അതിന്റെ ശബ്ദധോരണിയാൽ ഇടിമുറിയൊന്ന് കുലുങ്ങി!

ഒന്നുകൂടി ചാട്ടവാർ ചുഴറ്റിക്കൊണ്ട് അയാൾ അട്ടഹസിച്ചു.

"എടീ, പെണ്ണേ.... നീ ആ നസ്രാണിച്ചെറുക്കനെ... ഉപേക്ഷിക്കുന്നോ... ഇല്ലയോ."

ഉത്തരം പറയാൻ അവൾക്കു സാധിക്കുമായിരുന്നില്ല! കണ്ഠനാള ത്തിലും നാക്കിലും ഉമിനീർ വറ്റിപ്പോയിരുന്നു!

ചാട്ടവാർ നീലിമയുടെ മൃദുമേനി ലക്ഷ്യമാക്കി ഒരുതവണ ഉയരു കയും താഴുകയും ചെയ്തു.

"അയ്യോ....!" നീലിമയുടെ ഇരുകൈകളും യാചനാഭാവത്തിൽ ശിക്ഷ കന്റെ നേരെ ഉയർന്നു.

"ഞാൻ പറയാം... അടിക്കരുത്."

"അങ്ങനെ വഴിക്കു വാടീ... എന്താ നിനക്ക് പറയാൻ?"

"എനിക്ക്... എനിക്ക്... രണ്ടു ദിവസത്തെ... സമയം തരണം...!'

"ശരി രണ്ടുദിവസംകൊണ്ട് വ്യക്തമായ തീർപ്പുണ്ടായില്ലെങ്കിൽ നിന്റെ ശവം കടലിൽ സ്രാവിനിട്ടു കൊടുക്കും."

ഇരുട്ടറയുടെ വാതിൽ തുറന്നു, ആ പാവം പെൺകുട്ടിക്ക് രണ്ടുദിവസത്തേക്കുള്ള താല്ക്കാലിക മോചനം ലഭിച്ചു. നാലഞ്ചു മണിക്കൂർ നേരത്തെ ക്രൂരമായ അനുഭവങ്ങൾ ആ സാധുവായ പെൺകുട്ടിയെ മാനസിമായും ശാരീരികമായും തളർത്തുകതന്നെ ചെയ്തു.

അന്ന് രാത്രി ഭക്ഷണത്തിനു ശേഷം അച്ഛനമ്മമാരുടെ ഫോൺകാൾ അവളെത്തേടിയെത്തി!

തലേദിവസത്തെ പീഡനത്തിൽ അവശയായ തനിക്ക് ഡോക്ടറെ കാണാൻ അനുവാദമുണ്ടാകണമെന്ന് ക്യാമ്പ് അധികൃതരോട് അവൾ ആവശ്യപ്പെട്ടു.

തങ്ങളുടെ പരിശ്രമങ്ങൾ വിജയം കാണുന്നുവെന്ന് കണ്ട ക്യാമ്പധികൃതർ അവളോട് സൗമനസ്യത്തോടെ പെരുമാറി! പിറ്റേദിവസം ഉച്ചയ്ക്ക് തിരക്കൊഴിഞ്ഞ നേരം നോക്കി അടുത്തുള്ള ആശുപത്രിയിലയക്കാൻ തീരുമാനമായി.

അന്ന് രാവിലെയും നീലിമയ്ക്ക് അച്ഛന്റെ ഒരു ഫോൺകാൾ ഉണ്ടായിരുന്നു. ആ സംഭാഷണത്തിൽ മനം മാറ്റത്തിന്റെ സൂചന അവൾ ആ പിതാവിന് നല്കുന്നത് പാചകക്കാരിക്ക് കൃത്യമായി മനസ്സിലായി!

ആശുപത്രി ഒരു മുന്നൂറ് മീറ്റർ അകലെയാണ്, പാചകക്കാരിയെയും മറ്റൊരു ബലിഷ്ഠയായ ജീവനക്കാരിയെയും നീലിമയ്ക്ക് തുണയായി അധികൃതർ നിയോഗിച്ചു. അവശയായ അവളുടെ ചുമലിൽ ബലിഷ്ഠയായ അന്തേവാസിനി ബലമായി താങ്ങിയിട്ടുണ്ട്.

നീലിമയുടെ ശരീരം വിറയ്ക്കുകയും വിയർക്കുകയും ചെയ്യുന്നുണ്ട്! ഒരു നൂറു മീറ്റർ നടന്നതേയുള്ളൂ! എവിടെനിന്നാണ് ഒരു ഓമ്നി വാൻ പെട്ടെന്ന് ബ്രേക്കിട്ട് അവരുടെ മുമ്പിൽ വന്നു നിർത്തിയത്?

മൂന്നുപേർ ഞൊടിയിടയിൽ വാനിൽ നിന്നിറങ്ങി അന്തേവാസിനിയെ തള്ളി മാറ്റി നീലിമയെയും കൊണ്ടു വാനിൽ കയറുന്നു.

വണ്ടിയുടെ വാതിലടയുന്നു!

നീലിമയുടെ നിലവിളി കേൾക്കുന്നുണ്ട്!

ആ വാഹനം എങ്ങോട്ടാണ് പോയത്?

അന്തേവാസികൾ നിലവിളിച്ചുകൊണ്ട് ക്യാമ്പിലേക്കോടി.!

നീലിമയെ കണ്ടെത്താനായി രണ്ടു വാഹനങ്ങൾ റോഡിലിറങ്ങി!

അവർ ഒരുങ്ങിയെത്തുമ്പോഴേക്കും കാൽ മണിക്കൂറെങ്കിലും കടന്നുപോയിരുന്നു!

7

സുന്ദരമായൊരു ഇരുനിലക്കെട്ടിടത്തിന്റെ വിശാലമായ മുറ്റത്ത് കൂടി ഒരമ്മ ആറുമാസം പ്രായമുള്ള തന്റെ മകളെ ചുമലിലിട്ട് കരച്ചിലടക്കുകയാണ്. ബാംഗ്ലൂർ നഗരത്തിൽ ഇടത്തരക്കാർ മാത്രം താമസിക്കുന്ന ഒരു ഹൗസിങ് കോളനിയാണത്.

ആ മുറ്റത്തേക്ക് ഏറ്റവും പുതിയ മോഡലിലുള്ള ഒരു ബെൻസ് കാർ ഇരമ്പി വന്ന് ബ്രേക്കിട്ടു. കാറോടിച്ചയാൾ "ചിക്കു..." എന്ന് വിളിച്ച് കുഞ്ഞിനെ കൈയിലെടുത്തു. ചിക്കു ആ പിതാവിന്റെ മീശയിലും മുടിയിലും കൈവിരലയച്ച് അയാളെ നോക്കി പല്ലില്ലാത്ത വായ കാട്ടി ചിരിക്കയാണ്.

കുഞ്ഞിന്റെ മുഖത്ത് നല്കുന്ന ഒരു നൂറ് മുത്തങ്ങളിൽ പലതും കുഞ്ഞിന്റെ അമ്മയുടെ തുടുതുടുത്ത വദനങ്ങളിലാണ് പതിയുന്നത്.

കുഞ്ഞിനെ അമ്മയെ ഏല്പിച്ച് അയാൾ പറയുകയായി.

"പന്ത്രണ്ട് അമ്പതിനാണ് ഫ്ളൈറ്റ്. ഇപ്പോൾ മണി പത്ത്... വിമാനത്താവളത്തിലേക്ക് ഒരു മണിക്കൂർ വേണം. ലഘു ഭക്ഷണവും കഴിച്ച് പത്തരയ്ക്ക് പുറപ്പെടണം. ടിക്കറ്റ് ക്ലിയറിങ്ങും ചെക്കിങ്ങും എല്ലാം കൂട്ടി ഒരുമണിക്കൂർ വേണം. തയ്യാറായാട്ടേ.."

"ഞാനെപ്പഴേ റെഡി. ബാഗും കുഞ്ഞിന് വേണ്ടതുമെല്ലാം എടുത്തുവെച്ചു... എപ്പോൾ ഇറങ്ങണമെന്ന് പറഞ്ഞാ മതി."

കാർ വിമാനത്താവളത്തിലേക്ക് കുതിച്ചു പാഞ്ഞു.

അടുത്തിരിക്കുന്ന നീലിമയോട് ജോൺ വളയം പിടിച്ചുകൊണ്ട് ചോദിച്ചു:

"നിന്റെ അമ്മ കുഞ്ഞിനെ കാണണമെന്ന് വിളിച്ചു പറഞ്ഞതൊക്കെ ശരി... അച്ഛന്റെ നിലപാടെന്തായിരിക്കും? ആ തറവാട്ടു മുറ്റത്ത് കാലുകുത്താൻ അങ്ങേര് സമ്മതിക്ക്വോ?... എനിക്ക് അമ്മയുടെ വിളി വന്നപ്പോഴേ സംശയമുണ്ട്."

"അച്ഛന്റെ മനസ്സൊക്കെ മാറിട്ടുണ്ടാവും..

"വർഷം ഒന്നര കഴിഞ്ഞില്ലേ... വെറുപ്പ് കാണിക്കുന്നെങ്കിൽ ഇങ്ങു പോരാമെന്നേ... ജോണിക്ക് അത്രടം വരെ ചെന്നിട്ട് ഒരു പ്രയാസം തോന്നാതിരുന്നാ മതി.."

"എനിക്കെന്തു പ്രയാസം..? നീലിമയ്ക്ക് പ്രയാസമുണ്ടാവാതിരുന്നാൽ മതി..."

"ഏയ്... എനിക്കൊരു പ്രയാസോം ഉണ്ടാവൂല...."

"എന്നാൽ മതി... വരുന്നതുവരട്ടെ...!"

ഒന്നേകാൽ മണിക്കൂർകൊണ്ട് വിമാനം എത്തി. പുറത്തിറങ്ങാൻ ഇരുപത് മിനിറ്റ്! പ്രേ ടാക്സി കൗണ്ടറിൽ ചെന്ന് ഒരു ടാക്സി പിടിച്ചു.

നീലിമയുടെ തറവാട്ടിലേക്ക് അരമണിക്കൂർ ഓട്ടമുണ്ട്. അവളുടെ ഹൃദയ ഭിത്തികളുടെ സ്പന്ദനം അടുത്തിരിക്കുന്ന ജോണിന്റെ കാതുകളി

ലെത്തുന്നുണ്ട്! അയാൾ ഇടതു കൈ കൊണ്ട് പ്രിയതമയുടെ കൈകൾ അമർത്തിപിടിച്ചു.

ചിക്കു വിമാനത്തിൽ കയറിയ ഉടനെ ഉറക്കം പിടിച്ചതാണ്.

തന്നെ ഇരുപത്തിരണ്ട് വർഷക്കാലം താലോലിച്ചു പോറ്റിയ ആ തറവാടിന്റെ ഓടിട്ട മുകളറ്റം ദൂരെ നിന്നു തന്നെ കാണാം! ഗേറ്റുകൾ തുറന്നിട്ടുണ്ട്!

കാർ ആ വലിയ വീടിന്റെ മുറ്റത്തേക്ക് പ്രവേശിച്ചു!

പൂമുഖത്തെ സെറ്റിയിൽ നാരായണൻ നമ്പ്യാരും വിലാസിനി ടീച്ചറും ഇരിക്കുന്നുണ്ട്! കാർ കണ്ടതോടെ രണ്ടുപേരും എഴുന്നേറ്റു! നമ്പ്യാരുടെ ആകാംക്ഷ ആരാണപ്പാ ഈ ഉച്ച തിരിഞ്ഞേരം എന്നാണ്!

ടീച്ചർക്കറിയാം മകളും ഭർത്താവും കുഞ്ഞുമാണെന്ന്!

എന്നാൽ അവർ ഉൽക്കണ്ഠാഭരിതമായത് തന്റെ ഭർത്താവ് എങ്ങനെ പെരുമാറും എന്ന് ചിന്തിച്ചായിരുന്നു!

കാറിനു നേരെയും ഭർത്താവിനു നേരെയും മാറി മാറി നോക്കി ടീച്ചർ പറഞ്ഞു "നീലിമ...!"

വന്നവർ കാറിൽ നിന്നിറങ്ങിയപ്പോഴേ വന്നതാരാണെന്ന് അയാൾ മനസ്സിലാക്കിയുള്ളൂ.

നമ്പ്യാരുടെ മുഖത്ത് രക്തം ഇരച്ചു കയറി! അയാളുടെ മുഖം കരുവാളിച്ചു! അയാൾ മുറ്റത്തേക്ക് നീട്ടിത്തുപ്പി അകത്തേക്കുകയറി, ആ വാതിൽ ശക്തിയായടച്ചു! നീലിമയും ജോണിയും കുഞ്ഞുവാവയുമായി മുറ്റത്ത് നില്ക്കുന്നു!

ടീച്ചർ നമ്പ്യാരെ തിരിഞ്ഞു നോക്കിക്കൊണ്ട് മകളുടെ അടുത്തേക്ക് ഓടിച്ചെല്ലുന്നു!

അവർ ചിക്കുവിനെ തെരുതെരെ ഉമ്മവെക്കുകയും "മോളേ..." എന്ന് വിളിച്ച് കരച്ചിലോടെ നീലിമയെ ചേർത്തുപിടിക്കുകയും ചെയ്യുന്നു!

ആ അമ്മയും മകളും തേങ്ങലടക്കി ആലിംഗനബദ്ധരായി നിന്നു.

മരക്കൊമ്പുകളിൽ നിന്നുയരുന്ന കാക്കകളുടെ ശബ്ദം കേട്ട് ജോണിയുടെ കൈയിലേക്ക് മാറിയ കുഞ്ഞ് എന്തെല്ലാമോ ശബ്ദങ്ങൾ പുറപ്പെടുവിക്കുന്നുണ്ട്!

അല്പനേരം കഴിഞ്ഞതോടെ വികാരനിർഭരമായ രംഗങ്ങൾക്ക് ഒരയവ് വന്നു!

എന്നാൽ ടീച്ചർ കണ്ണീർ തുടയ്ക്കുകയും മൂക്കു ചീറ്റുകയും ചെയ്തുകൊണ്ടേയിരുന്നു! അവർ ജോണിയുടെ കൈയിലുള്ള കുഞ്ഞിനെ തുരുതുരെ ഉമ്മ വെക്കുകയാണ്! ജോണി രംഗം ശാന്തമാകാൻ കാത്തുനിന്നു! അയാൾ ടീച്ചറുടെ കൈയിലുള്ള കുഞ്ഞിനെ വാങ്ങി. അവരുടെ കൈയിൽ പിടിച്ചു പറയാൻ തുടങ്ങി.

"സാരമില്ല... ചില മുറിവുകൾ അങ്ങനെയാണ്... ഭേദമാകാൻ സമയമെടുക്കും... ഞങ്ങൾക്ക് പ്രതീക്ഷയുണ്ട്... കാത്തിരിക്കാം... ഇപ്പോൾ ഞങ്ങൾ പോകുന്നു... അമ്മയെ എന്നും വിളിക്കാം."

നീലിമയും അമ്മയും ഒരു വട്ടം കൂടി ആലിംഗനബദ്ധരായി. "അമ്മേ, ഞാൻ എന്നും... അമ്മയുടെ... മനസ്സിലുണ്ടായാൽ മതി..."

ഏങ്ങലടികളോടെ നിശ്ചേതനയായി ആ കാർ ഗെയ്റ്റ് കടന്ന് പ്രധാന റോഡിലേക്ക് തിരിയുന്നത് അവർ നോക്കി നിന്നു!

8

വെള്ളുവത്തറവാട് കൂടുതൽ ശോകമൂകമായി!

മകൾ ഒരു മിന്നായംപോലെ, ചന്ദ്രതേജസ്സാർന്ന കുഞ്ഞിനെയും കൊണ്ടുവന്ന്, പിതാവിനാൽ ആട്ടിയകറ്റപ്പെട്ട അവസ്ഥയിൽ അവിടം വിട്ടുപോയതിനുശേഷം വിലാസിനി ടീച്ചർ എഴുന്നേറ്റിട്ടില്ല.

അന്ന പാനാദികളിൽ താല്പര്യമില്ല! വീട്ടുകാര്യങ്ങളിൽ ശ്രദ്ധിക്കുന്നില്ല! താലി കെട്ടിയ പുരുഷൻ തന്റെ മുന്നിൽ വന്നു ചേരുന്നതുപോലും ഇഷ്ടമല്ല! നാരായണൻ നമ്പ്യാർ എന്തു പറഞ്ഞാലും ചോദിച്ചാലും മറുപടിയില്ല! സ്കൂളിൽനിന്നും ദീർഘകാല അവധി എടുത്തിരിക്കയാണ്!

വീട്ടുകാര്യങ്ങൾ ശ്രദ്ധിക്കുന്നത്, ഭക്ഷണം പാകം ചെയ്യുന്നത്, ടീച്ചറെ പരിചരിക്കുന്നത് ഇതിനെല്ലാമായി നമ്പ്യാരുടെ തറവാട്ടു വകയിലുള്ള ഒരു സ്ത്രീയെ നിർത്തിയിരിക്കയാണ്! രണ്ടു പെൺമക്കളുള്ളത് രണ്ടിനെയും കെട്ടിച്ചയച്ചതിനാൽ അവർക്ക് സ്വന്തം കുടുംബകാര്യങ്ങളിൽ നിന്ന് മുക്തി നേടാനായി.

നാരായണൻ നമ്പ്യാർ ഒരേകാന്ത ജീവിയായി സ്വയം മാറി! അധികം ആരോടും സംസാരിക്കാറില്ല.

കൃഷിക്കാര്യങ്ങളിൽ താല്പര്യം കുറഞ്ഞു. റബ്ബർ തോട്ടം കാടുകയറി! തെങ്ങിൻപറമ്പുകളിലെ കൊത്തും തുറയും വേണ്ടെന്ന് വെച്ചു! വയലുകളുള്ളത് തരിശിട്ടപ്പോൾ കാടുമൂടിക്കിടക്കുന്നു, തൊഴുത്തിലുണ്ടായിരുന്ന പശുക്കളെയെല്ലാം കിട്ടിയ വിലയ്ക്ക് വിറ്റു.

ആജാനുബാഹുവായ നമ്പ്യാരുടെ പ്രൗഢിയും പ്രതാപവും ഒരിക്കൽ അന്നാട്ടുകാരുടെ ചർച്ചാ വിഷയങ്ങളിൽ ഒന്നായിരുന്നു. പഴയ നമ്പ്യാർ ആണോ ഇത് എന്ന് ആളുകൾ ചോദിച്ചു തുടങ്ങി! താടിമീശകൾ നീണ്ട് വശം കെട്ട് ശരീരം ശോഷിച്ച ആ രൂപം എത്രയോ മാറിപ്പോയിരിക്കുന്നു.

ഒരുകാലത്ത് തന്റെ മനസ്സാക്ഷി സൂക്ഷിപ്പുകാരനായ അനിയൻ വേലായുധൻ നമ്പ്യാർ ഏട്ടന്റെ അവസ്ഥയിൽ ആശ്വാസമേകാൻ എത്തിച്ചേരാറുണ്ടായിരുന്നു! ഇപ്പോളയാൾ ഏട്ടന്റെ മുമ്പിൽ വരാതായി! വേലായുധൻ തന്റെ മുമ്പിൽ വരാതായിരിക്കുന്നതാണ് താൻ ഇഷ്ടപ്പെടുന്നതെന്ന് പെരുമാറ്റത്തിലൂടെ അയാൾ വ്യക്തമാക്കി.

അയാൾ ഭാര്യയുടെ മുറിയിൽചെന്ന് ഒരു കസേര വലിച്ചിട്ട് ചിലതെല്ലാം ചോദിക്കാനും പറയാനും ശ്രമിക്കും.

ഭർത്താവിന്റെ നിഴൽ മുറിയിൽ പ്രവേശിക്കുമ്പോൾ ടീച്ചർ മുഖം തിരിക്കും. ഒട്ടു നേരത്തെ ചോദ്യത്തിനായിരിക്കും ഒരു മൂളൽ ആ ഹത

ഭാഗ്യയിൽ നിന്ന് ലഭിക്കുക! നമ്പ്യാർ തന്റെ പരിതാപകരമായ അവസ്ഥ യിൽ ആശ്വാസം കണ്ടെത്തുന്ന ഒരാളുണ്ട്!

അനിയന്റെ മകൾ കാർത്തിക! ഒഴിവു സമയങ്ങളിലെല്ലാം തറവാ ട്ടിൽ അവൾ ഓടിയെത്തും. വല്യമ്മയുടെ മുറിയിൽ പ്രകാശം പരത്താൻ അവൾക്ക് കഴിയുന്നുണ്ട്!

നീലിമയും കാർത്തികയും ഫോണിൽ കൈമാറുന്ന വിശേഷങ്ങൾ പങ്കുവെക്കുമ്പോഴാണ് ടീച്ചർ അവശത മറക്കുകയും ഒന്നെഴുന്നേറ്റിരി ക്കുകയും ചെയ്യുന്നത്!

നീലിമയുടെയും കുഞ്ഞുവാവയുടെയും വർത്തമാനങ്ങൾ തരംഗ ങ്ങളായി ആ മുറിയുടെ വാതിൽപ്പാളികൾ കടക്കുമ്പോൾ ഒന്നും നഷ്ട പ്പെടാതെ പിടിച്ചെടുക്കാനായി രണ്ടു കാതുകൾ നല്ലതുപോലെ പുറത്ത് പരിശ്രമിക്കുന്നുണ്ട്!

കാർത്തിക, ടീച്ചറുടെ മുറിയിൽ പ്രവേശിച്ചാൽ അതിന്റെ മുമ്പിലൂടെ നമ്പ്യാർ അങ്ങോട്ടുമിങ്ങോട്ടും വിശ്രമമില്ലാത്ത ഒരു കവാത്തിലായി രിക്കും!

മുറി വിട്ടിറങ്ങിയ കാർത്തികയ്ക്ക് അവളുടെ ജോലി അവസാനി ക്കുന്നില്ല. പൂമുഖത്തിരിക്കുന്ന വല്യച്ഛന്റെ അരികിൽ അവളിരിക്കണം. ബാംഗ്ലൂരിലെ കഥകളോടൊന്നും തനിക്ക് വലിയ താല്പര്യമില്ലെന്ന മട്ടിൽ അവളെക്കൊണ്ടതു വള്ളി, പുള്ളി വിസർഗ്ഗം വിടാതെ മുഴുവൻ ഒരാ വർത്തി കൂടി പറയിപ്പിക്കും!

"ചിക്കു"വിന്റെ വിശേഷങ്ങൾ വല്യച്ഛന്റെ മുമ്പിൽ പൊടിപ്പും തൊങ്ങലും ചാർത്തിയാണ് കാർത്തികയുടെ വർണ്ണന!

തന്റെ വല്യച്ഛൻ ആ വർണ്ണന കേൾക്കുമ്പോൾ എല്ലാം മറന്ന്, അക ലേക്ക് ദൃഷ്ടികളൂന്നി കണ്ണുകളിൽ പ്രകാശം പരത്തിയിരിക്കുന്നത് കാർത്തിക കൗതുകത്തോടെയാണ് കണ്ടിരിക്കാറുള്ളത്!

തന്റെ ഉറക്കമില്ലാത്ത രാവുകളിലെ പാതിമയക്കത്തിൽ തൂവെള്ള മേഘമാലകളുടെ ഇടയിൽ, മുളച്ചുവരുന്ന പല്ലുകളും മോണയും കാട്ടി മാലാഖയെപ്പോലൊരു കുഞ്ഞ് തന്നോടെന്തോ കൊഞ്ചിപ്പറയുന്നതായി നമ്പ്യാർക്ക് തോന്നി!

തന്റെ അനുജൻ കിരാതന്റെ രൂപത്തിൽ ആ കൊച്ചു കുഞ്ഞിനെ പിടിച്ച് കഴുത്ത് ഞെരിച്ച് കൊല്ലാൻ ശ്രമിക്കുന്നതായി അയാൾ സ്വപ്നം കണ്ടു! നമ്പ്യാർ ആ രാത്രി ഞെട്ടിയുണർന്ന്, നിലവിളിക്കുകയും കരയു കയും ചെയ്തു!

ഒരു മൺകൂജയിലെ വെള്ളം മുഴുവൻ ആ പാതിരാവിൽ ആ മനു ഷ്യന്റെ വയറ്റിലെത്തി! പിന്നീടന്നയാൾ ഉറങ്ങിയതേയില്ല!

വിലാസിനി ടീച്ചറുടെ ആരോഗ്യനില കൂടുതൽ വഷളായി. ഡോക്ട റുടെ നിർദ്ദേശപ്രകാരം അവരെ ആശുപത്രിയിലേക്ക് മാറ്റി! പരിശോധന കൾ പലതും നടന്നു. ഔഷധങ്ങൾ കുറിച്ച് നല്കുന്നതിൽ ഡോക്ടർമാർ ഒരു കുറവും വരുത്തിയില്ല. ജീവൻ നിലനിർത്താൻ ഏതുനേരവും ഗ്ലൂക്കോസ് ഡ്രിപ്പിനെ ആശ്രയിക്കേണ്ടി വന്നു.

ആശുപത്രിയിലെ വാസത്തിനിടയിൽ ടീച്ചർ തന്റെ അർദ്ധ ബോധാവസ്ഥ ഉപേക്ഷിച്ച് "എവിടെ... യെവിടെ... നീലിമ... ഞാനിപ്പം കണ്ടല്ലോ.." എന്ന് നിലവിളിക്കാൻ തുടങ്ങി.

മകൾ തന്റെ അടുത്തുണ്ടെന്ന ഭാവത്തിലായി ടീച്ചർ! കാർത്തികയെ നീലിമേ, മോളേ എന്നെല്ലാം ചേർത്തു വിളിച്ച് കരയുകയായി. കാർത്തിക നമ്പ്യാരുടെ അടുത്ത് ചെന്നു. അയാൾ കുനിഞ്ഞിരുന്ന് കരയുകയാണ്!

"വല്യച്ഛാ... വല്യച്ഛനൊന്നും പറയരുത്. ഞാൻ നീലിമയോട് വരാൻ പറയുകയാണ്!" അയാളുടെ കരച്ചിലിന്റെ ശക്തി കൂടി. കാർത്തികയുടെ കൈകൾ ചേർത്തുപിടിച്ച് കരഞ്ഞുകൊണ്ട്, വാ തുറന്ന് പിടിച്ചെങ്കിലും ഒരക്ഷരം പുറത്തുവന്നില്ല!

പിറ്റേന്ന് രാവിലെ ജോണും നീലിമയും കുഞ്ഞുമോളും ആശുപത്രിയിലെത്തി.

അമ്മയുടെ അവസ്ഥ മകളുടെ സമനില തെറ്റിക്കുന്നതായിരുന്നു. വന്നത് നീലിമ തന്നെയോ എന്ന് സംശയിച്ച് കൈകൾ കൂട്ടിപ്പിടിച്ച് അവളുടെ കണ്ണുകളിലുറ്റ് നോക്കി ആയമ്മ ഒട്ടുനേരം കിടന്നു. പെട്ടെന്ന് പ്രജ്ഞ തിരിച്ചുകിട്ടിയതു പോലെ "മോളേ...." എന്ന് കരഞ്ഞ് വിളിച്ചു.

കരഞ്ഞ് കണ്ണീർ വാർത്ത് കൊണ്ടെങ്കിലും മകളുടെ സജീവ സാന്നിദ്ധ്യം അമ്മയെ ബോദ്ധ്യപ്പെടുത്തിക്കൊണ്ട് നീലിമ അവിടെ ഒരു പുതിയ അന്തരീക്ഷം സൃഷ്ടിക്കുകയാണ്!

ജോണിന്റെ കൈയിൽനിന്ന് ചിക്കു കാർത്തികയുടെ തോളിലേക്കാണ് മറിഞ്ഞത്! എപ്പോഴാണ് ആ കുഞ്ഞ് അവളുടെ സ്വന്തം അപ്പൂപ്പന്റെ മടിയിലേക്ക് എത്തിയത്? ആ ആശുപത്രി മുറിയിൽ അപ്പൂപ്പനും മകൾക്കുമായി ഒരു പ്രത്യേക ലോകം സൃഷ്ടിക്കപ്പെട്ടിരിക്കുന്നു! ആ ലോകത്ത് ഇപ്പോൾ നീലിമ പോലും ആരുമല്ലാതായിരിക്കുന്നു! ചിക്കുവിന്റെ കളിചിരികൾ, അതിനൊത്ത അപ്പൂപ്പന്റെ ശബ്ദതാളങ്ങൾ! താരാട്ടുകൾ! നമ്പ്യാർ ഇപ്പോൾ തന്റെ ഭാര്യയുടെ രോഗനില മറന്നുപോയിരിക്കുന്നു!

അമ്മയെ പരിചരിച്ചുകൊണ്ട് നീലിമ മകളുടെ ചുമതല ഏറ്റെടുത്തിട്ട് നാലു നാൾ പിന്നിട്ടു. വിലാസിനി ടീച്ചറുടെ ആരോഗ്യ നില അതിവേഗം മെച്ചപ്പെട്ടു. അവരുടെ ശരീരം മരുന്നുകളോട് അതിവേഗം പൊരുത്തപ്പെട്ടു! അവർ നന്നായി ഭക്ഷണം കഴിക്കുന്നുണ്ട്.! ചിരിക്കാൻ മറന്നുപോയ കാലം കൊഴിഞ്ഞുപോയി! ചിരിയുടെ മൊട്ടുകളും പൂക്കളും ആശുപത്രി മുറിയിൽ സൗരഭ്യം പരത്തി!

ജോണും നീലിമയും അമ്മയും ചേർന്ന് ഉദയം കൊണ്ട ആ പകലിരവുകളിൽ ഒരാൾ അകറ്റി നിർത്തപ്പെട്ടു! നാരായണൻ നമ്പ്യാർ! ആരും അകറ്റിയതല്ല! സ്വയം അന്യത്വത്തിന്റെ വാല്മീകത്തിലേക്ക് അയാൾ സ്വയം നുഴഞ്ഞുകയറിയതാണ്!

ആ മൺപുറ്റ് ഉടച്ചു പൊടിച്ച് പുറത്ത് വരണമെന്ന് അദമ്യമായ മോഹമുണ്ട്! ആവുന്നില്ല!

“ടീച്ചർക്ക് ഇന്ന് വീട്ടിൽ പോകാമെന്ന് ഡോക്ടർ പറഞ്ഞിട്ടുണ്ട്.” സിസ്റ്റർ അറിയിച്ചു. “ബില്ലടച്ചു കഴിഞ്ഞു പോകാം.” ജോൺ ആശുപത്രി ബില്ലടച്ചു! അമ്മയുടെ വസ്ത്രങ്ങളും മറ്റും ബേഗിൽ നിറച്ചു ജോണിന്റെയും നീലിമയുടെയും ലഗ്ഗേജും ഒരുക്കിവെച്ചു.

“അമ്മേ, ഞങ്ങൾ പോവുകയായി.” നീലിമ കട്ടിലിരിക്കുന്ന അമ്മയുടെ തോളത്ത് പിടിച്ച് ഗദ്ഗദത്തോടെ പറഞ്ഞു.

ടീച്ചർ കണ്ണീർ തൂവുകയാണ്. “പോകരുതെന്ന്... പറയാൻ.. ഞാനാരാണ്?” കരച്ചിലിനിടയിൽ ആ അമ്മയുടെ വാക്കുകൾ പുറത്തുവന്നു.

“അമ്മ... എന്ന് വിളിച്ചാലും... ഞങ്ങൾ വരും. ബാംഗ്ലൂരിൽ കാര്യങ്ങൾ കുഴഞ്ഞുമറിഞ്ഞിരിക്കയാണ്... ഇപ്പോൾ പോയേ പറ്റൂ..” ജോൺ ടീച്ചറെ ആശ്വസിപ്പിച്ചു! “ആരും എവിടെയും പോകുന്നില്ല.” ഞെട്ടിത്തിരിഞ്ഞു നോക്കിയപ്പോൾ അത് നാരായണൻ നമ്പ്യാരുടെ ശബ്ദമാണ്! അയാൾ തന്റെ ശബ്ദത്തിലെ ഗാംഭീര്യം വീണ്ടെടുത്തിരിക്കുന്നു. അയാൾ അമ്മയും മകളും ജോണുമെല്ലാം നടത്തുന്ന വർത്തമാനങ്ങൾ കേട്ടുകൊണ്ട് ചിക്കുവുമായി മുറിക്കു പുറത്ത് നില്ക്കുകയായിരുന്നു.

“ഇപ്പോൾ എല്ലാവരും തറവാട്ടിലേക്കാണ്. പോണോ പോണ്ടയോ എന്ന കാര്യമെല്ലാം അവിടെയെത്തിയിട്ട് തീരുമാനിക്കാം.” തറവാട്ടുകാരണവർ അതിന്റേതായ പ്രൗഢിയും പ്രതാപവുമെല്ലാം വീണ്ടെടുത്തിരിക്കുന്നു.

നമ്പ്യാർ ജോണിന്റെ ഇരു കരങ്ങളും കൂട്ടിപ്പിടിച്ച് മാറോടു ചേർത്തു.

ആ ക്ഷീണിച്ച കണ്ണുകളിൽ നിന്നടർന്ന കണ്ണുനീർ ജോണിന്റെ കൈത്തണ്ടയിൽ ഒരു കുളിര് സൃഷ്ടിച്ചു! “മോനേ... മാപ്പ്... എനിക്ക് മനുഷ്യനെക്കാണാൻ... അവസരംണ്ടായില്ല..! മതോം... ജാതിയും കണ്ട് നടന്നേന്റെ ഫലം ഞാൻ.. ഒരുപാടനുഭവിച്ചു..! ഓ..ഹ്... എന്റെ മോളെക്കൊണ്ടോയ്... കൊല്ലീലാ... ഞാൻ തള്ളേ്യ..! ഇപ്പം ഞാൻ... പടിച്ച്.. എന്താ ജീവിതം... ന്ന്!” ജോണി ആ മനുഷ്യനെ തന്റെ ശരീരത്തോട് ചേർത്തുപിടിച്ചു. ആ കണ്ണുകളിലും കൈകളിലുമുള്ള കണ്ണീർ തുടച്ചു കൊടുത്തു.

ചിക്കുവിനെ എടുത്ത് അപ്പൂപ്പന്റെ കൈയിൽവെച്ചു കൊടുത്തിട്ടു പറഞ്ഞു. “ചില മുറിവുകൾ കാലം നമുക്ക് തരുന്നതാണ്. മറ്റു ചിലത് നാമുണ്ടാക്കുന്നതാണ്! കാലത്തിന്റെ കൈയിൽ മുറിവുകളുണക്കാനുള്ള മരുന്നുമുണ്ട്! മാറിവരുന്ന കാലത്തിനൊത്ത് ഏത് മുറിവുകളും ഉണങ്ങും!... സാരമില്ല..... നമുക്കിറങ്ങാം, ഇപ്പോൾ തറവാട്ടിലേക്ക്...”

മേലേരി

പാതി കത്തിയ പള്ളിക്കോവിലിന്റെ മുന്നിൽ പീഠത്തിലിരിക്കുന്ന കുഞ്ഞുട്ടിപ്പണിക്കർ! കത്തിക്കരിയാതെ ബാക്കിയായ കിം പുരുഷന്റെ നേരെ ദൃഷ്ടികളുറപ്പിച്ച ആ ഇരിപ്പ് തുടങ്ങിയിട്ടെത്രയോ നേരമായി!

കോവിലിന്റെ മുകളിൽ 'ചോരക്കണ്ണുകൾ കാട്ടി, വാപിളർന്ന്, നീളൻ നാക്കിൽ ചോരയൊലിപ്പിച്ച് ഭീകര രൂപിയായ കിംപുരുഷന് പശ്ചാത്തല മൊരുക്കി പശ്ചിമാംബരത്തിൽ മഞ്ഞളും ചുണ്ണാമ്പുംകൊണ്ട് ആരോ 'ഗുരുസി' തർപ്പണം നടത്തുന്നുണ്ട്!

ചൂടും ചൂരും വീര്യവും ചോർന്നുപോയ ആ മനുഷ്യൻ ചുറ്റുമുള്ള തൊന്നും അറിയുന്നില്ല! ഒട്ടും അകലെയല്ലാതെ 'പോതിയോട്ടത്ത്'നിന്ന് ജനക്കൂട്ടത്തിന്റെ ഊയ്യാരം കേൾക്കുന്നുണ്ട്. ഏത് തെയ്യാക്കോലത്തിന്റെ ചെണ്ടവാദനമാണ് കേൾക്കുന്നത്?

അമ്മയും സഹോദരങ്ങളും അവിടത്തെ ആൾക്കൂട്ടത്തിൽ ഉണ്ടായി രിക്കും. മറ്റാണെങ്കിൽ അനിയന്മാർ ഇളന്തലയും വലന്തലയുമായി ചെണ്ട യേന്തിയും കുഴലൂതിയും കാവിലെ അവകാശികളായി തിറയാട്ടത്തിന് മുഖ്യസ്ഥാനം അലങ്കരിക്കേണ്ടവരാണ്. ചെണ്ടയും ചീനിയും തകിലും മുഴക്കി താനും അനിയന്മാരും ചേർന്നൊരുക്കുന്ന താളലയ വിസ്മയം ഏതൊരു തെയ്യക്കോലത്തിന്റെ ചുവടും നാട്യവും ചടുല ഭാവവുമാർന്ന് ഭക്തസഞ്ചയത്തെ കോൾമയിർ കൊള്ളിച്ചിട്ടുണ്ട്.

മാണിക്കവും അനിയത്തിമാരും മുമ്പെല്ലാം ആങ്ങളമാരോടൊപ്പം കൈമണിത്താളമിട്ട് തോറ്റം പാടുകയും വേണ്ടുന്ന പരികർമ്മങ്ങൾ ചെയ്തും കഴിച്ചുകൂട്ടുകയും ചെയ്യുമായിരുന്നു. തെയ്യക്കാലം വന്നാൽ കാവുകളിൽ ആദ്യാവസാനക്കാരായിരുന്നു, ജന്മാരിയായ മലയന്റെ

കുടുംബം. എന്നാലിന്നോ? ഏതോ നാട്ടിലെ മലയൻ കെട്ടിയാടുന്ന കോലങ്ങളുടെ മുമ്പിൽ നാട്ടിൽ പലരെയുമെന്നപോലെ കാണിയായിനിന്ന് തെയ്യം കുറിയടയാളം കൊടുക്കുമ്പോൾ ദൃഷ്ടിയിൽ പെട്ടാൽ "ഒമ്പതില്ലം കനലാടിമാരേ" എന്ന് ഉരിയാടുമ്പോൾ അനിയന്മാർനിന്നുകൊടുക്കുന്ന കാര്യം മനസ്സിൽ തട്ടിയപ്പോൾ ഉടലൊന്ന് കിടുങ്ങി!

താനായിരുന്നു അവിടെ തോറ്റക്കോലം ആടേണ്ടിയിരുന്നത്! താനാണ് തീച്ചാമുണ്ടിക്കോലമണിഞ്ഞ് നാലാൾ പൊക്കത്തിൽ ജ്വലിച്ചു നില്ക്കുന്ന തീക്കനൽ കൂമ്പാരത്തിൽ മേലേരിയാടേണ്ടിയിരുന്നത്! മുഖത്തെഴുത്തും മേലെഴുത്തും നടത്തി, അണിയലം ചാർത്തി തോറ്റം പാടി. ദൈവപ്പൊരുൾ ഉടലിലേക്കാവാഹിച്ച്, ദർപ്പണം നോക്കി, തിരുമുടിയേന്തി, പാഞ്ഞോടി, പള്ളിയറ വലം വെച്ച്, ചെണ്ടവാദനത്തിന്റെ ആസുരതാളങ്ങളിൽ ചുവടു വെച്ചും നടനം നടത്തിയും ഭക്തരുടെ മുമ്പിലെത്തി... "ഉരഗാധിപനോട് ഗരുഡനെന്ന പ്രകാരത്തിങ്കൾ... ചെല്ലുന്നദിക്കത്തിങ്കൾ... തല താഴാതായിട്ട് തക്കവണ്ണം... ശത്രു സംഹാരം നടത്തി... കൈവല്യത്തെ പൊഴിയിച്ചിട്ടു തരാം... കേട്ടോ..." എന്ന് ഉരിയാടിപ്പറയുമ്പോൾ മനസ്സിൽ ആരായിരുന്നു?

നാടുവാഴിയായ കുറുവാട്ടു കുറുപ്പിന്റെ കാലിയാനായ പാലന്തായി കണ്ണനെ മരുമകളുടെ പടുവാക്ക് കേട്ട് കോപാക്രാന്തനായ കുറുപ്പ് വധശിക്ഷ വിധിച്ചതും, രക്ഷപ്പെടാൻ പലായനം ചെയ്തതും. കാലമേറെ ചെന്നപ്പോൾ തിരിച്ചു വന്ന കണ്ണനെ കൊത്തിയരിഞ്ഞ് കുളത്തിലിട്ടതുമാണോ? ത്രിസന്ധ്യാനേരത്ത് ഉടവാളേറ്റ് പിളർന്ന തൂണിൽനിന്ന് പുറത്തുവന്ന് ജന്മശത്രുവായ ഹിരണ്യകശിപുവിന്റെ മാർ പിളർന്ന് രക്തപാനം ചെയ്യുന്ന നരസിംഹ മൂർത്തിയോ?

ഓർമ്മകൾ കടലിരമ്പമായി! ഹൃദയ ധമനികൾ പിടയുന്നുവോ?

2

ആപാദചൂഡം വിയർപ്പണിഞ്ഞ പണിക്കർ പീഠത്തിൽ നിന്നെഴുന്നേറ്റ് കോവിലും പുരയും ചേർന്ന മുറ്റത്തിലൂടെ നിർത്താതെ അങ്ങോട്ടുമിങ്ങോട്ടും നടന്നു! തോളിലിട്ട തോർത്തുകൊണ്ട് ശരീരം മുഴുക്കെ തടവിത്തോർത്തിയിട്ടും വിയർപ്പിന് ശമനമില്ല!... മനസ്സിൽ ആഞ്ഞു വീശുന്നത് ഒരു കൊടുങ്കാറ്റാണ്!...

"ഥ്... ഊ" പണിക്കർ മുറ്റത്തെ പൊടിമണ്ണിൽ സീൽക്കാരത്തോടെ ആഞ്ഞു തുപ്പി. ആർക്കെതിരായിട്ടാണ് താൻ ആഞ്ഞു തുപ്പിയത്? താനിപ്പോൾ ആരാണ്? കുറുവാട്ടു കുറുപ്പിന്റെ പേക്കിനാവിൽ തീപാറുന്ന നയനങ്ങളുമായി ജ്വലിച്ചു നില്ക്കുന്ന ചാമുണ്ഡിയോ തേറ്റപ്പല്ലുകൾ കൊണ്ടും കൈനഖങ്ങൾ കൊണ്ടും ഹിരണ്യകശിപുവിന്റെ മാർ പിളർന്ന് രക്തപാനം നടത്തുന്ന വിഷ്ണുമൂർത്തിയോ? അല്ല, തന്റെ ജീവിതത്തെ

ഇന്നത്തെ ദുരിതക്കയത്തിലേക്ക് തള്ളിയിട്ട "യശ്മാന്റെ" മുഖം നോക്കി കാർക്കിച്ചു തുപ്പി, കൈകൾ തിരുമ്മി ഇല്ലപ്പടിയിറങ്ങിവരുന്ന മലയൻ കുഞ്ഞുട്ടിപ്പണിക്കരോ?...

ഓർമ്മകൾ അറ്റമില്ലാത്ത കയറു പോലെയാണ്!....

കുഞ്ഞൂട്ടി മുറ്റത്തെ മണ്ണ് ഒരുപിടി വാരി.

നെഞ്ചോടു ചേർത്തു!.... മണ്ണ്!.... ജീവന്റെ എല്ലാമായ മണ്ണ്!.... ഈ മണ്ണാണ് എല്ലാറ്റിലും കാരണം... സന്തോഷത്തിനും സങ്കടങ്ങൾക്കും കാരണ ഭൂതമായ മണ്ണ്!... ആരാണീ മണ്ണിന്റെ അവകാശി? എല്ലാരുമാണ്! മനുഷ്യർക്കു മാത്രമല്ല, എല്ലാ ജീവജാലങ്ങൾക്കും ഒരുപോലെ അവകാശപ്പെട്ടതാണീ മണ്ണ്! അപ്പൻ പറഞ്ഞിട്ടുണ്ട്. അപ്പന്റെ അപ്പൂപ്പന്റെ അപ്പൂപ്പന്റെ കാലത്ത്, കോട്ടുക്കുടി ഇല്ലക്കാരായ മലയത്തറവാട്ടുകാരെ ഇന്നാട്ടിൽ കൊണ്ടുവന്ന് കുടിയിരുത്തിയത് കോട്ടയം രാജാക്കന്മാരാണെന്ന്! ചെറു ജന്മം നല്കി പറഞ്ഞുവത്രെ. പുഴ മുതൽ പുഴ വരെയുള്ള നാട്ടിലെ കാവായ കാവിലും കോട്ടത്തും, മഠത്തിലും, തെയ്യ സ്ഥാനങ്ങളിലും നാല്പതിലൊന്നു കുറയും പിന്നൊരു നൂറും മൂർത്തിക്കോലങ്ങളെ കെട്ടിയാടി ഭക്തരുടെ സങ്കടങ്ങൾ കേട്ടു തീർക്കണമെന്ന്! ഇക്കോലങ്ങൾക്കെല്ലാം ചുവടും നടനവുമാടാൻ ചെണ്ടയും തകിലും, ചീനിയുമിട്ട് താളമേളമൊരുക്കണമെന്ന്! പിന്നെ പറഞ്ഞു, മലയിമാർ നാടോട് നാട് ചെന്ന് നമ്പൂരിയെന്നോ നമ്പ്യാരെന്നോ തീയ്യനെന്നോ ആശാരി മൂശാരിയെന്നോ ഭേദമെന്യേ സർവ്വ പെണ്ണുങ്ങളുടെയും പേറെടുക്കണമെന്ന്! വീടെണ്ണം ചെന്ന് കർക്കടകപ്പഞ്ഞമാസത്തിൽ വേടനെന്ന കുഞ്ഞിത്തെയ്യമാടി ആദിവ്യാധികൾക്ക് പരിഹാരമേകണമെന്ന്!

തുലാമാസത്തിൽ കൊയ്ത്തും വിതയും തീർന്നനേരംനോക്കി കോതാമൂരിയും പനിയന്മാരും ചെന്ന് നടനമാടി നാട്ടുകാർക്കുല്ലാസം നല്കണമെന്ന്! ഇനിയുമുണ്ട് തമ്പുരാൻ നല്കിയ ജന്മാരികളനവധി!

ഇതെല്ലാം നിവൃത്തിക്കുമ്പോൾ ജീവിക്കേണ്ട വക നാട്ടുകാർ കൊടുക്കണമെന്നും അരുളപ്പാടുണ്ടായി! പുരവെക്കാൻ തമ്പുരാൻ കരമൊഴിവായി രണ്ടേക്കർ മണ്ണ് നീരൂറ്റിതന്നു. അവിടെ പുര മാത്രമല്ല കോട്ടക്കോവിൽ തീർത്ത് കുല മൂർത്തികളെ കൊല്ലം തോറും കെട്ടിയാടി.

കാലക്കേടേതുമില്ലാതെ തലമുറകൾ പലതു കഴിഞ്ഞു.

കോട്ടയത്തിന് ഭരണം പോയി! കമ്പനിപ്പട പഴശ്ശി കേരള വർമ്മയുടെ ജീവനെടുത്ത് നാട് അവരുടേതാക്കി. സായ്പ് നടാടെ മണ്ണിന് അവകാശികൾക്ക് പകരം ഉടമകളെ സൃഷ്ടിച്ചു. അതാണ് ജന്മിമാർ!... ഇവിടെ ജന്മി "ഏശമാനനായി!"...

മണ്ണെല്ലാം എശമാനന്റേതാണെന്ന് ചെണ്ടകൊട്ടിപ്പറഞ്ഞു...

ഭൂമി കൈവശം വെച്ചവർക്ക് അത് കാണമോ, കുഴിക്കാണമോ, പാട്ടമോ, വെറും പാട്ടമോ തരംപോലെ ജന്മി വ്യവസ്ഥ ചെയ്ത് നല്കി. എന്തായാലും മണ്ണ് കൈവശം വെച്ചവർ ജന്മിക്ക് വാരവും പുറപ്പാടും

നല്കണം. മലയത്തറവാടിന്റെ മണ്ണ് കുഴിക്കാണ ഭൂമിയാണെന്ന് എശമാനന്റെ കാര്യസ്ഥൻ ഒരുനാൾ അപ്പനോട് വന്ന് പറഞ്ഞു. “രാമാ, തമ്പുരാൻ പറഞ്ഞിരിക്കുന്നു. പന്ത്രണ്ടാമത്തെ പുറപ്പാട് കുയിക്കാണ പ്രകാരം തീർത്തടച്ച് പുക്കിക്കണംന്ന്..”

“ന്റെ, പര തേവതേ, അടിയനെന്തായിക്കേക്ക്ന്നേ!... ഇമ്മണ്ണ് പൈശിത്തമ്പുരാൻ നീരൂറ്റിത്തന്നേരം തൊട്ട് ബാരോം, പാട്ടോം ല്ലാ ലോ... പ്പന്തായി ങ്ങനെ? അടിയന്റെ അപ്പനപ്പൂപ്പന്മാർ തൊട്ടുള്ള നടപ്പ്... ങ്ങന്യാ.. മാറിയേ..”

“അക്കാലല്ലം പോയി... രാമാ... പ്പം ഭൂമിയെല്ലാം തമ്പുരാന്റെയാ... പുറപ്പാട് പുക്കിച്ചില്ലേ മണ്ണ്ന്ന് ഒഴിയണം.. ന്നാ... കല്പന..!' “അടിയേനൊന്നും പറയാനാവുന്നില്ല... തമ്പ്രാനേ... കുഞ്ഞൂട്ടീം മറ്റ് ക്ടാങ്ങളും ബരട്ടെ... ഓറോട് പറയാ..”

മക്കള് വന്നപ്പോ രാമപ്പണിക്കർ വിഷയം അവരുടെ മുമ്പിൽ വെച്ചു. കുഞ്ഞൂട്ടിക്കെല്ലാം നിസ്സാരമായിരുന്നു. “അപ്പനൊന്ന് മിണ്ടാണ്ടിരി... പൊറപ്പാട്! അങ്ങനെയിപ്പം... എശമാൻ തിന്നണ്ട... ഇത് കൂലോത്ത്ന്ന് നീരൂറ്റിത്തന്നതാന്നല്ലേ.. അപൻ പറേല്... ബെറ്തെയാന്നോ... തന്നത്? നാട്ടാര്ടെ മുഴ്വോൻ പേറ് ആരാ എട്ക്ക്ന്ന്? ബർത്തം ബന്നാ... ആരാ കൊട്ക്ക്ന്ന് മര്ന്ന്?... എത്ര കാവിന്റേം കോട്ടത്തിന്റേം ജന്മാരിയാ നമ്മള്.. അത് കൊണ്ടാ... പൈശിത്തമ്പുരാൻ തന്ന മണ്ണിന്... വാരോം ല്ല, പാട്ടോം ല്ല എന്ന് വന്നത്.”

“ഞ്ഞ്... ന്ത്.. പിരാന്തായിപ്പറേന്ന്റെ... കുഞ്ഞൂട്ടീ... നാടങ്ങ് മാറീല്ലേ.. മണ്ണ്... എശമാനന്റെയായീല്ലേ? പൊറപ്പാട് കൊട്ക്കാണ്ടെന്താ വയീ?' “വയിയെല്ലം... ണ്ട്.. അയിനാ സംഘം! കർശക സംഘം! അനന്തൻ മാഷ ച്ചനാ... അയ്ന്റെ ആള് ബാലൻ മാഷ്തമ്പിരനും... ണ്ട്. അബര് പറഞ്ഞോരും ബയി..!”

3

കർഷകസംഘം നാട്ടിൽ രൂപമെടുത്തു. മണ്ണിൽ പണിയെടുക്കുന്ന കൃഷിക്കാരന്റേതാണ് ഭൂമിയെന്ന് യോഗംകൂടി വിശദീകരിച്ചു. എശമാനനും ജന്മിമാരും കൃഷി ചെയ്യുന്നുണ്ടോ? മണ്ണിൽ പണിയെടുക്കുന്നുണ്ടോ? വാരവും പാട്ടവും കുടിയാനെ പിഴിഞ്ഞെടുക്കുന്നതിന്റെ പേരുകളാണ്. എന്തെല്ലാം അന്യായപ്പിരിവുകളും കൊള്ളകളുമാണ് ഇവർ കൃഷിക്കാരന്റെ ചുമലിൽ കെട്ടിയേല്പിച്ചത്. ഓണത്തിനും വിഷുവിനും എശമാന്റെ വീട്ടിലെ ഏതടിയന്തിരത്തിനും ജന്മിക്ക് കാഴ്ച വെക്കണം. എത്യക്കുന്നോരുടെ ഭൂമി പൊളിച്ചെഴുത്തും, മേൽ ചാർത്തും ഏർപ്പെടുത്തി പിടിച്ചെടുക്കും.

കോടതിയും പൊലീസും ജന്മിക്കുള്ളതാണ്! സായ്പിന്റെ ഭരണം ജന്മിക്ക് കുട പിടിക്കുന്നു. ജന്മിയുടെ അന്യായപ്പിരിവുകളെ എത്യക്കണം.

സമരം ചെയ്യണം! അവരെ സംരക്ഷിക്കുന്ന ബ്രിട്ടന്റെ ഭരണം ഇല്ലാതാക്കണം. ഇതിനെല്ലാം കൃഷിക്കാരൻ സംഘടിക്കണം.

അനന്തൻ മാഷച്ചൻ പറയുന്നത് കുഞ്ഞുട്ടിക്ക് അത്രയ്ക്കങ്ങ് ബോധിച്ചില്ല. എശമാനനെ എതൃക്യോ?... അയിന് മാത്രം എശമാനൻ എന്തെങ്കിലും തെറ്റ് ചെയ്യുന്നുണ്ടോ?

എന്നാൽ മാഷച്ചൻ നല്ല മനുഷ്യനാ.... എല്ലാരോടും എന്തൊരു സ്നേഹാ..! ജാതീം മതോന്നും പാടില്ലാന്നാ പറഞ്ഞേ! ഒരീസം പൊരേല് വന്ന് ചുക്കുകാപ്പി വേണംന്ന് പറഞ്ഞ് വാങ്ങി കുടിച്ചു! മലേന്റെ കുപ്പാടത്ത്ന്ന് കൂട്യ ജാതീള്ളോറ് ജലപാനം കഴിക്ക്വോ? കുഞ്ഞൂട്ടിയേട്ടാ എന്ന് വിളിച്ച് തോളിൽ തട്ടിയത് ഇന്നും കുളിരോടെയേ പണിക്കർക്ക് ഓർക്കാനാവൂ!

മാഷ്ച്ചനോട് ചോദിക്കാം പുറപ്പാട് കൊടുക്കണോ വേണ്ടയോ എന്ന്.

"ഇതുവരെയില്ലാത്ത പതിവല്ലേ ഇത്. ഇപ്പം തല്ക്കാലം കൊടുക്കണ്ട. എന്താ ഉണ്ടാവൂന്നതെന്ന് നോക്കാം."

"കർഷകസംഘം ഉണ്ടല്ലോ ഇവിടെ" അത്തന്നെ തന്റെ നിലപാടും!

കാര്യസ്ഥൻ പല തവണ വന്നു. പുറപ്പാട് പുക്കിയില്ലെങ്കിൽ പൊളിച്ചെഴുത്ത് നടത്തി മണ്ണ് വല്ലവരും കൊണ്ടുപോകുമെന്ന് ഭീഷണിപ്പെടുത്തി. കാര്യസ്ഥനെ പല ഉപായങ്ങളും പറഞ്ഞ് മടക്കിയെങ്കിലും പുറപ്പാട് കൊടുക്കേണ്ടെന്ന് തന്നെ തീരുമാനമെടുത്തു.

കാലം ഒരല്പം മുന്നോട്ടു സഞ്ചരിക്കുന്നതിനിടെ അപ്പൻ മരണപ്പെട്ടു. അനിയന്മാർക്ക് ഇണകളെ തേടിക്കൊടുത്തും അനിയത്തിമാരെ സുമംഗലകളാക്കിയും കുടുംബനാഥന്റെ ചുമതല താൻ നിർവ്വഹിച്ചു. ഇതിനിടയിൽ നാട്ടിലും പല മാറ്റങ്ങളും വന്നു. സായ്പ് ഇന്ത്യ വിട്ടുപോയി. രാജ്യം സ്വാതന്ത്ര്യം നേടിയത്രെ! സ്വാതന്ത്ര്യം എന്താന്ന് ആർക്കും മനസ്സിലായില്ല! എങ്ങനെ തിരിയാനാ?.... ജനങ്ങൾക്ക് തിന്നാൻ എന്തെങ്കിലും വേണ്ടേ? അരിയുണ്ടോ? നെല്ലുണ്ടോ? അങ്ങാടീൽപ്പോയാ വാങ്ങാൻ കിട്ട്വോ? കുടിയാൻ വെളയിച്ച നെല്ല് വാരംന്നും പാട്ടംന്നും പറഞ്ഞ് എശമാനന്മാരെ പത്തായത്തിലേക്കല്ലേ പോയത്? അതെന്നിറ്റെങ്ങോട്ടാ? കരിഞ്ചന്തയിലേക്ക്!... പണിയെടുക്കാൻ കുടിയാൻ! പണം വാരാൻ ജന്മി! നാട്ടുകാർക്ക് പട്ടിണി! വിലക്കയറ്റം!

കർഷകസംഘം യോഗംകൂടി. സമരം ചെയ്യണം! എന്നാലേ സർക്കാര് കേൾക്കൂ! പട്ടിണി മാറ്റാൻ ജന്മിമാരുടെ പത്തായത്തിലെ നെല്ല് സർക്കാര് പിടിച്ചെടുക്കണം. എന്നിട്ടത് കുറഞ്ഞ പൈസക്ക് പട്ടിണി കിടക്കുന്നോർക്ക് കൊടുക്കണം. ന്യായം ല്ലേ പറഞ്ഞേ?... ജനങ്ങൾ കാത്തിരുന്നു. സർക്കാർ അനങ്ങിയില്ല! സർക്കാർ ജനങ്ങൾക്ക് വേണ്ടിയല്ല! ജന്മിക്കു വേണ്ടിയാ! അവരെ പിണക്കാൻ പറ്റൂല്ല. ഇനിയെന്താ വഴി? സംഘം വീണ്ടും കൂടി പട്ടിണി കിടക്കാൻ പറ്റൂല്ല. ജന്മിമാരോട് ജാഥയായി നെല്ല് തര്വോ ന്ന് ചോദിക്കാം. തന്നില്ലെങ്കിലോ?...

യശമാനന്റെ ഇല്ലത്തേക്ക് ജാഥ പുറപ്പെട്ടു! മുമ്പിൽ അനന്തൻ മാഷച്ചനും ബാലൻ മാഷ് തമ്പിരനും! എല്ലാരുടെ കൈയിലും ചുകന്ന കൊടി! ആകാശത്തേക്ക് മുഷ്ടി ചുരുട്ടി മുദ്രാവാക്യങ്ങൾ വിളിച്ച് ആവേശവുമായി ജനങ്ങൾ! "ഇവിടെ നിങ്ങക്ക് തരാൻ നെല്ലില്ല!"

"വില തരാം."

"പൊന്നു തന്നാലും കിട്ടാമ്പോന്നില്ല."

എശമാനന്റെ ഉറച്ച ശബ്ദം! ജനങ്ങൾ ഇളകി! കളപ്പുരയോട് ചേർന്ന നെല്ലറ ജനങ്ങളുടെ മുമ്പിൽ തുറന്നു.

അന്ന് പട്ടിണി കിടക്കുന്നവന്റെ അടുക്കളയിലെ ചേര ചുരുണ്ടു കിടന്ന അടുപ്പ് ഒട്ടു നാൾക്കകം ഒന്ന് പുകഞ്ഞു! അഞ്ചാറ് വറ്റും അതിനുള്ള കഞ്ഞി വെള്ളവും കൊണ്ട് കുഞ്ഞിക്കുട്ടികളുടെ പള്ള നിറഞ്ഞു!

സായ്പിന് മാത്രമല്ല പുതിയ ഭരണക്കാരും ജനങ്ങളുടേതല്ല എന്നാണിവിടെ തെളിഞ്ഞത്! പൊലീസും പട്ടാളോമിറങ്ങി! ചെറ്റപ്പുരകൾ അനവധി ചാമ്പലായി! പെണ്ണുങ്ങൾ അലമുറയിട്ടു നിലവിളിച്ചു ആണുങ്ങളെ എത്രയോ പേരെ പൊലീസ് പിടിച്ചുകൊണ്ടുപോയി! അവരുടെ മുതുകും ശരീരവും പൊലീസുകാരുടെ ഊക്ക് പരീക്ഷിക്കാനുള്ളതായിരുന്നു!

പൊലീസ് ലാത്തി തന്ന അടയാളം തന്റെ ശരീരത്തിൽ ബാക്കിയുണ്ടോയെന്നറിയാൻ കുഞ്ഞുട്ടി തന്റെ മുതുകത്ത് തടവി നോക്കി! മാഷച്ചനെ എട്യാ ഒളിപ്പിച്ചേ എന്ന് ചോദിച്ചാ ഒരു പകൽ മുഴുവൻ പൊലീസ് പെരുമാറിയത്!

ലോക്കപ്പും ജയിലറയും നിറഞ്ഞു! ഒളിവിൽ കഴിഞ്ഞ അനന്തൻ മാഷച്ചനെയും ബാലൻമാഷ് തമ്പിരനെയും ഈ കൊടും ദ്രംഷ്ടയുള്ള നരനായാട്ടു സംഘം വെടിയുതിർത്ത് കൊന്നു കളഞ്ഞതോർത്ത് കുഞ്ഞൂട്ടിയുടെ നെഞ്ച് വീണ്ടുമൊന്നു പിടഞ്ഞു!

4

നടുക്കുന്ന ഓർമ്മകൾക്കിടയിൽ പിന്നെയും പ്രതീക്ഷിക്കാൻ വക കണ്ടെത്തി കാലവും ജീവിതവും മുന്നോട്ടു നീങ്ങി.

മാണിക്കത്തിന് മാസം ഏഴു തികയുന്നു. നീണ്ട ഏഴു വർഷത്തിന്റെ കാത്തിരിപ്പിനുശേഷമാണ് ഒരു കുഞ്ഞിക്കാലു കാണാനുള്ള പ്രതീക്ഷകൾക്ക് പൂമൊട്ട് വിരിയിച്ച് അവൾ ഗർഭവതിയാകുന്നത്!....കുപ്പാടത്തിലേക്ക് മാലയിട്ട് കൊണ്ടുവരുന്നതിനുമുമ്പുതന്നെ അമ്മയുടെ ശിക്ഷണത്തിൽ അവൾ അന്നാട്ടിലെ കൈത്തഴക്കം വന്ന പേറ്റിച്ചിയായിരുന്നു!

അല്പം മെലിഞ്ഞു കൊലു കൊലുന്നനെയിരുന്നെങ്കിലും ഒരു ചെണ്ടുമല്ലിപ്പൂപോലെ കാണാൻ ചേലുള്ളവൾ!.... നിശ്ചയം കഴിഞ്ഞ് തിരിച്ചുവന്ന അപ്പനും കാരണോന്മാരും തമ്മിൽ പറയുന്നത് കേട്ടു. "ഓളെ കല്ലരിക്ക് ഒരു മുട്ടുണ്ടാവൂല്ല.. കുഞ്ഞൂട്ടിന്റെ ഫാഗ്യാ..."

കൈനിറയെ മുത്ത് കിട്ടിയ മുക്കുവനെപ്പോലെ മാണിക്കത്തെ ഗമ യോടെ പുരയിലേക്ക് കൈപിടിച്ച് കയറ്റി.

നറുനിലാവ് പരന്നപോലെ അവളുടെ പുരുഷന്റെ സമസ്ത ജീവ ബിന്ദുവിലും മാത്രമല്ല, കുടുംബത്തിന്റെ എല്ലാ കോണുകളാലും പ്രകാശം ചുരത്തിക്കൊണ്ടാണ് അവൾ വലതുകാൽ വച്ച് പടി കേറിവന്നത്.

പ്രസൂതികാതന്ത്രങ്ങളും അനുബന്ധമായ അത്ഭുത ശക്തിയുള്ള ഒറ്റ മൂലികളും വശമുള്ള മാണിക്കം പ്രസവ കർമ്മത്തിൽ കൈ മിടുക്കുള്ള വളെന്നു വന്നതോടെ ശിശു മരണങ്ങൾ ഓർമ്മകളായി! മലയിമാണിക്യ മുള്ളപ്പോൾ എത്ര പേറായാലെന്താണ് എന്ന തോന്നലായി നാട്ടിലെ പെണ്ണുങ്ങൾക്ക്!

അയിത്തക്കൊടി പാറിപ്പറന്ന അക്കാലത്ത് കോവിലകത്തിന്റെയും ഇല്ലങ്ങളുടെയും മറ്റ് സവർണ്ണ ഭവനങ്ങളുടെയുംപോലും വാതിലുകൾ, അവിടത്തെ പെൺകൊടിമാരുടെ പേറെടുക്കാൻ അവൾക്കായി തുറക്ക പ്പെട്ടു! വെള്ളത്തുണിയിൽ പൊതിഞ്ഞ "ള്ളേ... ള്ളേ..." കരയുന്ന ഈ ലോകമൊന്നു കാണാൻ, വെമ്പുന്ന ചോരക്കുഞ്ഞിനെ ബന്ധുക്കൾക്ക് കാട്ടിക്കൊടുത്ത് പാരിതോഷികങ്ങളുടെ ചുമടുമായിട്ടാണ് അവൾ വന്നു കയറിയത്!

ഒരുനാൾ എശമാനന്റെ ഇല്ലത്ത് നിന്ന് മാണിക്കത്തിന് വിളി വന്നു! അങ്ങേരുടെ മകന്റെ വേളിക്ക് ഈറ്റ് ദീനം! തിരുവയറൊഴിയാൻ ഇല്ല ത്തമ്മ പേറ്റു പായയിൽ നടാടെയാണ്. "വേഗം ചെല്ലണം... വേദന ശ്ശി കൂടീട്ട് ചില്ലറ നേരായി."

ഇരുട്ടു പരന്ന നേരത്താണ് കാര്യസ്ഥന്റെ വരവ്. ഒറ്റയ്ക്കയെക്കുന്ന തെങ്ങനെ?

"തമ്പിരൻ നടന്നോളൂ... അടിയൻ കൂട്ടി വര്ന്ന്ണ്ട്"

എന്തെല്ലാമോ തിടുക്കത്തിൽ വാരിച്ചുറ്റി മാണിക്കം മുമ്പിൽ!

മാനത്തമ്പിളിയെ നോക്കി കണ്ണിറുക്കുന്ന പൊന്നാമ്പൽപ്പൂപോലെ ഒരു ചെറുചിരി ചുണ്ടിലൊളിപ്പിച്ച് നടക്കുന്ന പ്രിയതമയുടെ പിന്നിൽ ഓല ച്ചൂട്ടിന്റെ പ്രഭ തെളിച്ച് കുഞ്ഞൂട്ടി! ഇല്ലത്തിന്റെ അടുക്കളപ്പുറത്ത് നിന്നിറ ങ്ങുന്ന വഴിയുടെ അറ്റം വരെയേ തനിക്ക് വരാവൂ.. അപ്പുറം കടന്നാൽ തീണ്ടലാണ്.

മാണിക്കം പടി കയറിപ്പോയി! പടിയുടെ കീഴറ്റത്ത് ഒരു കല്ലിൻ പുറ ത്തിരുന്ന് മാണിക്കം നിർവ്വഹിക്കുന്ന സൂതികാ കർമ്മങ്ങൾ ഒന്നോർത്തു നോക്കി!

വീർത്ത വയറുമായി വേദനയാൽ കട്ടിലിലിട്ട മെത്തപ്പായയിൽ ഗർഭിണി എരിപിരി കൊണ്ട് നിലവിളിക്കുകയായിരിക്കും! ഏഴു തിരിയിട്ട നിലവിളക്കിന്റെ പ്രഭയിൽ ഒരു വലിയ ഓട്ടുകിണ്ണം നിറയെ കാച്ചിയാ റ്റിയ വെളിച്ചെണ്ണയും സമീപത്തൊരു കോരികയും വെച്ചിരിക്കും. മാണിക്കം മുറിക്കകത്ത് കേറിയ ഉടൻ അതിന്റെ വാതിലടയും.

ആത്തേമ്മാര് ചിലര് മുറിക്കകത്തുണ്ടാവും. തന്റെ പെണ്ണ്, വേദന കൊണ്ട് അലറിക്കരയുന്ന ഇല്ലത്തമ്മയെ മധുരമൊഴികൾ കൊണ്ട് ആശ്വസിപ്പിക്കുകയായിരിക്കും! പിന്നെയാണ് കോരിക കൊണ്ട് കോരിയൊഴിച്ച വെളിച്ചെണ്ണ ഉരസ്സു തൊട്ട് കീഴ്പോട്ട് ആ വലിയ വയറിന് മുകളിലൂടെ തന്റെ മൃദുവായ കരങ്ങൾ കൊണ്ട് മെല്ലെ മെല്ലെ തടവുന്നത്! എത്ര മണിക്കൂർ വേണമെങ്കിലും ആ തടവൽ തുടരുന്നുണ്ട്!

തടവിത്തടവി താഴോട്ടുവന്ന കുഞ്ഞിന്റെ ശിരസ്സ് പുറത്തു കാണുന്നതോടെ മാണിക്കം തന്റെ ഇരു കരങ്ങളും അകത്ത് കടത്തി അതിനെ പുറത്തെടുക്കും. ഒപ്പം കുഞ്ഞു ശയിച്ച ദ്രവ സഞ്ചിയും! അമ്മയുടെ ശരീരത്തോടു ബന്ധം പുലർത്തിയ കുഞ്ഞിന്റെ പൊക്കിൾക്കൊടി അരച്ചാൺ നീളത്തിൽ മുറിച്ചു കളയുകയും ബാക്കി ഒരു നൂൽകൊണ്ട് ബന്ധിക്കുകയും ചെയ്യുന്നുണ്ട്! പൊക്കിൾക്കൊടി ഉണങ്ങാൻ അവൾക്കൊരു ഒറ്റമൂലിയുണ്ട്. പ്ലാവിൻ തടിയിൽ കാണുന്ന കുമിൾ! പിലാത്താടി! അത് ഒരു കഷണം ചുട്ടെടുത്ത് പൊടിച്ച കരി പൊക്കിൾ മുറിവിൽ തൂവുന്നു!

കിണ്ണം മുട്ടി കുഞ്ഞിന്റെ കേൾവിശക്തി പരിശോധിക്കും! നല്ല പൗരനായി വളരാൻ ചെവിയിൽ ചില മധുരമന്ത്രങ്ങൾ ഓതിക്കൊടുക്കുന്നുമുണ്ട്! ഇളം ചൂടു വെള്ളത്തിൽ കുഞ്ഞിനെ കുളിപ്പിക്കുന്നതും മാണിക്കം തന്നെ. പിന്നെ വീട്ടുകാർ നല്കിയ സ്വർണ്ണമോതിരം ഇളനീരിൽ മുക്കി കുഞ്ഞിന്റെ നാവിൽ "പൊന്നിൻനീര്" കൊടുക്കുന്നുണ്ട്. കുഞ്ഞിനെ രക്ഷിതാക്കളെ കാണിക്കുന്ന ഒരു ചടങ്ങുകൂടെ കഴിഞ്ഞാൽ അന്നത്തെ ദിവസം വയറ്റാട്ടിയുടെ ചുമതല തീർന്നു. പിന്നെ പാരിതോഷികങ്ങൾ വല്ലതുമുണ്ടെങ്കിൽ അതും വാങ്ങി മടങ്ങുകയായി.

കിഴക്ക് കൊറ്റി ഉദിച്ചിട്ടുണ്ട്...

നേരം വെളുക്കാൻ അല്പനേരം കൂടിയുണ്ട്. ഒരു കിറു കിറെ ശബ്ദം കേൾക്കുന്നുണ്ട്. പ്രസവം കഴിഞ്ഞിട്ടുണ്ടാവണം... പടികളുടെ മുകളറ്റത്ത് ഒരു അരണ്ട വെളിച്ചം പ്രത്യക്ഷപ്പെട്ടു.. കൈയിൽ ഒരു ചെറുതുണിക്കെട്ടുമേന്തി മാണിക്യം ഇറങ്ങിവരികയാണ്.. പെട്ടെന്ന് ഒരു നിഴൽ അവൾക്ക് വഴി മുടക്കിക്കൊണ്ട് നില്ക്കുന്നുണ്ടോ! .... ആ നിഴൽ മാണിക്യത്തിന്റെ കൈ കയറി പിടിച്ചോ.." "തൊടരുത്" ..... അവളുടെ ശബ്ദം ഉയർന്നിരിക്കുന്നു... ഒരു കുതിപ്പിന് ചാടിക്കയറി അവളുടെ അടുത്തെത്തി! "ഛീ വിടവളെ" ഓടി മറയുന്നതിനിടയിൽ ഒരുനിമിഷം ആ മുഖം മനസ്സിൽ തെളിഞ്ഞു. യശമാനന്റെ മകൻ!

അവൾ തന്റെ മാറിടത്തിലേക്ക് ചാഞ്ഞു! ഏങ്ങിക്കരയുന്ന മാണിക്കം! തണ്ടൊടിക്കാൻ വന്ന നിഷാദനെക്കണ്ട്, ആമ്പൽപ്പൂവ് മേഘമാലകൾ കരിനിഴൽ വീഴ്ത്തിയ പൊന്നമ്പിളിയോട് പരാതി പറഞ്ഞു! കുപ്പാടത്തിലെത്തിയ മാണിക്കം പകൽ മുഴുവൻ കിടക്കപ്പായിൽ ഏങ്ങലടിച്ചു കരഞ്ഞു! അവൾ ഉണ്ടില്ല! ഉറങ്ങിയില്ല!

മലയന്റെയും അടിയാന്റെയും കുടിയാന്റെയും മണ്ണിന്റെ മേലേ മാത്ര മല്ല പെണ്ണിന്റെ മേലെയും കൈവെക്കാൻ തമ്പുരാക്കന്മാരേ നിങ്ങൾ ഭയ ക്കുന്ന കാലം അകലെയല്ല!

5

മാസങ്ങൾക്കകം ആ സന്തോഷവാർത്തയെത്തി. മാണിക്കത്തിനു കുളി നിന്നു! അമ്മയും അനിയത്തിമാരും അനിയന്മാരും ബന്ധുക്കളും ആഹ്ലാദത്തിൽ! ബന്ധുവീടുകളിൽ കെർപ്പത്തക്കാരം ഏറെ നടന്നു. പല ഹാരങ്ങൾ മുളവട്ടി നിറയെ കൊടുത്തയക്കുന്നുണ്ട്... വയറ്റിലുള്ളോൾ പേറെടുക്കാൻ പോകേണ്ട. അമ്മയും അനിയത്തിമാരും അടുത്ത ബന്ധു ക്കളും ചേർന്ന് ആയത് വീതിച്ചെടുത്തു. അഞ്ചാം മാസത്തെ നെയ്സേവ കഴിഞ്ഞു!

ഇനി പുളികുടി അടിയന്തിരം. ഏഴാം മാസത്തെ ചടങ്ങ്. പ്രത്യേക കർമ്മങ്ങളുണ്ട്. ബന്ധുക്കളെ ക്ഷണിക്കണം. കന്നിപ്പേറാണ്. ഊക്കൻ സദ്യ കൊടുക്കണം. കെർപ്പക്കാരത്തിയുടെ അമ്മയും പെങ്ങളും വരും. പേറവളുടെ വീട്ടിലാണ്. ഏഴുതിരിയിട്ട വിളക്കിനുമുമ്പിൽ ഗർഭിണിയെ ഇരുത്തി. മന്ത്രവിധിപ്രകാരമുള്ള കർമ്മങ്ങൾ നടത്തി, പുത്തൻ ഇണ മുണ്ട് കൊണ്ട് ദേഹം മുഴുവൻ മൂടിയാണ്, അവളെ കൂട്ടിക്കൊണ്ടുപോ കുന്നത്!

എല്ലാറ്റിലും പ്രധാന കാര്യം. പുളികുടി അടിയന്തിരത്തിന് ജന്മിയുടെ സമ്മതം വാങ്ങണം. യശമാനനാണ് ജന്മി! കിടപ്പാടത്തിന് പുറപ്പാട് പുക്കി ക്കാഞ്ഞത് യശമാൻ ഓർക്കുന്നുണ്ടാവുമോ?

വളപ്പിലെ വാഴകളൊന്നിൽ കായ്കൾക്ക് എണ്ണവും കനവുമുള്ള ഒരു വൻകുല കൊത്തിയെടുത്ത് ചുമലിലേറ്റി. ഒപ്പം ഒരു കെട്ട് വെറ്റിലയും നല്ല ജാപ്പാണം പുകയിലയുമുണ്ട്... പിറക്കാൻ പോകുന്ന കുഞ്ഞിന്റെ ജാതകം മനസ്സിൽ ധ്യാനിച്ച് നടന്ന് ഇല്ലാത്തിന്റെ പടിപ്പുരയ്ക്ക് മുമ്പി ലെത്തി.

പടിപ്പുരയ്ക്കപ്പുറം കടന്നൂടാ! സമുദായവിധി തെറ്റി നടന്നൂടാ! കോലാ യിൽ ഒരു ചാരുകസേരയിൽ യശമാനൻ മുറുക്കിയൊതുക്കി ഇരിപ്പാണ്. തന്നെ കണ്ടുവെന്നു തോന്നുന്നു.

കാഴ്ചദ്രവ്യങ്ങൾ ഇറക്കിവെച്ച് ചുമലിലിട്ട തോർത്ത് അരയിൽ കെട്ടി ദേഹം വളച്ചുനിന്ന് കൈ കൂപ്പി വണങ്ങി!

“അടിയൻ”

“ഊം... എന്താ... നിണക്കീ വഴിയൊക്കെ അറിയ്യോ..?”

“അടിയന് കുപ്പാടത്തില്.... എന്നും തിരക്കാ. കോലം കെട്ടും. ആടി കെട്ടും കോതാരി കെട്ടും... തന്ത്രോം മേന്ത്രോം... ഒക്കെയായി.. ഒന്നി ന്നും... നേരം ല്ലാണ്ടായി..”

"പ്പം... ന്താ... ഈ വരവിന്റെ ഉദ്ദേശ്യം?"

"അടിയന്റെ പെണ്ണിന് ത്.. ഏഴാം മാസാ... പുളൂടി അട്യന്തരം നടത്തി... വയറൊഴിയാൻ ഓളെ കുപ്പാടത്തിലേക്കയക്കണം. ഇബ്ടത്തെ സമ്മതംണ്ടാവണം.. അയ്നാ.. അടിയൻ കുമ്പിട്ടേ.."

'ഫ്... ഫാ... പത്ത് കൊല്ലായില്ലേ... തന്റെ പിന്നാലെ പുരയിടത്തിന് പുറപ്പാടക്കണം എന്ന് പറഞ്ഞ് ഞാനളയച്ചിറ്റ്.. നീ ഇപ്പടി കയറിയോ... എന്താ നിന്റെ വിചാരം... നിന്റെ അടിയന്തിരം അവിടെ നില്ക്കട്ടെ. ആദ്യം കിടപ്പാടത്തിന് കുഴിക്കാണപ്രകാരം പൊറപ്പാട് കൊട്ക്കാ... എന്നിട്ട് മതി തന്റെ പുളി കൂടി കേട്ടോ? പ്പം.... ഇവിടന്ന് ഇറങ്ങിക്കോളാ.."

തന്റെ അഭിമാനത്തിൽ മേലാണ് എശമാൻ കൈ വെച്ചിരിക്കുന്നത്!... തന്നെ ഇറക്കിവിടുകയാണ്!... കുനിഞ്ഞു കൈ കൂപ്പി നിന്നിടത്തുനിന്ന് തലയുയർത്തി നിവർന്നു നിന്നു. അരയിൽ കെട്ടിയ തോർത്ത് കുടഞ്ഞ് തലയിൽ കെട്ടി... "ത്... ഫൂ.." നിലത്താഞ്ഞുതുപ്പി..! വാഴക്കുലയെടുത്ത് തോളിലേറ്റി വെറ്റിലക്കെട്ടും പുകയിലയും കക്ഷത്തുംവെച്ച് കൈയും വീശി ഇറങ്ങി നടന്നു!...

കുപ്പാടത്തെ മൺതറയിൽ കൈ വിരിച്ച് മലർന്നു കിടന്നു. വിവരങ്ങളറിഞ്ഞ അമ്മയും മാണിക്കവും മൂക്കത്ത് വിരൽവെച്ചു! കിടക്കപ്പായയിൽ തിരിഞ്ഞുംമറിഞ്ഞും കിടന്ന് തീരുമാനിച്ചു. പുളിക്കുടി അടിയന്തിരം മാനമായി നടത്തും! അയ്ന് യശമാനന്റെ ശീട്ടുവേണ്ടേ!

എപ്പോഴോ ഉറക്കം പിടിച്ചിട്ടുണ്ടാവണം. പെട്ടെന്ന് ഉറക്കം ഞെട്ടി! പുറത്തൊരു ബഹളം! കുപ്പാടത്തിന്റെ മേല്ക്കൂരയിൽ തീ പിടിച്ചിരിക്കുന്നു! മാണിക്കവും അമ്മയും നിലവിളിക്കുന്നു. ഓടി മുറ്റത്തിറങ്ങി! പള്ളിക്കോവിലും കത്തുന്നുണ്ട്. അനിയന്മാർ ഓടി വന്നു. തീ പിടിച്ചതല്ല തീയിട്ടതാണ്!

അല്പമകലെ ആർത്തട്ടഹസിക്കുന്ന എശമാനന്റെ കാര്യസ്ഥനും സംഘവും! ഒരു ഭ്രാന്തനായി മാറുന്നു. കൈയിൽ കിട്ടിയ ഒരു കാട്ടുകമ്പുമായി അക്രമി സംഘത്തിനു നേരെ ഓടാനൊരുങ്ങിയ തന്നെ മാണിക്കവും അനിയന്മാരും പിടിച്ചു നിർത്തി!

പിറ്റേന്നറിഞ്ഞു യശമാനന്റെ ഉഗ്രശാസന! "കെട്ടടുപ്പിലെ തീ ആ പരട്ടയ്ക്കും കുടുംബത്തിനും ആരും നല്കിപ്പോകരുത്!"

അതിന്റെ അർത്ഥം താനും കുടുംബവും സമുദായാചാരപ്രകാരം അനുഷ്ഠിക്കുകയും അനുഭവിക്കുകയും ഇനി തുടരാനും പാടില്ല. ജന്മാരിയായി അനുവദിച്ചുതന്ന കാവുകളിലെ തെയ്യക്കോലങ്ങളിൽനിന്നാണ് വിലക്കിയത്. അവിടെയെല്ലാം കുടുംബസമേതം ചെന്ന് നടത്തുന്ന ചെണ്ടവാദനത്തിനും അനുവാദമില്ല.

പ്രസവ ജോലിയുമെടുക്കാനാവില്ല! കർക്കിടകക്കഞ്ഞിത്തെയ്യവും തുലാമാസത്തിലെ ഗോതാവരിപ്പശുവാട്ടവും നടപ്പില്ല! മലയർക്ക് ഇതൊന്നുമില്ലാതെ എന്തു ജീവിതം?

തുലാമാസം തൊട്ട് മീനം വരെ അഞ്ചു മാസക്കാലമാണ് തെയ്യ ക്കാലം. മുളച്ചീന്ത് കൊണ്ട് മെടഞ്ഞ പെട്ടിയിൽ അണിയലവും തുണി യിൽ പൊതിഞ്ഞ നീളൻ തിരുമുടികളും തുണികൊണ്ട് പൊതിഞ്ഞ ചെണ്ടയും ചീനിയും കുഴലും എല്ലാമായി ആണും പെണ്ണും കുഞ്ഞി ക്കുട്ടികളുമായി മലയന്റെ കുടുംബം ഈ നാളുകളിൽ കാവുകളിൽനിന്ന് കാവുകളിലേക്ക് യാത്ര ചെയ്ത് കോലങ്ങൾ പലതും കെട്ടിയാടി കാവ ധികാരികളും കഴകക്കാരും നല്കുന്ന "കോള്!" വാങ്ങി കുടിയിലെ ത്തുന്നു. ഒരു കൊല്ലക്കാലത്തേക്കുള്ള മലയന്റെ ജീവനാംശമാണത്! കർക്കിടകത്തിൽ വേടനും തുലാത്തിൽ കോതാമൂരിയും വീടുകൾ തോറും ആടിത്തിമിർത്ത് ശേഖരിച്ചുകൊണ്ടുവരുന്ന വസ്തുവഹകൾ അവന്റെ കുടുംബത്തിന് ആശ്വാസം പകരുന്നു. കന്നിക്കൊയ്ത്തും മകര ക്കൊയ്ത്തും നടക്കുമ്പോൾ വയൽ വരമ്പത്ത് ഓരോ കന്നിക്കറ്റ കൃഷിക്കാ രൻ മലയനുമാറ്റി വെക്കും! കൊയ്യാനില്ലെങ്കിലും മലയന്റെ മുറ്റത്ത് ഒരു പുല്ലേരി ഉയരും!

എല്ലാം ജന്മി വർഗ്ഗം നിഷേധിച്ചിരിക്കുന്നു.

ജന്മി സവർണ്ണ മേധാവിത്തം കുഞ്ഞൂട്ടിക്കൊരുക്കിയ ഭീകരമായ ഈ തടവറയ്ക്കു ചുറ്റും അടുത്തദിവസം ഒരു കിടങ്ങ് കൂടി കുഴിച്ചു ചേർത്തു.

കാര്യസ്ഥൻ വന്നറിയിച്ചു.... കുഞ്ഞൂട്ടിക്കിനി പുരയിടം രണ്ടേക്ക റില്ല.... എശമാനൻ അതിൽ ഒന്നര ഏക്കർ കുഴിക്കാണപ്രകാരം മറ്റൊ രാൾക്ക് മേൽ ചാർത്ത് കൊടുത്തിരിക്കുന്നു.

കാരാഗൃഹമൊരുക്കുന്നത് ഘോരാന്ധകാരമുള്ള ഭൂഗർഭ അറയി ലേക്കോ?

6

ഈ രാക്ഷസവർഗ്ഗത്തിന്റെ മുമ്പിൽ തളരില്ല! എങ്ങനെയും ജീവിക്കും! തെയ്യക്കോലം കെട്ടാനും ചെണ്ടവാദ്യം മുഴക്കാനും മന്ത്രത ന്ത്രാദികൾ നിർവ്വഹിക്കാനുമല്ലാതെ തനിക്കൊന്നുമറിയില്ലല്ലോ?

കാതിയൻ അച്ചുവേട്ടന്റെ ക്ഷുരകപ്പുരയിൽ കുഞ്ഞുട്ടി എത്തി.

"അടിയനെ ഈ പണിയൊന്ന് പഠിപ്പിക്ക്വോ?" ഒരു കൊച്ചുതുണി സഞ്ചിയിൽ കത്രികയും, ചീപ്പും ക്ഷുരകകത്തിയുമായി പുതിയ ജോലി യിൽ ഏർപ്പെട്ടു.

"മലയൻ ചെരക്കേ്വാ?... അതിശ്യം!... അതിശ്യം.."

"മലേനക്കൊണ്ട് ചെരിപ്പിക്ക്വേ.. കാത്യന്റേം... വളിഞ്ച്യന്റേം പണി യെല്ലാം മലനെടുക്ക്വോ?... കാത്യൻ കലശക്കാരനാ... പുലവാലായ്മയ്ക്ക്... കൊടഞ്ഞ്.. ശുത്തം... ബരുത്ത്ന്ന... പണി മലേനെടുക്ക്വോ?" ജാതി മേലാ ളന്മാർ ചോദ്യച്ചാട്ടകളുമായിറങ്ങി! യശമാനന്റെ ചെവിയിലുമെത്തി! കുഞ്ഞൂട്ടിക്ക് ക്ഷുരകന്റെ തൊപ്പി ഊരി വക്കേണ്ടി വന്നു.

ഇനിയെന്ത്? മൺകട്ടകൾ കൊണ്ടു വീട്ടുചുമരുകൾ നിർമ്മിക്കുന്നതിന് പകരം വെട്ടുകല്ല് പ്രചാരത്തിൽ വരുന്ന കാലം. കല്ലുകൊത്തുന്നതിന് ജാതീം മതോം ഒന്നുമില്ലല്ലോ! കൽമഴു കൊല്ലനെക്കൊണ്ട് വാട്ടിച്ച് കുഞ്ഞൂട്ടി കല്ലുകൊത്താനിറങ്ങി. കോലം കെട്ടിയാടുന്ന മലയന്റെ ശരീരം പുതിയ പണിക്ക് വഴങ്ങുന്നില്ല! മഴു ഉയർത്തി ആഞ്ഞു വെട്ടുമ്പോൾ നടുവിനൊരു പിടുത്തം! എണ്ണയും കുഴമ്പുമിട്ട് അല്പദിവസം ചികിത്സ.

പട്ടിണി നാഗങ്ങൾ കുഞ്ഞൂട്ടിയുടെ ജീവിതത്തിൽ ഫണം വിടർത്തിയാടുന്നതിനിടയിൽ മാണിക്കം ഒരാൺകുഞ്ഞിന് ജന്മം നല്കിയ വാർത്ത അയാളെത്തേടിയെത്തി.

അവൾക്ക് ഈറ്റു ചെലവിന് പണം വേണം! അവൾക്കും കുട്ടിക്കും വസ്ത്രങ്ങൾ വാങ്ങണം! പൊന്നു മോന്റെ മുഖമൊന്നു കാണാൻ പ്രസവിച്ചതിന്റെ ഏഴാം നാൾ ഒന്നു ചെന്നതാണ്! തന്റെ ദുരിത രാവുകളിൽ കരിമേഘമാലകൾക്കിടയിൽ അമ്പിളി ബിംബംപോലെ. ആ കുഞ്ഞുമോനെക്കുറിച്ചുള്ള കൗതുക സങ്കല്പങ്ങൾ ദുഃഖ ചിന്തകൾക്ക് പകലുദിക്കും വരെ അവധി നല്കി!

പ്രസവം കഴിഞ്ഞ് ആറുമാസം തികയാൻ രണ്ടുനാൾകൂടി മതി. കൂട്ടിക്കൊണ്ടു വരണം! അമ്മ എന്നും അക്കാര്യം ഓർമ്മിപ്പിക്കുന്നു. വേണ്ട ചെലവുകൾ നിർവ്വഹിക്കാൻ ഒരു മാർഗ്ഗവുമില്ല!

ചിന്തകൾ ചുട്ടുതപിക്കുകയാണ്! അത് കാട്ടുതീപോലെ പടർന്നുകയറുകയാണ്! കുടിപ്പകകൊണ്ട് പാലന്തായി കണ്ണനെ തുണ്ടം തുണ്ടമാക്കാൻ കുറുവാട്ട് കുറുപ്പ് വാളുയർത്തിവരികയാണോ? പ്രഹ്ലാദ ബാലന്റെ മുമ്പിൽ ചോരക്കണ്ണുകളുയർത്തി വാളോങ്ങി ആ ആസുര രൂപം നടനനടുക്കുന്നുണ്ടോ!

നേരം പാതിരാവായി! കാവിൽ ചെണ്ടയുടെ ആസുരതാളം മുറുകുന്നു. തീച്ചാമുണ്ടി മേലേരിക്കു ചുറ്റും ചടുലതാളങ്ങളിൽ വലം വെക്കുകയായിരിക്കും! വിഷ്ണുമൂർത്തിയുടെ അഗ്നി പ്രവേശനത്തിന് സമയമായി!... കിം പുരുഷൻ തന്റെ നേരെ നോക്കി അട്ടഹസിക്കുന്നുണ്ടോ? രക്ത നയനങ്ങളും ചോരനാക്കും തനിക്കു നല്കിയോ?.... ആരെല്ലാമാണ് തന്റെ നേരെ വരുന്നത്? കുറുവാട്ട് കുറുപ്പ്..! പുറംകാൽകൊണ്ട് തൊഴിക്കാനോങ്ങി യശമാനൻ!... മാണിക്കത്തിന്റെ മടിക്കുത്തഴിക്കുന്ന ചെറ്യശമാനൻ! കൈയിൽ തീപ്പന്തമേന്തി കാര്യസ്ഥൻ..! അവർ കൈ കോർത്ത് പിടിച്ച് തന്നെ വളഞ്ഞ് വെച്ച് കണ്ണുരുട്ടി പല്ലിളിച്ച് ആർത്തട്ടഹസിക്കയാണ്.... ചെണ്ടയുടെ താളം കൂടുതൽ ആസുരമാകുന്നു...!

വിഷ്ണുമൂർത്തി തലയറഞ്ഞാടി അസുരന്റെ രക്തപാനത്തിനൊരുങ്ങുകയാണ്!...

"ഞാനാണ്! ഞാനാണത്.."

കുഞ്ഞൂട്ടിയുടെ അലറൽ കിം പുരുഷന്റെ ജ്വലിക്കുന്ന കണ്ണുകളെ വിറപ്പിച്ചുവോ?... എരിപൊരി കൊള്ളുന്ന കുഞ്ഞൂട്ടി അണിയലം സൂക്ഷിച്ച പെട്ടി തുറക്കുന്നു...! തീച്ചാമുണ്ടിയുടെ കോലമണിയുന്നു... കൈവളയും, ചിലമ്പുമണിയുന്നു... ഒരാർത്തനാദത്തോടെ കാവിലേക്കോടുകയാണ്!... അന്തരീക്ഷം ഭേദിക്കുന്ന ചെണ്ടനാദത്തിന്റെയും ജനങ്ങളുടെ ഹൂങ്കാരം മുഴക്കങ്ങളുടെയും, ഇടയിൽ നാലാൾ പൊക്കത്തിൽ തീപ്പൊരികൾ മാനം മുട്ടെ പാറിപ്പറക്കുന്ന, ആളിക്കത്തുന്ന മേലേരിയുടെ അന്തരാളങ്ങളിലേക്ക് ആരാണിറങ്ങിപ്പോയത് എന്ന് ആർക്കും മനസ്സിലായില്ല!

നഗരയക്ഷി

ഡിസംബറിലെ ഇളം കുളിര് നല്ല ഉറക്കത്തിന് പ്രേരകമാവേണ്ട താണ്. സമയം രണ്ടു മണിയായെന്ന് സന്ദർശക മുറിയിലെ ഘടികാരം മുന്നറിയിപ്പ് നല്കി. ഉറക്കവുമായി ഒരു നീണ്ട മൽപ്പിടുത്തത്തിലാണ് എന്ന് കിടക്കവിരിയിലെ ഒരായിരം ചുളിവുകൾ സാക്ഷ്യപ്പെടുത്തി!

ഉറക്കത്തിന് അർദ്ധവിരാമമിട്ട് സുഭദ്ര ഭർത്താവിന്റെ മാറിൽ ഇടത് കൈ കയറ്റിവെച്ച് ചോദിച്ചു.

"മണി രണ്ടായല്ലോ. എന്താ ഉറങ്ങുന്നില്ലേ?" അവളുടെ കൈകൾ മാറ്റി രാധാകൃഷ്ണൻ തിരിഞ്ഞു കിടന്നു. ഭദ്ര സുഖ സുഷുപ്തിയിലേക്ക് തിരിച്ചു പോയി.

രണ്ടുമാസത്തെ അവധി അവസാനിക്കാൻ പത്തുദിവസം കൂടിയുണ്ട്. വലിയ സമ്മർദ്ദത്തിനൊടുവിലാണ് കമ്പനി ഈ അവധി അനുവദിച്ചത്. ഒരു പതിനഞ്ചു ദിവസം കൂടി നീട്ടിത്തരാൻ നടത്തിയ ശ്രമം വിജയി ച്ചില്ല.

വിമാനം കയറുമ്പോൾ ആസൂത്രണം ചെയ്തതൊന്നും ഇനിയും നടന്നില്ല. നഗരത്തിലെ ഇരുപത് സെന്റ് സ്ഥലവും വീടും വില്പന ചെയ്യണം. ആ പണംകൊണ്ട് തറവാട് പൊളിച്ച് പുതിയ വീടിന്റെ പണി ആരംഭിക്കണം. അതിനുള്ള പെർമിറ്റ് സമ്പാദിക്കണം.

ഒന്നും നടന്നില്ല. പരിചയക്കാരനും നാട്ടുകാരനും ബ്രോക്കറുമൊ ക്കെയായ കുഞ്ഞാലിയെയാണ് സ്ഥലം വില്ക്കാനേല്പിച്ചത്.

കഴിഞ്ഞ പത്ത് വർഷത്തെ എണ്ണപ്പനയുടെ നാട്ടിൽനിന്നുള്ള സമ്പാദ്യം ഉപയോഗിച്ചാണ് നഗര ഹൃദയത്തിൽ സാമാന്യം തരക്കേടി ല്ലാത്ത ഓടു മേഞ്ഞ ഇരുനിലക്കെട്ടിടം വാങ്ങാനായത്. മൂന്ന് വർഷമായി അത് തന്റെ കൈവശമിരിക്കുന്നു.

കഴിഞ്ഞ അവധിക്ക് വന്നത്, കുടുംബസമേതം താമസം നഗരത്തിലേക്ക് മാറ്റണമെന്ന ഉദ്ദേശ്യത്തോടെയായിരുന്നു. നഗരജീവിത ലക്ഷ്യത്തിന് എതിരെ ആദ്യം എതിർപ്പുയർത്തിയത് അച്ഛനായിരുന്നു. "നിങ്ങള്.. ഫാര്യേം.. ഫർത്താവും.. മോളുമൊക്കെ അങ്ങോട്ടുമാറിക്കോ.. ഞാനും നിന്റമ്മേം അങ്ങോട്ടില്ല. ഈ മോന്തായത്തിന്റെ ചോട്ടില് തന്നെ കിടന്ന് മരിക്കണംന്നാ ഞാളെ മോഹം."

ആണും പെണ്ണുമൊക്കെയായി രാധാകൃഷ്ണൻ എന്ന ഒരു പുത്രജന്മമേ അവർക്കുള്ളൂ.

"ഇപ്പൊരയാന്നെങ്കി.. പുറ്റും ചെതലും കേറീറ്റ്.. ഒന്നിനും കൊള്ളാണ്ടായി.. ന്റെച്ചൻ നാല്പത്തെട്ടിലെ നെല്ലുപിടി സമരത്തില് ജേലിൽ പോന്നേന് മുമ്പ്.. ണ്ടാക്ക്യാതാ.. പത്തറ്പത് കൊല്ലായി.. ബാരീം കൈക്കോലുമെല്ലാം.. പോയി.."

അച്ഛൻ മുറുക്കി കൂട്ടിയത് നീട്ടിത്തുപ്പി വീണ്ടും പറഞ്ഞു. "രാധൂ... അന്യമ്മാറും.. പെങ്ങമ്മാറും ഈട ചുറ്റുവട്ടത്തുണ്ട്.. നീയങ്ങ് ഗൾഫിൽ പോയാ പിന്നെ ഈട്യ ആരാ... ഒര് വൈറ്റിൽ വേദന വന്നാൽ.. ആ ടവുണിൽ ആരാ തിരിഞ്ഞു നോക്കാ... ഈട പറമ്പും വയലും ആയി കൊറച്ചെല്ലം ണ്ടല്ലോ. അത് തന്നെ മര്യാദിക്ക് നടത്ത്ന്നില്ല."

തന്റെ മുഖത്തെ ഭാവം എന്തെന്നറിയാൻ ഒരു നോട്ടമയച്ച് അച്ഛൻ വീണ്ടും തുടർന്നു. "അതോണ്ട് ഞാമ്പറേന്നത്.. ടവുണിലുള്ളത്... നീയങ്ങ് വിറ്റോ.. എന്തെങ്കിലും കച്ചോടക്കാർക്ക് അത് പറ്റ്വാ.. നല്ല വെല കിട്ടീറ്റ് കൊടുത്താ മതി... അപ്പൈശ കൊണ്ട് ഈ പൊര പൊളിച്ച്... ഇപ്പളത്തെ മാതിരി നല്ല പൊര നീയെടുത്തോ.. നീയൊന്ന് നല്ലോണം.. ചിന്തിച്ച് നോക്ക്..!"

ചിന്തകളുടെ തൂക്കം നോക്കുന്ന ഉപകരണം ആരെങ്കിലും കണ്ടുപിടിച്ചിട്ടുണ്ടോ?

ചിന്തയും ഉറക്കവും തമ്മിലുള്ള പോരാട്ടം മുറുകുമ്പോൾ ചുരികയ്ക്ക് മൂർച്ചകൂട്ടി ഭദ്ര അച്ഛന്റെ വാക്കുകൾക്ക് നിറവും മണവും നല്കി.

"അച്ഛൻ പറേന്നത് നേരല്ലേ? നിങ്ങൾ മടങ്ങിപ്പോയാ അവിടെ അനക്കും മോക്കും ആരാ? ഇവിടത്തെ പോരേം നമ്മക്ക് മാത്രം ഉള്ളതല്ലേ? ഇവ്ടെയാവുമ്പം എന്തിനും ഏതിനും അപ്പന്മാരും ഏളേമ്മമാരും ഓടി വരാനുണ്ട്.. അതുകൊണ്ട് അതങ്ങ് വിക്കാ.. പുര ഇവ്ട എടുക്കാം."

ഭദ്രയുടെ അച്ഛനമ്മമാരുടെയും ശിലാസമമായ വാദങ്ങൾക്കു മുമ്പിൽ തല കുനിച്ചു കൊടുത്തു. മാന്യമായൊരു വില വീടിനും പുരയിടത്തിനും നല്കുന്ന ആരെയും കണ്ടുപിടിക്കാനുള്ള ചുമതല കുഞ്ഞാലിക്കായ്ക്ക് നല്കി. അടുത്തവർഷം ലീവിന് നാട്ടിലെത്തുന്ന അവസരം രജിസ്റ്റർ നടത്താൻ സാധിക്കത്തക്കവിധം കാര്യങ്ങൾ മുന്നോട്ടു പോകാൻ ഭരമേല്പിച്ച് വിമാനം കയറി.

അബുദാബിയിലെ തിരക്കേറിയ പ്രവാസ ജീവിതത്തിന്റെ ഇടയിൽ വില്പനക്കാര്യം മനസ്സിനെ അലട്ടിക്കൊണ്ടിരുന്നു.

കുഞ്ഞാലിയുടെ നമ്പറിലേക്ക് വിളിയും അന്വേഷണവും നടക്കുമ്പോഴെല്ലാം ആശ്വാസവാക്കുകളാണ് ചെവിയിലേക്കെത്തുന്നത്. "നോക്കുന്നുണ്ട്. ചെലരെയൊക്കെ കാണിച്ചു. ബെല ഒത്ത് ബെർന്നില്ല.."

"ങ്ങള് ബരാൻ കൊല്ലം ഒന്നല്ലേ കെടക്ക്ണ്. അപ്പളത്തേക്കും ശര്യാക്കും."

"ഞമ്മ അയ്ന്റെ പൊറകിൽ തന്നെ ഇണ്ട്... ന്ന്. ബേജാറാവാണ്ടാന്ന്.. ഞമ്മയല്ലേ പറേന്ന്."

"ഇക്കുഞ്ഞാലി ഒന്ന് ബിചാരിച്ചാ.. അദ് നടത്തീരിക്കും."

ഇങ്ങനെപോയി അയാളുടെ പലതവണത്തെ ആശ്വാസ വചനങ്ങൾ! വർഷമൊന്ന് തികഞ്ഞ് വീണ്ടും അവധിക്ക് നാട്ടിൽവരുന്ന വിവരം പറഞ്ഞ് ബ്രോക്കറെ വിളിച്ചപ്പോൾ പറഞ്ഞ വർത്തമാനം ലേശം അമ്പരപ്പാണുണ്ടാക്കിയത്!

"അതേയ്, ഒരു ചെറിയേ കൊയപ്പം പിടിച്ച കേസായിറ്റ്ണ്ട്... ബജാറിൽ ചെല രാത്രിൽ എച്ചീന്നോ, പ്രേതോം ന്നോ മറ്റോ പറഞ്ഞ് എറങ്ങിറ്റ്ണ്ടത്രേ!... മ്മ്ളെ ബീടാത്രെ അയിന്റെ വാസം! ബീടും പറമ്പും നോക്കാൻ വന്ന ചെല കൂട്ടറ്... എടങ്ങാറ് പിടിച്ച ബസ്തു ഒന്നു ബാങ്ങ്യാ ശര്യാവൂലാ ന്നും പറഞ്ഞ് ഒയിഞ്ഞളഞ്ഞു. ...ങ്ങള് ങ്ങ് ബരീം എന്നിട്ട് നമ്മക്ക് ശേലാക്കാ.."

നാലുമണിക്കൂർ വിമാനത്തിലിരുന്നത് ഹൃദയത്തിൽ കൂട്കെട്ടിയ കടന്നൽ കൂടിന്റെ ഭാരവും പേറിക്കൊണ്ടാണ്!

ദശകങ്ങളായി ഒരു കുടുംബം താമസിച്ച വീടും പറമ്പുമാണ് താൻ വിലയ്ക്കു വാങ്ങിയത്. പ്രായമായ അച്ഛനുമമ്മയും മരണപ്പെടുകയും മക്കൾ അമേരിക്കയിൽ ജോലി നേടി അവിടെ സ്ഥിര താമസമാക്കുകയും ചെയ്തതോടെയാണ് അവർ ഈ വസ്തു വില്പനയ്ക്ക് വെച്ചത്. ബ്രോക്കർമാരില്ലാത്ത കച്ചവടമായിരുന്നു. വസ്തു എളുപ്പത്തിൽ കൈമാറി വിമാനം കയറാൻ അവർക്ക് തിടുക്കമുള്ളതുകൊണ്ട് വില പേശലിനൊന്നും നേരം കളയാതെ മതിയായൊരു വിലയ്ക്ക് തനിക്കതു ലഭിച്ചു.

നല്ല വീട്! ചെറ്യ പൈസക്ക് കിട്ടീല്ലേ? പട്ടണം ആയതുകൊണ്ട് താമസത്തിന് പറ്റ്യ സ്ഥലം! ഇങ്ങനെ നാട്ടുകാർ പല കമന്റുകളും പാസാക്കി. അന്നാരും ഒരു പ്രേതബാധയുടെ കാര്യവും പറഞ്ഞിരുന്നില്ല! ഈ പ്രേതകഥ എങ്ങനെ വന്നു?

വീട്ടിൽ കേറി ചില്ലറ വർത്തമാനങ്ങൾ പറഞ്ഞുതീരുമ്പോഴേക്കും അച്ഛനും അമ്മയും ഭദ്രയും പ്രേതകഥകളിലേക്ക് കടന്നു.

"ഒരു പാടാള്... കണ്ട് പോലും! ചൊവ്വാഴ്ചേം.. വെള്ളിയാഴ്ചേം മണി പന്ത്രണ്ടായാ അത് ടവുണ് മുഴുവൻ ചുറ്റി നടക്കാത്രേ!. ഉമ്മള് ബാങ്ങ്യാ പൊരേന്റെ വയ്യേപ്രം ഒര് പാല മരം കണ്ടിനോ... ഞ്ഞി... അയിന്റെ മേലാത്രെ ഈന്റെ താവളം,"

അച്ഛന്റെ പ്രേതവർണ്ണന ഇത്രടം വരെയെത്തിയപ്പോ ഇടയ്ക്ക് കേറി പറഞ്ഞു. "അച്ഛനെന്ത് പ്രാന്തായിപ്പറേന്ന്? ഇതൊക്കെ ഓരോരുത്തര് പറ

ഞ്ഞിണ്ടാക്കുന്നതാ.. അവർക്കെന്തെങ്കിലും കാര്യലാഭം ഉണ്ടാകും... പ്രേതോം ഇല്ല. ഒരു മണ്ണാങ്കട്ടേം ഇല്ല..”

അവിശ്വാസി ആയ മോന്റെ വാദം അമ്മയെ ഭയപ്പെടുത്തി. ‘രാധൂ... ദൊന്നും ബെറ്തെ പറേന്നതല്ല. ആ സ്ഥലത്തിന്റെ കൊറച്ചപ്രത്തൊരു കാവ്ണ്ടേനും.. പോലും. പണ്ട് പണ്ട് കോട്ടേം തമ്പുരാന്റെ കാലത്ത്.. ആടത്തെ ഉത്സവത്തിന് ആളെ കൊന്ന് നേർച്ച കൊടുക്കും പോലും!.. ബല്യ ശക്തീള്ള മൂർത്ത്യാത്രേ!.. ആടത്തെ കെട്ടിക്കോലംല്ലാ ണ്ടായിറ്റ്.. കൊല്ലം ഒരു പാടായത്രെ... അമ്മൂർത്തികോപിച്ചെളകി നടക്കുന്നതാന്നാ പറേന്ന്...”

അമ്മയോട് തർക്കിച്ചിട്ട് കാര്യമില്ലെന്ന് തോന്നി. രാത്രി കിടക്കാൻ നേരം ഭദ്രയ്ക്കും ഇത് തന്നെയാണ് പറയാനുണ്ടായിരുന്നത്. “രാധുവേ ട്ടൻ... ആ വീട്ടില് ഒറ്റക്കൊന്നും പോണ്ടാ എന്തെങ്കിലും സംഭവിച്ചാ... പിന്നെ ഞാനും മോളും... ഇണ്ടാവൂല്ല..”

പ്രേതം, പിശാച്, യക്ഷി എന്നിങ്ങനെയുള്ളതൊന്നുമുള്ളതല്ലെന്നും, എന്തിന് ഈശ്വരവിശ്വാസം പോലും യുക്തിചിന്തയ്ക്ക് നിരക്കുന്നതല്ലെ ന്നുമുള്ള ഒരു ക്ലാസ് അന്നത്തെ നിശാനിശ്ശബ്ദതയെ കീറിമുറിച്ച് ആ ശയന മുറിയിൽ നടന്നു.

“യശോദേച്ചി റേഷൻ പീട്യേ പോയേരം പറേന്ന കേട്ടതാ... അതിന്റ ടുത്ത് താമസിക്കുന്ന പപ്പട ച്ചെട്ടീന്റെ മോള്... ഒരു സുന്ദരിപ്പെണ്ണാത്രേ! അടുത്തൊരു ചെക്കനു ആയിറ്റ് ആ പെണ്ണിന് പ്രേമം പോലും!... പെണ്ണിന് വയറ്റിലും ആയി!.... ചെക്കൻ നാടുംവിട്ടു... പെണ്ണ് അമ്പലക്കുളത്തിൽ ചാടി മരിച്ചു!.... മ്മളെ വാങ്ങിയ വീടിന്റെ അടുത്ത് തന്നെയല്ലേ... അമ്പലോം കൊളോം... ഇങ്ങനെ മരിച്ച പെണ്ണിന്റെ ആത്മാവിന് ഗതികി ട്ടായ്റ്റാ.. ഇങ്ങനെ യക്ഷിയായിറ്റ് അലഞ്ഞ് നടക്ക്ന്നേന്നാ പറേന്നത്രെ!”

“പൊട്ടിപ്പെണ്ണേ... നീ എന്തിനാ അഞ്ച് കൊല്ലം അക്കോളേജിൽ പോയി പണോം സമയോം കളഞ്ഞേ? നിന്റെ ഡിഗ്രി കെമിസ്ട്രി മെയിനും ഫിസിക്സ് സബ്സിഡിയറിയും... എന്ത് കുന്താ നീ പഠിച്ചേ? ആത്മാവ്? മരിച്ചാ അതോടെ തീർന്നില്ലേ എല്ലാം? ആത്മാവ് ബാക്കിയായി ഇങ്ങനെ അലഞ്ഞുതിരിയും എന്ന് നീ പഠിച്ച ഏത് സയൻസിലാ പറേന്നെ?...”

എന്നാൽ ശാസ്ത്രത്തിനും യുക്തിചിന്തയ്ക്കും ഭദ്രയുടെ വിശ്വാസ പ്രമാണങ്ങളെ തോല്പിക്കാനായില്ല! അവർ വിലയ്ക്കുവാങ്ങിയ വീട്ടിലെ അധിപയായി പ്രചരിപ്പിക്കപ്പെട്ട പ്രേതരൂപിണിയുടെ കാര്യത്തിൽ ആ ഭാര്യാഭർത്താക്കന്മാർ തമ്മിലുള്ള അകലം രണ്ടുവൻകരകൾ തമ്മിലു ള്ളതിനേക്കാൾ വലുതായിരുന്നു!

വീടിന്റെ വില്പനക്കാര്യവും പ്രേതപ്രചാരണവും മനസ്സിനെ തൈരു കലത്തിൽ മന്തിട്ട പോലെ മഥിച്ചുകൊണ്ടിരിക്കുന്നതിനിടയിൽ പിറ്റേ ദിവസം കൂട്ടുകാരെയും നാട്ടുകാരെയും കണ്ട് ചങ്ങാത്തം പുതുക്കാനായി ഇ എം എസ് സ്മാരക വായനശാലയിലേക്ക് ചെന്നു. അത്യാവശ്യം കുശ ലപ്രശ്നങ്ങൾക്കുശേഷം വിഷയം യക്ഷിയുടെ വിളയാട്ടത്തിലേക്കു കട

ന്നു. നഗരത്തിലെ പ്രേതബാധയുടെ വ്യാപ്തി കൂട്ടുകാരിൽ നിന്നാണ് കൂടുതൽ അറിഞ്ഞത്.

"രാധൂന്റെ വീട് കേന്ദ്രീകരിച്ചാ കഥകൾ മിക്കതും. പ്രേതബാധ ഭയന്ന് രാത്രി എട്ടു മണിയായാൽ നഗരം ശൂന്യമാകും. രണ്ടു ടാക്കീസിലും ഇപ്പം രണ്ട് ഷോയേ ഉള്ളൂ. ഫസ്റ്റ് ഷോ രാത്രി എട്ടരയ്ക്ക് തീരും. സിനിമ കാണാൻ ആള് വളരെ കുറവ്." രാഗേഷാണ് ഈ വിശദീകരണം നല്കിയത്.

അഭ്യൂഹങ്ങളും കഥകളും ആ വായനശാലയിൽ നടന്ന ചർച്ചയിൽ ഏറെ വെളിവാക്കപ്പെട്ടു. അടുത്ത നഗരത്തിലേക്ക് പോകേണ്ട ഒരു യുവാവ് വാഹനമില്ലാതെ രാത്രി ഏറെ വൈകി നടന്നുപോയപ്പോൾ പ്രേതത്തെക്കണ്ട് ബോധരഹിതനായിതളർന്നുവീണത്രെ! പിറ്റേദിവസം നഗരശുചീകരണത്തിനെത്തിയ ശുചീകരണത്തൊഴിലാളികളാണ് ഇയാളെ കണ്ടതും ആശുപത്രിയിലാക്കിയതും!

നഗരത്തിലെ ഒരു വീട്ടിൽ രാത്രി ഒൻപത് മണി നേരത്ത് വീട്ടുകാരി അടുക്കളയുടെ വാതിൽ അടയ്ക്കാൻ ചെന്നതാണ്! മുമ്പിൽപ്രേതം നില്ക്കുന്നു! അവൾ ഒരലർച്ചയോടെ മോഹാലസ്യപ്പെട്ടു തറയിൽ വീണു. വിവാഹിതയായി ഏറെ വർഷങ്ങൾക്കുശേഷം ഗർഭിണിയായ അവളുടെ ഗർഭം അലസിപ്പോയത്രെ!

വാഴപ്പൊയിലിലെ കേളുവേട്ടൻ അകാരണമായി ആലയിൽനിന്ന് പശുവിന്റെ അമറൽ കേട്ട് പാനീസുമായി ചെന്നതാണ്. ആല വാതില്ക്കൽ പ്രേതം! രക്ഷപ്പെടാൻ ഓടിയ ടിയാൻ കല്ലിൽ തട്ടിത്തടഞ്ഞ് വീണ് ദേഹമുളുക്കി പുരയിൽ കിടപ്പായി!

പാതിരായ്ക്ക് അടിയന്തര സഞ്ചാരം നടത്തേണ്ടിവന്ന ഒരു സൈക്കിൾ യാത്രക്കാരന്റെ പിറകേ ഈ നഗരയക്ഷി ഓടിയത്രേ! ചെറുപ്പക്കാരൻ സൈക്കിൾ വിമാന വേഗതയിൽ പറത്തി രക്ഷപ്പെട്ടെന്നാണ് ജനസംസാരം?

നഗരത്തിൽ യക്ഷി എന്ന വാർത്തയുമായി ഒരുനാൾ പ്രാദേശിക സായാഹ്ന പത്രം സംഭ്രമജനകമായ വാർത്തകളുമായിട്ടാണ് പുറത്തിറങ്ങിയത്!

കൂട്ടുകാരുടെ ഈ വർത്തമാനങ്ങളെല്ലാം വെറും കെട്ടുകഥകളാണെന്ന് രാധാകൃഷ്ണൻ ശക്തിയുക്തം വാദിച്ചു. തനിക്കങ്ങനെയേ ചിന്തിക്കാനും പറയാനുമാവൂ!

കാരണം താനൊരു ഭൗതികവാദിയാണ്! ഗൾഫിൽ പോകുന്നതിന് മുമ്പ് പാർട്ടിയുടെയും യുവജനസംഘടനയുടെയും പ്രവർത്തകനായിരുന്ന കാലത്ത് എത്ര പാർട്ടി ക്ലാസുകളിലാണ് പങ്കെടുത്തത്! തനിക്കു ചുറ്റുംകാണുന്ന വസ്തുക്കളും പ്രതിഭാസങ്ങളുമെല്ലാം യാഥാർത്ഥ്യമാണെന്നും, വികാസവും ചലനവും ഇല്ലാത്തതൊന്നുമില്ലെന്നും, നമ്മുടെ ചിന്തകളും ആശയങ്ങളും പദാർത്ഥ പ്രപഞ്ചത്തിന്റെ ഉല്പന്നങ്ങളാണെന്നും ആ ക്ലാസുകളിൽ പാർട്ടി നേതാക്കളായ അദ്ധ്യാപകർ വിശദീ

കരിച്ചത്. വർഷമേറെ കഴിഞ്ഞിട്ടും മനസ്സ് ദൃഢതയോടെ സ്വീകരിക്കുകയായിരുന്നു.

വികാസപ്രക്രിയയുടെ ഒരു പ്രത്യേക പരിണാമഘട്ടത്തിൽ പദാർത്ഥങ്ങളുടെ സവിശേഷ ചേരുവകളാൽ രൂപംകൊണ്ടതാണ് ജീവനുള്ള വസ്തുക്കൾ എന്നും ആശയ വ്യക്തതയോടെ അവർ പറഞ്ഞു തന്നു.

അതിനപ്പുറത്ത് ഈ പ്രപഞ്ചയാഥാർത്ഥ്യങ്ങളെ അംഗീകരിക്കാത്ത ആശയവാദികളാണ് ഈശ്വരൻ, ദൈവം, ഭൂത, പ്രേത, പിശാചുക്കൾ എന്നിവയുടെ വക്താക്കളെന്നും നാളിന്നോളമുള്ള ചൂഷക വർഗ്ഗങ്ങൾ അവർ നടത്തുന്ന ചൂഷണത്തിന് മറപിടിക്കാനാണ് ഇതെല്ലാം കൊണ്ടു നടക്കുന്നത് എന്നും വിശദീകരിക്കപ്പെട്ടു. വായനശാലാ ചർച്ചയിൽ യക്ഷിക്കഥകളെ പ്രതിരോധിക്കാൻ രാധാകൃഷ്ണന് പെടാപ്പാട് തന്നെ വേണ്ടിവന്നു. അയാളുടെ ദാർശനികമായ വിശദീകരണങ്ങൾ മനസ്സിലാക്കുവാൻ സുഹൃത്തുക്കൾ ധാരാളം ബുദ്ധിമുട്ടി.

അവിടെ രണ്ടുപക്ഷം രൂപപ്പെട്ടു. ഭൂരിപക്ഷവും ന്യൂനപക്ഷവും! പക്ഷരൂപീകരണത്തിന് ഹേതു വിശ്വാസ പ്രശ്നമാണ്. രാധാകൃഷ്ണനും മറ്റു രണ്ടുപേരും ചേർന്നതായിരുന്നു ന്യൂനപക്ഷം! ഭൂരിപക്ഷം ഒരു മഹാപക്ഷമായിരുന്നു!

എന്നാൽ രാധാകൃഷ്ണന്റെ വസ്തുവില്പന കാര്യത്തിൽ പക്ഷം നോക്കാതെ അവർ ഒന്നായിരുന്നു!

അടുത്തദിവസം രാധാകൃഷ്ണനും ഏതാനും സുഹൃത്തുക്കളും കൂടി നഗരത്തിലെ വീട് സന്ദർശിച്ചു. വീടിനു ചുറ്റും ഒരു വനംരൂപപ്പെട്ടിട്ടുണ്ട്. മുറ്റമേത് വളപ്പേത് എന്ന് തിരിച്ചറിയാതിരിക്കാൻ തക്കവണ്ണം ഒരു മുറ്റവും സസ്യലതാദികളാൽ സമ്പന്നമായിരുന്നു!

കോലായിൽ മണ്ണും പൊടിയും ചപ്പുചവറുകളും സമൃദ്ധം! സാക്ഷയിൽ താക്കോൽ പ്രവേശിച്ചത് അല്പം നീരസത്തോടെയാണ്. വർഷങ്ങളോളം ചെയ്യാതിരുന്ന അവരുടെ ജോലി കതകുകൾ മറന്നുപോയിരുന്നു! ആൾപ്പെരുമാറ്റം തങ്ങളുടെ സ്വൈരവിഹാരത്തിന് തടസ്സം സൃഷ്ടിച്ചതിൽ പ്രതിഷേധിച്ചുകൊണ്ട് ധാരാളം വവ്വാലുകളും ചീവീടുകളും പറന്ന് പുറത്തേക്കു പോയി!

ഇരുനിലകളിലും പൊടിപടലങ്ങളും ചവറും അട്ടിയായി കിടക്കുന്നുണ്ട്. പ്രവേശനത്തിന് പ്രതിരോധം തീർത്ത മാറാലകളോട് യുദ്ധം പ്രഖ്യാപിച്ചുകൊണ്ടാണ് സംഘം അകത്തു കടന്നതും മുറികൾ തുറന്നതും. രാധാകൃഷ്ണൻ പരിശോധിച്ചു. തന്നെ ഏല്പിച്ചുതന്ന കട്ടിലുകൾ, മേശകൾ, കസേരകൾ, അടുക്കളപ്പാത്രങ്ങൾ, മറ്റുപകരണങ്ങൾ എന്നിവ കൃത്യമാണോ? യാതൊന്നിനും കുറവ് കണ്ടില്ല!

ഈ പരിശോധനകൾ നടക്കുമ്പോൾ കൂടെയുള്ളവരുടെ ഹൃദയ ഘടികാരം ഉച്ചത്തിൽ ശബ്ദിക്കുന്നത് അയാൾക്ക് കേൾക്കാമായിരുന്നു.!

അടുത്തദിവസം ആണും പെണ്ണുമായ ഒരു സംഘത്തെ ഉപയോഗിച്ച് വീടും പരിസരവും അടിച്ചുവാരി വൃത്തിയാക്കി. കാട്ടുചെടികൾ

വളർന്ന് മൂടിയ കിണർ അതെല്ലാം നീക്കംചെയ്ത് വൃത്തിയാക്കി. മോട്ടോർ ഉപയോഗിച്ച് വെള്ളം ശുദ്ധീകരിക്കുകയും ചെയ്തു. ചുറ്റുമുള്ള കാട് വെട്ടിത്തെളിച്ചു. പച്ചിലകൾ മൂന്ന് നാല് തെങ്ങുകളുള്ളത് തുറന്ന് വളമാക്കി. വീട്ടിന് തെക്കുവശത്ത് പടർന്നു പന്തലിച്ചു പൂത്ത് സുഗന്ധം പരത്തി നില്ക്കുന്ന പാലമരം മുറിച്ചു നീക്കുക തന്നെ ചെയ്തു!

അച്ഛനും അമ്മയും ഭദ്രയും ഒരുപോലെ എതിർത്തെങ്കിലും മുമ്പ് താമസിച്ചിരുന്നവർ സന്ധ്യാ നേരങ്ങളിൽ ഭദ്രദീപം കൊളുത്തിയിരുന്ന തുളസിത്തറ പണിക്കാരാരും മുതിരാതിരുന്നപ്പോൾ രാധാകൃഷ്ണൻ തന്നെ പൊളിച്ചു മാറ്റി! മുഴുവൻ വെള്ളപ്പെയിന്റ് കൂടി അടിച്ചപ്പോൾ ആ ഭവനം രണ്ടാം കെട്ടിനൊരുങ്ങുന്ന വധുവിനെപ്പോലെ സുന്ദരമായി!

ഇത്രയും ചെയ്തപ്പോൾ രാധാകൃഷ്ണന് കൊടും വേനൽ കടന്നെത്തിയവന്റെ വയറ്റിൽ ഇളനീർവെള്ളം എത്തിയതുപോലെയായി!

രണ്ടാഴ്ചക്കാലം നഗരയക്ഷിയെക്കുറിച്ചുള്ള വാർത്തകൾക്ക് അവധിയായിരുന്നു! അടുത്ത ചൊവ്വാഴ്ചകളും വെള്ളിയാഴ്ചകളും നഗരയക്ഷിയുടെ ലക്ഷണങ്ങളുണ്ടായില്ലെന്ന് പലരും പറയുന്നത് കേട്ടു. രാധാകൃഷ്ണൻ ആശ്വാസം കൊണ്ടു!

അടുത്ത ദിവസം കുഞ്ഞാലിക്കയെ അന്വേഷിച്ചു ചെന്നു. "മാഷൂട്ടി വെശമിക്കരുത്.. എച്ചിക്കഥ ബന്നേരം... ആ ബസ്തൂനോട് ഒരു താല്പര്യോം ആർക്കും ഇല്ല. പിന്നെ ഇന്നാളൊരാള് ഒരു ബെല പറഞ്ഞിറ്റ്ണ്ട്: നമ്മള്.. പറേന്നേക്കാളും പകുതി കൊറച്ചാ അയ്യാള് പറേന്ന്... ഈല് കൂട്യാ പൈശയൊന്നും ആരും ഇന്നത്തെ നെലേല്... പറയൂന്ന്... ഞമ്മക്ക് തോന്നുന്നില്ല... എന്താ, അയ്യാളോട് ബെരാൻ പറേന്നോ?"

"ഞാനൊന്നാലോചിച്ചു പറയാം. ഇപ്പോൾ അയാളോട് വരാൻ പറയണ്ട."

ഒരാഴ്ച പിന്നിട്ടു. അടുത്ത ചൊവ്വാഴ്ച ആ വീടിന്റെ പരിസരത്ത് പ്രേതസഞ്ചാരമുണ്ടായതായി സംസാരമുയർന്നു! അതിനടുത്ത വെള്ളിയാഴ്ചയും കണ്ടത്രെ! പിന്നെ കേട്ടത് എല്ലാ രാത്രിയിലും നഗരയക്ഷി സജീവമായി എന്നാണ്!

എന്തു ചെയ്യും? പ്രളയ ജലത്തിൽ ആടിയുലയുന്ന വഞ്ചി കണക്കെ മനസ്സ് ലക്ഷ്യം കിട്ടാതലയുകയാണ്! ഇനി കെട്ടും പെട്ടിയും മുറുക്കാൻ ദിവസങ്ങളേയുള്ളൂ.!

രാധാകൃഷ്ണൻ എന്താണ് തീരുമാനിച്ചിരിക്കുന്നത്? അന്ന് കറുത്ത പക്ഷത്തിലെ വെള്ളിയാഴ്ചയാണ്! സർവ്വഭൂതങ്ങളും യക്ഷിയും ജിന്നും മലിക്കുമെല്ലാം വിളയാടുന്ന വെള്ളിയാഴ്ച!

ഒമ്പത് മണിക്കുമുമ്പെ ഭക്ഷണം കഴിച്ച് ഭദ്രയോട് ഒരു സുഹൃത്തിനെ കണ്ട് ക്ഷണം വന്നേക്കാം എന്നുപറഞ്ഞ് പുറത്തിറങ്ങി. ആരും കാണാതെ നേരത്തെ ഒരുക്കിവെച്ച വസ്തുക്കൾ കൈയിൽ കരുതി. ഇരുട്ടിന്റെ നിറമുള്ള വേഷമാണ് ധരിച്ചിരിക്കുന്നത്!

നഗരത്തിലേക്കുള്ള നാലു കി മീ യാത്രയ്ക്ക് സുഹൃത്തിന്റെ സ്കൂട്ടർ ഉപയോഗിച്ചു. സ്കൂട്ടർ പെട്രോൾ പമ്പിൽ ഒതുക്കിവെച്ചു.

ഒരു നല്ല ഇലക്ട്രിക് ടോർച്ചും തലവഴി മൂടാനുള്ള ഒരു കറുത്ത കോട്ടും ഒരു മീറ്റർ നീളം വരുന്ന മുളവടിയും ഒരു കറിക്കത്തിയും കറുത്ത മുഖം മൂടിയുമെല്ലാം ഒരു കടലാസു പൊതിക്കകത്തുണ്ട്! തെരുവു വിളക്കുകൾ പ്രകാശിക്കുന്നുണ്ട്! നഗരം പതിവുപോലെ ശൂന്യമാണ്! ഒന്നോ രണ്ടോ വാഹനങ്ങളാണ് വളരെ നേരത്തെ ഇടവേളകൾക്കു ശേഷം കടന്നുപോയത്! തന്റെ വസ്തുവിലേക്ക് അവിടെ നിന്നും ഒരു മുന്നൂറ് മീറ്റർ ദൂരമുണ്ട്!

റോഡ് വിട്ട് ഊടുവഴികളിലൂടെയാണ് നടക്കുന്നത്! പരിസരത്തെ വീടുകളിലെവിടെയും വെളിച്ചത്തിന്റെ അംശം പോലുമില്ല! നേരത്തെ തന്നെ ലൈറ്റുകൾ അണച്ച് കിടക്കുന്ന ശീലം അവർ പതിവാക്കിയിരിക്കുന്നു. മിന്നി മിന്നി പ്രകാശിക്കുന്ന നക്ഷത്രങ്ങൾ വഴി കാണിക്കുന്നുണ്ട്? തന്റെ വീടിന്റെ അല്ലെങ്കിൽ നഗരത്തിലെ പ്രേത ഭവനത്തിന്റെ മുമ്പിലെ ഇടവഴിയിലെത്തിയിരിക്കുന്നു. ഇടവഴിയിൽനിന്ന് മൂന്ന് സ്റ്റെപ്പ് കയറിയാൽ വീട്ടുവളപ്പിലെത്തി!

അത്യന്തം ശബ്ദരഹിതമായ പാദപതനങ്ങളോടെ തെക്കേമൂലയിലുള്ള ഒരു വണ്ണൻ വാഴയോട് തനിക്കഭയം നില്ക്കണമേ എന്നഭ്യർത്ഥിച്ചു!

സമയം പതിനൊന്നുമണിയായെന്ന് ഏതോ വീട്ടിലെ ഘടികാരം പതിനൊന്ന് തവണ കൊട്ടിയടിക്കുകയാണ്!

പ്രശാന്തവും മൂകവും കല്ക്കരിക്കറുപ്പാർന്ന ഇരുട്ടും നല്കിയ ആ ഏകാന്തരാവിൽ ആകാശത്തെ താരകാ ജാലങ്ങൾ തനിക്ക് ആശംസകൾ അർപ്പിക്കുകയാണോ? പാതിരാത്രി നല്കുന്ന, ദന്തനിരകളെ തമ്മിലടിപ്പിക്കുന്ന തണുപ്പിൽനിന്ന് തന്റെ മൂടൻകോട്ടും കറുത്ത മുഖം മൂടിയും സംരക്ഷണം നല്കി.

ഒരു നേരിയ ഭയം തന്നെ പിടിമുറുക്കുന്നുണ്ടോ? തന്റെ ഭൗതികവാദദാർശനികതയ്ക്ക് അടിസ്ഥാനമില്ലെന്ന് വരുമോ? നൂറ്റാണ്ടുകളായി യക്ഷിക്കഥകളും പ്രേത കഥകളും തലമുറകളായി പറഞ്ഞു പറഞ്ഞു വന്നിട്ടുണ്ട്. അതെല്ലാം അശാസ്ത്രീയമാണെന്ന തന്റെ വിശ്വാസം പരീക്ഷിക്കപ്പെടുകയാണോ?

പെട്ടെന്ന് തന്റെ വീടിന്റെ പിറകിലെ കാട്ടുമരങ്ങളിൽ താവളമുറപ്പിച്ച വവ്വാലുകളുടെ കൂട്ടം അവരുടെ സൈ്വരജീവിതത്തിന് ഭംഗം വരുന്നതിനാലായിരിക്കണം കലപില ശബ്ദിച്ച് ആകാശത്ത് വട്ടമിട്ട് പറക്കുകയാണ്! ഈ അസമയത്ത് സാധാരണ ദർശിക്കാത്ത ഈ വവ്വാലുകളുടെ പറക്കലുകൾ എന്തുകൊണ്ടാണ്?

വവ്വാലുകളും പ്രേതങ്ങളും തമ്മിലുള്ള ബന്ധത്തെക്കുറിച്ച് യക്ഷിക്കഥകൾ വാചാലമാകാറുള്ളത് ഓർത്തപ്പോൾ മനസ്സിൽ കൂടുതൽ ഭയാശങ്കകൾ കടന്നുവന്നു! ഒരു വവ്വാൽ അല്പനേരമായി തന്റെ തലയ്ക്കു

മുകളിലൂടെ ചുറ്റിപ്പറക്കുന്നു! അതിന്റെ മാർജ്ജാര ദൃഷ്ടികൾ പ്രകാരം പൊഴിക്കുന്നത് തന്റെ നേരെയാണോ?

അപകടം പിടിച്ച ഒരു ജോലിയിലാണോ താൻ ഏർപ്പെട്ടിരിക്കുന്നത്? നഗര യക്ഷിയുടെ സത്യാവസ്ഥ കണ്ടെത്താൻ പുറപ്പെട്ട തനിക്ക് അപകടം വല്ലതും വരാനാണോ പോകുന്നത്? ഈ സാഹസപ്രവൃത്തിക്ക് മുതിരേണ്ടായിരുന്നു! തന്റെ ഉറച്ച നിലപാടുകളും സ്ഥിരബുദ്ധിയും ഏത് പ്രതികൂല സാഹചര്യങ്ങളെയും നേരിടാനുള്ള മനക്കട്ടിയും ജോലി സ്ഥലത്തും സുഹൃത്തുക്കളുടെ സദസ്സുകളിലും ഏറെ അഭിനന്ദനങ്ങൾ നേടിയതാണ്! അതെല്ലാം കൈവിട്ടു പോവുകയാണോ? ഇല്ല! ഇല്ല! താനൊരിക്കലും ദുർബ്ബലനാവുകയില്ല!

ക്ലോക്കിൽനിന്ന് പന്ത്രണ്ട് തവണ സമയമറിയിച്ചുള്ള മണി നാദം കേൾക്കുന്നു. ഒരു തരം നരച്ചീറുകൾ തന്റെ വീടിനുചുറ്റും കുറച്ചുനേരമായി വട്ടമിട്ടു പറക്കുന്നുണ്ട്. ആ വീട് അവരുടെ അഭയസ്ഥാനമാണ്!

പെട്ടെന്ന് ഒരു കിറുകിറെ ശബ്ദം! ഇരുമ്പ് ഗേറ്റ് തുറക്കുന്ന ശബ്ദമാണ്! ആ പാതിരാ കൂരിരുട്ടിൽ ശരീരമാസകലം തൂവെള്ള വസ്ത്രത്തിൽ മൂടിയ ഒരു രൂപം മെല്ലെ മെല്ലെ വീട്ടിലേക്കുള്ള വഴിയിൽ കടന്നിരിക്കുന്നു!

തന്റെ ഹൃദയമിടിപ്പിന്റെ ശബ്ദം ആ പ്രശാന്ത രാവിനെ കീറിമുറിക്കുന്നുണ്ടോ? ശരീരമാസകലം ഒരു വിറയൽ പിടികൂടിയോ? ദേഹം വിയർപ്പിൽ മുങ്ങി! ആ രൂപം വീട്ടിനുനേരെ നടക്കുകയാണ്! മുറ്റത്തെത്തി!

സമസ്ത ശക്തിയും സംഭരിച്ച് ആ രൂപത്തിന്റെ സമീപത്തേക്ക് ഓടുന്നു! കൈയിൽ കരുതിയ മുളവടി ആ ശരീരത്തിലേക്ക് ആഞ്ഞു വീശുന്നു! ഉന്നം തെറ്റിയില്ല! ശരീരത്തിന്റെ പുറത്താണ് ആ പ്രഹരമേറ്റത്! “ഹമ്മേ... അന്നെ കൊല്ലല്ലേ..” എന്ന അലർച്ചയോടെ ആ രൂപം മുറ്റത്തെ പൊടിമണ്ണിൽ ചെരിഞ്ഞുവീണു.

മുളവടി വീണ്ടും ഉയർന്നു!

മൂന്നാമത്തെ അടി വീഴുന്നതിനു മുമ്പ് ആ സ്ത്രീ ശബ്ദത്തിന്റെ ഉടമ ദയനീയമായി. കേണു.

“എന്നെ അടിക്കരുത്.. അടിക്കരുത്... ഞാൻ എല്ലാം പറയാം.” അതൊരു സ്ത്രീശബ്ദമാണ്! ആരെന്നറിയുവാനായി മുഖത്തേക്ക് ടോർച്ചടിച്ചു! സരസുയേച്ചീ...! “രാധൂ... ഇനിയെന്ന അടിക്കരുത്..!” കൈയിലെ മുളവടി താഴെയിട്ടു!

ബഹളം കേട്ട് അടുത്ത ചില വീടുകളിലെ പട്ടികളുടെ ശബ്ദം ഉയർന്നു! ഒന്നുരണ്ടു വീടുകളിൽ ബൾബുകൾ തെളിയുകയും ജനലുകൾ തുറക്കുകയും ചെയ്തു! ആ സ്ത്രീ പ്രഹരശക്തിയിലാവണം അടികിട്ടിയ ഭാഗം തടവിക്കൊണ്ട് മുറ്റത്തെ മണ്ണിൽ കിടന്ന് മോങ്ങിക്കൊണ്ടിരിക്കയാണ്!

ഇറയത്തെ സ്വിച്ചുകളിലൊന്നിൽ കൈവെച്ചപ്പോൾ പാലൊളി വെളിച്ചം അവിടമാകെ പരന്നു. തൂവെള്ളത്തുണികളാൽ ആകെ മൂടിയ ആ പെൺരൂപത്തെ കൊല്ലാനുള്ള പക മനസ്സിൽ പതഞ്ഞു പൊന്തുന്നുണ്ട്!

സരസ്വതി രാധാകൃഷ്ണന്റെ നാട്ടുകാരിയാണ്. എന്നല്ല, തറവാടു വീടിന്റെ വളരെ അകലെയല്ലാതായായിരുന്നു അവരുടെ താമസം. ഒരു വേള അച്ഛന്റെ വകയിൽ ഒരകന്ന ബന്ധു കൂടിയാണ്.

മാതാപിതാക്കൾ ചെറുപ്പത്തിൽതന്നെ മരിച്ചു പോയതോടെ അവരുടെ ഏക മകളായ ഇവർ പ്രായം ചെന്ന അമ്മമ്മയുടെ സംരക്ഷണയിലാണ് വളർന്നത്. തികച്ചും ദരിദ്ര സാഹചര്യത്തിൽ അവരും ഇല്ലാതാകുമ്പോൾ ഇവരുടെ പ്രായം പതിനേഴ്!

കൂലിപ്പണിയെടുത്തു സ്വന്തമായി ജീവിതം നയിക്കവെ കനാൽ ജോലിക്കെത്തിയ ദാസപ്പൻ അവളുടെ ജീവിതത്തിലേക്ക് കടന്നുവന്നു.

അതിൽ ഒരാൺകുട്ടി! ദാമ്പത്യ ജീവിതം ഒരു ദശവർഷം പിന്നിടുമ്പോഴെക്കും ഒരു മോട്ടോർ ആക്സിഡന്റിൽ ദാസപ്പന്റെ തുണയും അവർക്കു നഷ്ടപ്പെട്ടു. കുത്തഴിഞ്ഞ ജീവിത സാഹചര്യത്തിലേക്ക് അവർ എടുത്തെറിയപ്പെടുകയാണ്! ആരുടെ കണ്ണുകൾക്കും തരക്കേടില്ലെന്ന് പറയാൻ കഴിയുന്ന ശരീര സൗകുമാര്യത്തോടെ കഴിഞ്ഞ ആ യുവതിയുടെ ജീവിതം നഗരം ഏറ്റെടുക്കുകയായിരുന്നു.

ആ നാളുകളിലെ രാത്രികൾക്ക്, അവളെ തേടിയെത്തുന്ന കാമകിങ്കന്മാർ നഗരത്തിലെ തെരുവിലെ ആളൊഴിഞ്ഞ ഇടങ്ങളെന്നോ വീടുകളെന്നോ ഹോട്ടൽമുറികളെന്നോ വ്യത്യാസമില്ലാതെ അവളുടെ മജ്ജയും മാംസവും വികാരങ്ങളും ഊറ്റിയാസ്വദിക്കുന്നതിന് നിഷ്കരുണം സാക്ഷ്യം വഹിക്കേണ്ടി വന്നു!

ഇതിനിടയിൽ ചില അവസരങ്ങളിൽ അകന്ന ബന്ധുത്വം അവകാശപ്പെട്ട് വീട്ടിൽവന്ന് അടുക്കളയിൽ ബാക്കി ഭക്ഷണവും അമ്മയുടെ പഴയതുണികളും മകന് വേണ്ടി താൻ ഉപേക്ഷിച്ച നിക്കറും ഉടുപ്പുമെല്ലാം വാങ്ങിക്കൊണ്ടുപോകുന്നത് തനിക്കു കാണാനായിട്ടുണ്ട്! ചിലപ്പോൾ "രാധൂ" എന്നു വിളിച്ച് സ്നേഹം കാണിക്കാറുള്ളതും മനസ്സിൽതള്ളിക്കയറി വന്നു.

മകന് പ്രായം ചെന്നതോടെ അപ്രിയ യാഥാർത്ഥ്യങ്ങളിൽ മനസ്സു നീറി അവൻ അമ്മയുടെ നാടംഗീകരിക്കാത്ത ജീവിതം ഉപേക്ഷിക്കുന്നതിന് വലിയ ശ്രമം നടത്തി! കെട്ടിപ്പോറ്റിയ പശു കയർ പൊട്ടിച്ച് കാട് കേറിയപ്പോൾ ആല ചതുർത്ഥി എന്നതുപോലെ മകന്റെ കാർക്കശ്യം കൂടിയപ്പോൾ ആ സ്ത്രീ നാട്ടിൽ വരാതിരിക്കാനും മകനെ ഒരിക്കലും കാണാതിരിക്കാനുമാണ് ശ്രദ്ധിച്ചത്! പുകഞ്ഞ കൊള്ളി പുറത്ത്. അതായിരുന്നു അമ്മയുടെ കാര്യത്തിൽ മകന്റെ നിലപാട്!

സരസ്വതി പൂർണ്ണമായി ആ നഗരത്തിൽ അലിഞ്ഞുചേർന്നു. പകൽ സമയത്ത് ആ നഗരത്തിന്റെ ഏതെങ്കിലും ഒരു മൂലയിൽ അവരെ കാണാനാവും. ചിലപ്പോൾ ഒരു പലചരക്കു പീടികയുടെയോ ഗുംട്ടിക്കടയുടെയോ ഓരത്തായിരിക്കും. മറ്റു ചിലപ്പോൾ ബസ് സ്റ്റാന്റിലെ സിമന്റ് ബഞ്ചിൽ കാണാം. ഇനി ചിലപ്പോൾ മത്സ്യ മാർക്കറ്റിലെ വില്പനക്കാരുമായി കൊച്ചു വർത്തമാനത്തിലായിരിക്കും. നഗരത്തിലെ ചുമട്ടുതൊഴിലാളികൾ,

തെരുവുകച്ചവടക്കാർ, ലോട്ടറിക്കാർ തുടങ്ങി നഗരത്തിലെത്തുന്നവരാരുമായും സൗഹൃദമുണ്ടാക്കാൻ ശ്രമിച്ചുകൊണ്ട് അവർ എവിടെയുമുണ്ട്.

തങ്ങളുടെ ചൂടുപിടിച്ച ഞരമ്പുകൾക്ക് ചികിത്സ തേടിയെത്തുന്ന കാമശിരോമണികൾക്ക് എളുപ്പത്തിൽ എത്തിച്ചേരാനാവുന്ന ഏതെങ്കിലുമൊരിടത്തായിരിക്കും അവർ ശയനസൗകര്യം ഒരുക്കിയിരിക്കുന്നത്! പല കാര്യങ്ങൾക്കും നഗരത്തെ ആശ്രയിക്കേണ്ടിവരുന്ന അവസരങ്ങളിൽ ഈ സ്ത്രീയുടെ കൺവെട്ടത്ത് വരാതിരിക്കാൻ രാധാകൃഷ്ണൻ എപ്പോഴും ശ്രദ്ധിച്ചു!

ഇന്നിതാ ഒരിക്കലും കാണാനാഗ്രഹിക്കാതിരുന്ന ആ രൂപം തന്റെ ജീവിതാഭിലാഷങ്ങൾക്ക് ശവക്കോട്ടയൊരുക്കാനായി ഒരു നഗരയക്ഷിയുടെ വേഷം കെട്ടി തന്റെ മുന്നിൽ എത്തപ്പെട്ടിരിക്കുന്നു!

ഒട്ടേറെക്കാലമായി രാത്രിയിൽ അന്ധകാരപൂരിതമായി മാത്രം കാണപ്പെടാറുണ്ടായിരുന്ന ആ പ്രേതഭവനത്തിന്റെ മുന്നിൽ വൈദ്യുതി ബൾബ് തെളിഞ്ഞപ്പോൾ അയൽവക്കക്കാരായ ചിലർ അവരുടെ ശയനസുഖത്തെ നശിപ്പിച്ചതാരെന്ന അസുഖ ചിന്തയോടെ റോഡരികിലും ഇടവഴികളിലുമായി അടുത്തുകൂടി!

താനേല്പിച്ച പ്രഹരശക്തിയാലുള്ള ആ സ്ത്രീയുടെ അലർച്ചയും അത് കേട്ട് പട്ടികൾ ഉയർത്തിയ ബഹളങ്ങളുമാണ് അന്നാട്ടുകാരുടെ നിദ്രാഭംഗത്തിനിടയാക്കിയത്.

അടുത്തു കൂടിയ അക്കൂട്ടരെ രാധാകൃഷ്ണൻ ശബ്ദമുയർത്തി വിളിച്ചു.

"വരണം, എല്ലാവരും വരണം... ഏതാനും നാളുകളായി നിങ്ങളെയും നഗര ജീവിതത്തെയും യക്ഷി വിളയാട്ടത്തിന്റെ മുൾമുനയിൽ ഭയാക്രാന്തരായി തളച്ചിട്ട ആളിതാ.. ഇവിടെയുണ്ട്.. വരണം."

കൗതുകത്തോടെ ആശങ്കകൾ ഇനിയും ബാക്കിയുണ്ടെന്ന ഭാവത്തോടെ എട്ടുപത്തു പേർ മുറ്റത്ത് ഒത്തുകൂടി! "സരസു ഏച്ചീ. മുറ്റത്ത് നിന്ന് ഇനി എഴുന്നേല്ക്ക്... ഇതാ ഇവിടെ വന്നിരി."

അടിയുടെ വേദന കൊണ്ടാവണം. ഞരങ്ങിമൂളി എഴുന്നേറ്റ് ആ സ്ത്രീ ആ ചേതിയിലിരുന്നു.

രാധാകൃഷ്ണൻ വടി കൈയിലെടുത്തു. "ഹും... ഇനി പറയ്... സരസു ഏച്ചി എന്തിനാ ഈ വേഷം കെട്ടി... ഒരു നഗരത്തെ അപ്പാടെ ഭയപ്പെടുത്തിയത്...? ആര്... പറഞ്ഞിറ്റാ?"

എന്തെങ്കിലും പറയുന്നതിന് പകരം അവർ മുഖം പൊത്തി വാവിട്ടു കരയാൻ തുടങ്ങി.

"എന്താ പറയാൻ ഒരുക്കമില്ലേ?... പറയിപ്പിക്കാൻ മറ്റെന്തെങ്കിലും വഴി തേടണോ? പൊലീസിനെ വിളിക്കണോ?"

ആ സ്ത്രീ മുഖത്ത് നിന്ന് കൈകൾ മാറ്റി.

"പറയാം."

"ശരി.. കേൾക്കട്ടെ."

"ഒരാള് പറഞ്ഞിറ്റാ.. ഞാനിങ്ങനെ ചെയ്തെ."

"അതാര്..? ധൈര്യമായി പറഞ്ഞോളൂ."

".... കുഞ്ഞാലിയാപ്ല.."

"കുഞ്ഞാലിമാപ്പിളയോ? അതാര്?"

"ബൂമിയെല്ലാം ബിക്ക്ന്നേന്റേം.. ബാങ്ങുന്നേന്റേം ഏജന്റില്ലേ.. അയാള്."

"ബ്രോക്കറ് കുഞ്ഞാലിക്കയാ..!"

"ആ... ആഹ് ന്നെ..!"

രാധാകൃഷ്ണന്റെ സമസ്ത നാഡികളും തളർന്നുപോയി.!

വസ്തുവില്ക്കാൻ ചുമതലപ്പെടുത്തിയ വിശ്വസ്തനെന്ന് താൻ കരുതിയ കുഞ്ഞാലി! അന്യന്റെ ഭൂമി ചുളുവിലയ്ക്ക് വില്പിച്ച് വൻ തുക ലാഭം കൊയ്യാൻ കണ്ട മാർഗ്ഗം! പാവം! ആശയറ്റ ജീവിതത്തിനുടമയായ ഒരു അബലയെയാണയാൾ പണത്തോടുള്ള ആർത്തി മൂത്ത് തന്റെ ചൂണ്ടയിൽ ഇരയായി കൊരുത്തിരിക്കുന്നത്!

ഉറക്കച്ചടവിന്റെ ആലസ്യത്തിൽ തങ്ങളുടെ മുന്നിൽ നിവർന്നുവന്ന അപസർപ്പക കഥ കേട്ട് അമ്പരന്നു നില്ക്കുകയാണ് അവിടെവന്ന അയൽവാസികൾ!

''ആട്ടെ കുഞ്ഞാലിമാപ്ല... ഇങ്ങനെയെല്ലാം ചെയ്യുന്നതിന് നിങ്ങൾക്കെന്തെങ്കിലും തരാറുണ്ടോ?"

ഭൂമിയിലെ ശപിക്കപ്പെട്ട വർഗ്ഗത്തിന്റെ പ്രതിനിധിയായ ആ സാധു സ്ത്രീ ദയനീയമായി തലയാട്ടി!

'മാപ്പ്ള... ഈനുള്ള വെള്ളസാരീം തുണീം ബാങ്ങിത്തന്ന്.."

"പണമൊന്നും തന്നില്ലേ?"

"ഹും... പലയോട്ടായി... നാലയ്യായിരം ഉറുപ്പ്യ തന്നു."

ഏതാണ്ടൊരു വർഷം യക്ഷി വേഷം കെട്ടി നഗരം വിറപ്പിച്ചതിന് ആ സാമൂഹ്യദ്രോഹി നല്കിയ കൂലി അയ്യായിരം രൂപ!

"ഇവരെ എന്താണ് ചെയ്യുന്നത്?" അയൽവാസികളിലൊരാൾ ആരാഞ്ഞു.

"പൊലീസ് സ്റ്റേഷനിലേല്പിക്കാം." മറ്റൊരാൾ സമാധാനം പറഞ്ഞു. അവിടെയുള്ള ആ ദൗർഭാഗ്യവതിയായ സ്ത്രീക്കൊഴികെ എല്ലാവർക്കും ആ നിർദ്ദേശം സമ്മതമായിരുന്നു.

മാതൃത്വം

മാതുവമ്മ മരണപ്പെട്ടു. ഫോണിന്റെ മറുതലയ്ക്കൽ അഭയകേന്ദ്രത്തിന്റെ ചുമതലക്കാരിയായ മദർ ആണ്.

"എപ്പോഴാണ്?"

"ഇത്തിരി നേരമായതേ ഉള്ളൂ... മക്കളെ വിവരമറിയിക്കേണ്ടേ? ബന്ധുക്കളെ അറിയിക്കാതെങ്ങനെയാ?"

"അസുഖമായിക്കിടന്നപ്പോ, ആരെങ്കിലും വന്നോ?"

"ഇവിടന്ന് വിളിച്ചു പറഞ്ഞായിരുന്നു. ആരും വന്നില്ലെന്നേ... അവർക്കെന്നാത്തിനാ അമ്മച്ചി? അവർക്കവരുടെ പണമല്യോ വേണ്ടത്."

"ഞാൻ പ്രദേശത്തെ കൗൺസിലറോട് പറയുന്നുണ്ട്... മക്കളെ വിവരമറിയിക്കാൻ... നഗരസഭയുടെ ഗ്യാസ് ക്രിമിറ്റോറിയത്തിൽ അടക്കം ചെയ്യാം. 5 മണിവരെയാണ് അവരുടെ സമയം. അതിനുമുന്നെ അവിടെ എത്തണം."

നഗരസഭാദ്ധ്യക്ഷയോട് വിവരം പറഞ്ഞു. മക്കളെ അറിയിക്കാൻ കൗൺസിലറെയും ചുമതലപ്പെടുത്തി. കാറിൽ അഭയകേന്ദ്രത്തിലേക്ക്.

കാറ്റുകൊണ്ട പുസ്തകത്താളുകൾപോലെ ദിവസങ്ങളും മാസങ്ങളും വർഷങ്ങളും പുറകോട്ടു മറഞ്ഞു!

ചില ഓർമ്മകൾ അങ്ങനെയാണ്! ഭൂമിയിലുറച്ച കൂറ്റൻ ശിലാഖണ്ഡങ്ങളെ കൊടുങ്കാറ്റിനോ പ്രളയ പ്രവാഹത്തിനോ ഇളക്കാനാവില്ലല്ലോ!

ഭക്ത മനസ്സിലെ ശിലാവിഗ്രഹംപോലെ ആ ഓർമ്മകളൊന്നും മാഞ്ഞു പോകുന്നില്ല.

ഓർമ്മകളുടെ പേജുകളിൽ മുനിസിപ്പൽ ജാഗ്രതാസമിതിയുടെ യോഗത്തിലേക്ക് കടന്നുവരുന്ന മാതുവമ്മയിലാണ് കണ്ണുകൾ ഉടക്കിയത്.

ചെയർമാന്റെ ഓഫീസ് രണ്ടാം നിലയിലാണ്. ഓഫീസ് ശിപായി

യുടെ കൈയും പിടിച്ച് ഒരു കൈയിൽ തന്റെ നിതാന്ത സുഹൃത്തായ ഊന്നുവടിയുമായി ആ വയോധിക ഒട്ടു കിതച്ചും നെടുവീർപ്പിട്ടും ആ പരാതി പരിഹാരക്കൂട്ടത്തിലേക്ക് അല്പം സംശയദൃഷ്ടിയോടെ കടന്നു വരികയാണ്! ചെയർമാന്റെ മുമ്പിൽതന്നെ അവരിരിക്കാൻ ഒരു ഇരിപ്പിടം ഒരുക്കിയിരുന്നു.

കൊട്ടിയൂരപ്പനെ തൊഴുതു മടങ്ങുന്ന ഭക്തർ കൊണ്ടുവരുന്ന ഓടപ്പൂ പോലെ അവരുടെ മുടി ധവള വർണ്ണമാർന്നിരുന്നു!

അഞ്ചടിയിൽ ഒട്ടും അധികരിക്കാത്ത അവരുടെ ആകാരം കൊക്കി വളഞ്ഞ് ചുക്കിച്ചുളിഞ്ഞ് കവിളൊട്ടി വെള്ള വസ്ത്രത്തിൽ പൊതിഞ്ഞ് ഒരു വെളുത്തുള്ളിച്ചുളപോലെ ഇരിപ്പിടത്തിൽ ഒട്ടിപ്പിടിച്ചിരുന്നു. ഒരെൺപത് വയസ്സിന്റെ പ്രായം മതിക്കുന്നുണ്ട്! മാതു അമ്മയെ നേരത്തെ തന്നെ പരിചയമുണ്ട്.

അഞ്ചു പെൺമക്കളുടെ അമ്മയാണവർ! മക്കളാൽ ബഹിഷ്കൃത യായി നഗരസഭ ജനകീയാസൂത്രണ പദ്ധതിയിൽപെടുത്തി അവർക്കായി നിർമ്മിച്ച ഒരു കൊച്ചു ഭവനത്തിന്റെ താക്കോൽ അവരുടെ കൈയിൽ ഏല്പിച്ചത് താനാണ്. അതേറ്റു വാങ്ങുമ്പോൾ അവരുടെ കണ്ണുകൾ നന്ദി പൂർവ്വം തിളങ്ങിയതും ശുഷ്കിച്ച കവിളുകൾ നനയുന്നതും കണ്ടപ്പോൾ തന്റെ അമ്മയുടെ രൂപമാണ് മനസ്സിൽ തെളിഞ്ഞത്! വാർദ്ധക്യ പെൻ ഷനും സൗജന്യറേഷനും നാട്ടുകാരുടെ സന്മനസ്സും തുണയായി ആ 'ഏകാന്തടി' ജീവിച്ചു പോന്നു.

ഒട്ടും അകലെയല്ലാതെ അല്പം ധാടിയിലും മോടിയിലും ജീവിക്കുന്ന മക്കളുടെ കണ്ണുകൾക്കും കാതുകൾക്കും ഹൃദയത്തിനും തങ്ങളെ ഒമ്പത് മാസത്തിൽ കുറയാതെ പൊതിഞ്ഞു സംരക്ഷിച്ച ഗർഭപാത്രത്തിന്റെ ഉട മയായ ആ സാധു സ്ത്രീ ഒരു ആകുലതയുമായിരുന്നില്ല! തുടരെത്തു ടരെ അഞ്ചു പ്രസവങ്ങൾ കഴിയുമ്പോഴെക്കും അവരുടെ കുഞ്ഞുങ്ങളുട ച്ഛൻ കാലപുരി പൂകി.

തികഞ്ഞ യൗവനത്തിലെ വൈധവ്യം ഏറെ അനുഭവിക്കേണ്ടിവരു ന്നതിനുമുമ്പുതന്നെ ഇന്ത്യൻ അതിർത്തി കാക്കുന്ന ഒരു സൈനിക യുവാവ് അവരുടെ ജീവിതത്തിലേക്ക് കടന്നുവന്നു. കുരുന്നു പെൺകു ഞ്ഞുങ്ങളുടെ സുരക്ഷയാണ് തന്റെ ഭാര്യാ പദവിക്കു പ്രതിഫലമായി വധുവിന്റെ സ്ഥാനം ഏറ്റെടുക്കുന്നതിന് മുൻപേ ആ മാതാവ് ആവശ്യ പ്പെട്ടത്. അത് ഉറപ്പു ചെയ്യപ്പെട്ടു.

ഭർത്താവ് സ്വന്തം ഭവനം ഉപേക്ഷിച്ചു ഭാര്യാ ഗൃഹത്തിന്റെ സമ്പൂർണ്ണ ചുമതല ഏറ്റെടുത്തു. ഭാര്യയോടൊപ്പം കുഞ്ഞുങ്ങളുടെ സംര ക്ഷണം, വിദ്യാഭ്യാസം എന്നതൊന്നും ഒരു കുറവും വന്നില്ല. ഈ ബന്ധ ത്തിൽ ഒരു കുഞ്ഞിക്കാലു കാണാൻ ദമ്പതികൾക്ക് ഭാഗ്യം തുണച്ചില്ല! സൈനിക ബാരക്കിലും അവധിക്കാലത്തും അയാളുടെ മനസ്സിൽ അവർ സ്വന്തം പുത്രൻ തന്നെയായിരുന്നു. സർവ്വീസിലിരിക്കെത്തന്നെ മൂത്ത രണ്ടുമക്കളെയും മാന്യമായി വിവാഹം ചെയ്തയച്ചു. അവശേഷിച്ച മൂന്നെ

ണ്ണത്തിനും വരണമാല്യം ലഭിച്ചത് സൈനികൻ ബോണ്ട് കാലാവധി കഴിഞ്ഞ് പിരിഞ്ഞതിനു ശേഷമാണ്.

പെൺ മക്കളഞ്ചും എത്തിപ്പെട്ട വധൂഗൃഹങ്ങൾ ഇടത്തരം ധനശേഷിയുള്ളവ തന്നെ! മൂന്നെണ്ണത്തിന് കെട്ടുതാലിയിട്ടത് സർക്കാർ ഖജനാവിൽനിന്ന് മാസപ്പടി പറ്റുന്നവരായിരുന്നു. ഒരെണ്ണം കടലിനക്കരെ എണ്ണ ഖനികളുടെ നാട്ടിൽ. ഇനിയൊന്ന് ജവുളിക്കടയുടമ.

കെട്ടിക്കേറിയ വീട്ടിൽ ഭർത്തൃ സഹോദരർ നാലാളും ഓരോന്നിനെ കൂട്ടിക്കൊണ്ടുവന്നതോടെ തലയണമന്ത്രവും കുടുംബകലഹങ്ങളും പതിവായതോടെ മൂത്തവൾ ഭർത്താവിനെയും രണ്ടു മക്കളെയും കൂട്ടി തറവാട്ടിലെത്തി. വയസ്സുകാലത്ത് തനിക്കൊരു താങ്ങായല്ലോ എന്ന് കണ്ട മാതുവമ്മ അപ്രിയമേതുമോതാതെ പ്രഥമ പുത്രിയെ കുടുംബ സമേതം സ്വീകരിച്ചു.

ഇളയതുങ്ങൾക്ക് കലഹിക്കാനൊരു വിഷയത്തിന് വഴിമരുന്നിട്ടു ആ വരവ്! തറവാട്ടു സമ്പാദ്യമെല്ലാം മൂത്തവൾ അനുഭവിക്കുന്നു. തങ്ങളും ആ വയറ്റിൽ പിറന്നതല്ലേ? പക്ഷപാതം പാടുണ്ടോ? തങ്ങൾ ജീവിക്കുന്നതെങ്ങനെയെന്ന് അമ്മ അന്വേഷിക്കുന്നുണ്ടോ? എന്നെല്ലാമായി മറ്റു മക്കൾ രംഗത്ത്. ഏറ്റുപിടിക്കാൻ ഭർത്താക്കന്മാരും!

ജീവിത സായാഹ്നത്തിലേക്ക് നടന്നടുക്കുന്ന തന്റെ സ്വൈരജീവിതത്തിന് മക്കൾ വലിച്ചിട്ട പ്രതിസന്ധികളെ എങ്ങനെ തരണം ചെയ്യും? പറശ്ശിനി മുത്തപ്പന് നേർച്ച നേർന്നും, മാമാനം കുന്നിലമ്മയുടെ മുമ്പിൽ ശത്രുദോഷം തീർക്കാൻ നാളികേരംവെച്ച് മറികൊത്തിയും, കരിമ്പാലൻ മൂപ്പനെക്കൊണ്ട് തച്ചുമന്ത്രം കഴിപ്പിച്ചും മക്കളുടെ പോര് അവസാനിപ്പിക്കാൻ കർമ്മങ്ങളനവധി ചെയ്തു മാതുവമ്മ! എന്തു ഫലം?

ദിനങ്ങളേറി വരുന്തോറും മക്കൾ തമ്മിൽ ശത്രുത മൂത്ത് കൈയാങ്കളിവരെ നടക്കുമെന്നായി. ദുരമൂത്ത മക്കൾ സ്വത്ത് ഒരുത്തി മാത്രം തിന്നാൽ പോര അത് ഞങ്ങൾക്കും അവകാശപ്പെട്ടത്. അതിനാൽ ഭാഗം വെച്ച് ഓരോരുത്തർക്കുമുള്ളത് തന്നേക്കൂ, എന്നുവരെയെത്തി!

കാര്യങ്ങൾ ഇത്രടം വരെയെത്തിയ നിലയിൽ ഭർത്താവ് ഇടപെട്ടു.

"മാതൂ, കാര്യങ്ങളുടെ പോക്ക് കൊഴഞ്ഞ് മറിഞ്ഞിറ്റാ. ഓറ് തമ്മിൽ ഇണങ്ങിക്കഴിയുംന്ന് നീ വിചാരിക്കുന്നുണ്ടോ? നടക്കൂല. നമുക്ക് മനസ്സമാധാനം ഇണ്ടാവാൻ ഞാനൊരു വഴി പറയ്യാ. നിന്റെ സ്വത്തുള്ളതെല്ലാം അങ്ങ് ബീതം ബെച്ച് കൊടുത്തേക്ക്. കൊണ്ടോയി തിന്നട്ടെ! ഞാനുള്ളിടത്തോളം ഇനിക്കൊരു ബുദ്ധിമുട്ടും ബെരൂല. ഞാനല്ലേ പറേന്നത്."

കാര്യങ്ങൾക്ക് തീർപ്പായി. തൊട്ടടുത്തദിവസംതന്നെ മാതുവമ്മയുടെയും മക്കളുടെയും അച്ഛന്റെയും പേരിലുള്ള സ്വത്തെല്ലാം വില്ലേജിൽ നിന്ന് ആളെ വരുത്തിച്ച് അളവ് നടത്തി. എങ്ങനെ വീതിക്കണം? തർക്കങ്ങൾക്ക് ഒരു കുറവുമില്ല. നാട്ടിലെ പാർട്ടിക്കാർ മദ്ധ്യസ്ഥത വഹിച്ചു. ഒരുവിധം പ്രശ്ന പരിഹാരമായി. ഇനി ആധാരം നടത്തണം. ഉള്ള സ്വത്തെല്ലാം വീതിച്ചപ്പോൾ അമ്മയുടെ ഭാവി എന്ത്? ആരെങ്കിലും സംര

ക്ഷിക്കുമോ? തർക്കം അതിനുമുണ്ടായി. അമ്മയുടെ സ്വത്താണിതെല്ലാം അത് ഓഹരി വെക്കുമ്പോൾ അവരുടെ സുരക്ഷിതത്വം കൂടി നോക്കേണ്ടതുണ്ടെന്ന് ആ വയറ്റിൽ പിറന്ന ഒരു ജന്മത്തിനും തോന്നിയില്ല!

"അമ്മ വീട്ടിൽക്കേറ്റിയിരുത്തി പോറ്റ്യത് മൂത്ത എടത്തീനയല്ലേ. അവർക്കല്ലേ അമ്മ താമസിക്കുന്ന വീടും പറമ്പും കൊടുക്കുന്നത്? ഓള് ന്നെ... പോറ്റ്വോ അമ്മേനെ എല്ലാ കാലോം! നാലഞ്ചു കൊല്ലം ഇക്കണ്ട സ്വത്ത് മുഴുവൻ അനുഭവിച്ചതാരാന്നോ അബര് നോയ്ക്കോളണം അമ്മേന." ഇളയത് നാലുപേർക്കും ഇക്കാര്യത്തിൽ ഏക സ്വരമായിരുന്നു!

"ഇങ്ങക്കാരിക്കും ബേണ്ടേങ്കില് അമ്മേനെ ഞാൻ നോയ്ക്കോളാപ്പാ! ചാടാൻ പറ്റോ?"

അവരുടെ സ്വരം അത്രയ്ക്ക് തൃപ്തിയോടെയല്ലെന്ന് കേട്ടിരുന്ന മദ്ധ്യസ്ഥർക്ക് തോന്നി. താൻ ജന്മം നല്കിയ സന്തതികൾക്ക് ഉള്ളിൽ കരുതലല്ല താനൊരു ബാദ്ധ്യതയാണെന്നാണ് അവർ തീരുമാനിച്ചതെന്ന് പെറ്റു പോറ്റിയ ആ അമ്മ മനസ്സിൽ ഒരിടിനാദത്തോടെയാണ് തിരിച്ചറിഞ്ഞത്!

കരിങ്കല്ലിന്റെ മനസ്സുള്ള അഞ്ച് പാപികൾക്ക് ജന്മം കൊടുക്കാൻ ഈ ശരീരം ഇടയായതിൽ മനംനൊന്ത് ആ സ്ത്രീ സദസ്സിൽനിന്ന് ഓടി അകത്ത് കയറി വാതിലടച്ച് മാറത്തും വയറ്റത്തും ശിരസ്സിലും അടിക്കുകയും കരയുകയും ചെയ്തു. അങ്ങനെയെങ്കിലും അവർക്കല്പമാശ്വാസമുണ്ടായിക്കാണണം!

തീരുമാനം പ്രഖ്യാപിച്ച് മദ്ധ്യസ്ഥന്മാർ സ്ഥലം വിട്ടു. അടുത്ത ദിവസം ഓഹരി പത്രം രജിസ്റ്റർ ചെയ്തു.

സങ്കടങ്ങൾ ഒരു ഘോഷയാത്രയായാണ് ആ അമ്മയുടെ ജീവിതത്തിൽ സംഭവിക്കുന്നത്! മാസങ്ങൾക്കകം ജീവനു തുല്യം തന്നെ കൊണ്ടു നടക്കുകയും സംരക്ഷിക്കുകയും ചെയ്ത പുരുഷൻ അവരെ വിട്ടുപോയി! അന്തിക്കു കിടക്കാൻചെന്ന മനുഷ്യൻ നേരം വെളുത്തപ്പോൾ എഴുന്നേറ്റില്ല! ഹൃദയ സ്തംഭനമായിരുന്നത്രെ! മക്കളകറ്റിയിട്ടും അവരെക്കുറിച്ചുള്ള ഹൃദയ ഭാരം കുറച്ചത് ആ മനുഷ്യന്റെ സാമീപ്യമായിരുന്നു

ഇനിയെന്ത്? ഒറ്റപ്പെടലിന്റെ ഭാരവും പേറി അല്പകാലം അവർ കിടക്കപ്പായിൽ തന്നെ കിടന്നു. ആശ്വാസവചനങ്ങളുമായി നാട്ടുകാരും അയൽക്കാരും എത്തുമ്പോഴും മരണ ദിവസം ഔചിത്യം പാലിച്ച് ഒന്ന് കയറി ഇറങ്ങിയ സ്വന്തം മക്കൾക്ക് പിന്നീട് ആ വഴി മറന്നുപോയി.

വൈധവ്യതാപം മറക്കാൻ ശ്രമിച്ച് മുറിവിട്ടിറങ്ങിയ ആയമ്മ ഞെട്ടിത്തരിച്ചു പോയത് തന്റെ മൂത്തമകളുടെ വാക് ശരങ്ങൾ കേട്ടാണ്!

"കെട്ടിലമ്മ അന്തപ്പുരം വിട്ടിറങ്ങിയോ? ഞാനിവിടെ എന്തൊക്കെയാ ചെയ്യേണ്ടെന്ന് വല്ല പോതോണ്ടോ, തമ്പുരാട്ടിക്ക്... ഇപ്പം വരും ഈടള്ളോറ്... ഓറെ കാര്യം നോക്കണം: രണ്ടു പെമ്പിള്ളാറാ.. അയ്റ്റള് പഠിക്കുമ്പം ഈടത്തെ പണിയുംകൂടി നോക്കണംന്ന് പറയാമ്പറ്റ്വോ?... ആരോട് പറയാൻ... ഒന്നു പറഞ്ഞേക്കാം.. ഈടത്തെ പണീം തോരോം... അനക്കൊറ്റാവൂല്ല... വല്ലോം നൊട്ടിനൊണഞ്ഞ് തിന്നണങ്കി... അടുക്കളേക്കേറിക്കോളണം.. ഞാമ്പറഞ്ഞേക്കാം."

ശരീരം തളരുന്നുണ്ടോ? തലയ്ക്കു ഭാരം കൂടുന്നുണ്ടോ? തനിക്കു ചുറ്റും ഈ ലോകം കറങ്ങുകയാണോ?

ആ സ്ത്രീ വീഴാതിരിക്കാൻ ഉമ്മറത്തൂണിൽ ശക്തിയായി പിടിച്ചു. മാതുവമ്മയ്ക്ക് താങ്ങാവുമെന്ന് പ്രതീക്ഷിച്ച മൂത്ത മകൾ സ്വന്തം അമ്മയ്ക്ക് ആ വീട്ടിൽ ഒരു വേലക്കാരിയുടെ സ്ഥാനമാണ് നല്കിയത്! കൃത്യമായ ഭക്ഷണം ലഭിച്ചില്ല. വാർദ്ധക്യവും രോഗങ്ങളും പിടികൂടിയ അവർക്ക് ചികിത്സയും പരിചരണവും ലഭിച്ചില്ല. കീറിയതും പാറിയതും കൊണ്ട് ശരീരം മറയ്ക്കേണ്ടി വന്നു! സ്വന്തം വീട്ടിൽ മാതുവമ്മ അന്യയായി! വിശപ്പു മാറ്റാൻ അവർ പലപ്പോഴും അയൽ വീടുകളിൽ കയറി ച്ചെന്നു! ചില ദിവസങ്ങളിൽ മകൾ അമ്മയെ വീട്ടിനകത്തു കയറ്റിയില്ല.

അമ്മയോട് ഔദാര്യപൂർണ്ണമായ നിലപാടിനായി നാട്ടുകാരായ പാർട്ടിക്കാർ മകളെ സമീപിച്ചു. അവയെല്ലാം നിർദ്ദാക്ഷിണ്യം നിരസിക്കപ്പെട്ടു. നിരാലംബയായ ആ സ്ത്രീ പീടിക മുറിയിലെ വരാന്തയിലും മറ്റും കിടന്നുറങ്ങുന്ന ദയനീയമായ കാഴ്ച നാട്ടുകാർക്ക് കാണേണ്ടി വന്നു!

പ്രശ്നം നഗരസഭയുടെ ശ്രദ്ധയിൽ വന്നു. നിരാലംബർക്ക് ആശ്രയ പദ്ധതിയിൽ ഉൾപ്പെടുത്തിയുള്ള ഭവനപദ്ധതിയിൽ മാതുവമ്മയെ നഗരസഭ ഉൾപ്പെടുത്തി. അതിവേഗം അവർക്ക് ഒരു കൊച്ചുവീട് സ്വന്തമായി! വർഷങ്ങൾ ഏഴു കഴിഞ്ഞു. ഇന്ന് ഒരു പുതിയ ആവലാതിയുമായി മാതുവമ്മ നഗരസഭാ ജാഗ്രതാ സമിതിയുടെ മുമ്പിൽ എത്തിയിരിക്കയാണ്.

മാതുവമ്മയുടെ പരാതി രേഖാമൂലം ലഭിച്ചതാണ്. അത് വായിക്കാൻ കൺവീനരോട് ആവശ്യപ്പെട്ടു. വായന തുടങ്ങി. എന്താണവർക്ക് വേണ്ടത്? അവർക്ക് വയസ്സ് എൺപത് കഴിഞ്ഞിരിക്കുന്നു. പലവിധ രോഗങ്ങളും അലട്ടുന്നുണ്ട്. ഭക്ഷണം സ്വന്തമായി വച്ചുണ്ടാക്കി കഴിക്കാനും ആവുന്നില്ല. കിടന്നിടത്തുനിന്ന് എഴുന്നേല്ക്കാനും നടക്കാനും എല്ലാം ബുദ്ധിമുട്ടുകയാണ്. പരസഹായത്തിന് ആളുണ്ടെങ്കിലേ ഇനിയങ്ങോട്ടു ജീവിക്കാനാവൂ. ഇക്കാര്യത്തിന് ഒരു പരിഹാരം ഉണ്ടാക്കിത്തരണം.

ഇതാണാ വയോധിക പരസഹായത്തിന് എഴുതി സമിതിയുടെ മുമ്പാകെ ബോധിപ്പിച്ചിരിക്കുന്നത്! പരാതി വായിച്ചു കേൾക്കുകയും ആ വൃദ്ധയെ കൺമുന്നിൽ കാണുകയും എല്ലാവരുടെ മനസ്സും പ്രക്ഷുബ്ധമായി!

“ഇതിൽപരം മാതുവമ്മയ്ക്ക് കൂടുതലെന്തെങ്കിലും പറയാനുണ്ടോ?” ഒച്ചയുയർത്തി ചെയർമാൻ ചോദിച്ചു. “എല്ലാം അയില് എഴുതിറ്റില്ലേ..? മക്കള് അഞ്ചെണ്ണം... ണ്ടായിറ്റെന്താ കാര്യം? ഞാനിങ്ങനെയായില്ലേ..” വാക്കുകൾ അവസാനിപ്പിക്കുമ്പോഴേക്കും അവർ കരയാൻ തുടങ്ങി. മൂക്കു ചീറ്റുകയും മേൽമുണ്ടുകൊണ്ട് കണ്ണു തുടയ്ക്കുകയും ചെയ്യുന്ന അവസ്ഥ അസാധാരണമായ ഒരു ശാന്തത ആ സദസ്സിലാകെ സൃഷ്ടിച്ചു. സമിതി അംഗങ്ങൾ അവരുടെ അമ്മയെയോ അമ്മൂമ്മയെയോ മനസ്സിൽ കണ്ടിട്ടുണ്ടാവണം!

"നമ്മളെന്താണ് ചെയ്യുന്നത്? ചെയർമാൻ സമിതി അംഗങ്ങളുടെ അഭിപ്രായമാരാഞ്ഞു. പ്രായമായവരെ തെരുവിലേക്ക് വലിച്ചെറിയുന്ന മക്കളുടെ നടപടി നിയമപ്രകാരം കുറ്റകരമാണ്. അവരെ നോട്ടീസയച്ചു വിളിച്ചു വരുത്തി ഇവരുടെ സംരക്ഷണമേറ്റെടുക്കാൻ ആവശ്യപ്പെടണം. സമിതി അംഗങ്ങൾ ഏകകണ്ഠമായി ആവശ്യപ്പെട്ടു.

മക്കളെ വിളിച്ചു വരുത്തി മാതുവമ്മയുടെ സംരക്ഷണക്കാര്യം ചർച്ച ചെയ്യുന്നതിന് സമിതിയുടെ യോഗം വീണ്ടും ചേരാൻ നിശ്ചയിച്ച് എല്ലാവരും പിരിഞ്ഞു പോയി. മാതുവമ്മയുടെ അടുത്ത് ചെന്ന് അവരെ ചേർത്തിരുത്തി ആശ്വസിപ്പിച്ചു. "സങ്കടപ്പെടേണ്ട... ഞങ്ങളെല്ലാവരും കൂടെയുണ്ട്. മക്കള് നോക്കുന്നില്ലെങ്കിൽ ഞങ്ങള് നോക്കും... എന്താ പോരേ? മക്കളെ വിളിക്കുന്നുണ്ട്. അന്നേരം വരണം." തന്റെ സാന്ത്വന ശബ്ദം അവരുടെ മനസ്സിലെ നിസ്സഹായതയ്ക്ക് അല്പം ശാന്തത നല്കിയെന്ന് അവരുടെ കണ്ണുകൾ പറഞ്ഞു. ഓഫീസ് അറ്റന്ററെ വിളിച്ച് വണ്ടി ഏർപ്പാടാക്കി അവരെ വീട്ടിലെത്തിക്കാൻ ചുമതലപ്പെടുത്തി.

ഐ സി ഡി എസ് ഓഫീസർ അംഗനവാടി വർക്കർ മുഖാന്തരം മക്കളുടെ വിലാസം ശേഖരിക്കുകയും ജാഗ്രതാ സമിതിക്കു മുമ്പാകെ ഹാജരാകാൻ രജിസ്റ്റർ ചെയ്ത നോട്ടീസുകൾ അയക്കുകയും ചെയ്തു. നോട്ടീസുകൾ കൈപ്പറ്റിയതിന്റെ രശീതികൾ ഓഫീസിലെത്തി.

യോഗ ദിവസം ആഗതമായി. മാതുവമ്മയുടെ പഞ്ഞിക്കെട്ടുപോലുള്ള രൂപം മനസ്സിൽ ഉറച്ചുപോയിരുന്നു. അവരുടെ ദയനീയതയ്ക്കു പരിഹാരമുണ്ടാക്കാൻ വഴി തെളിയുമോ? ഇന്നത്തെ യോഗത്തിൽ മക്കൾ നോട്ടീസിന്റെ അടിസ്ഥാനത്തിൽ എത്തിച്ചേരുമോ? ആയമ്മയെ ഏറ്റെടുക്കാൻ അവരിൽ ആരെങ്കിലും തയ്യാറാകുമോ? മക്കളാരും അമ്മയുടെ ചുമതല ഏറ്റെടുക്കുന്നില്ലെങ്കിൽ അടുത്ത നടപടി എന്തായിരിക്കണം? ഇത്തരം ചിന്തകൾ സമ്മാനിച്ച അശാന്തിയുടെയും അസ്വസ്ഥതകളുടെയും ദിനങ്ങളായിരുന്നു കടന്നുപോയത്!

ജാഗ്രത സമിതി യോഗം തുടങ്ങി. സമിതി അംഗങ്ങൾക്കു പുറമെ നഗര ഓഫീസ് അറ്റന്ററുടെ സഹായത്തോടെ പടികൾ കയറി മാതുവമ്മയും എത്തി. അവർക്കായി മാറ്റി വെച്ച ഇരിപ്പിടത്തിൽ അവരുടെ ചുക്കിച്ചുളിഞ്ഞ തൊലിയാൽ പൊതിഞ്ഞ അല്പമാത്രമാംസാംശമുള്ള എല്ലിൻകൂടിനെ തനിക്കുള്ളതിൽവെച്ച് ഏറ്റവും ശുഭ്രമായൊരു ശീലയാൽ ആവരണം ചെയ്ത് ഒതുക്കിവെച്ചു.

യോഗത്തിൽ കൺവീനർ മക്കൾക്ക് ജാഗ്രതാ സമിതിയിൽ എത്തിച്ചേരാനായി രജിസ്റ്റർ നോട്ടീസ് അയച്ച വിവരവും എല്ലാവർക്കും നോട്ടീസ് കിട്ടിയതിനുള്ള മടക്കരശീതി ഓഫീസിൽ എത്തിയ വിവരവും അതിൽ മൂന്നുപേർ മുറിക്ക് പുറത്തിരിക്കുന്നുണ്ടെന്നും സ്വാഗത ഭാഷണത്തോടൊപ്പം റിപ്പോർട്ടു ചെയ്തു. മറ്റു രണ്ടുപേർ ഹാജരാകാത്തതെന്തുകൊണ്ടെന്നതിന് അവധി അപേക്ഷ നല്കിയിട്ടില്ലെന്നും കൂട്ടത്തിൽ പറയുകയുണ്ടായി.

“മക്കളെ വിളിക്കൂ..” മൂന്നുപേരും ഹാജരായി. തങ്ങൾക്ക് ഭൂമി കാണാൻ അവസരമൊരുക്കിയ ഒരു ശരീരം ആ മുറിക്കകത്തുണ്ടെന്ന് അവർ കാണാതെ കണ്ടെങ്കിലും കണ്ടതായി ഭാവിച്ചില്ല!

“അമ്മേ,” എന്നാരു വിളി മുറിക്കകത്തേക്കു കടന്നുവരുന്ന മക്കളുടെ കണ്ഠങ്ങളിൽ നിന്ന് പുറപ്പെടുമെന്ന് പ്രതീക്ഷിച്ചതു കൊണ്ടായിരിക്കുമോ, ആ മൂവരുടെയും മുഖങ്ങളിൽ അമ്മ മാറി മാറി നോക്കിയത്? അങ്ങനെയൊന്ന് സംഭവിച്ചില്ല!

തുടർന്ന് അവരുടെ അമ്മയുടെ ആവലാതിക്കത്തു വായിച്ചു. ആയമ്മ അനുഭവിക്കുന്ന ദയനീയ സ്ഥിതി വിവരിച്ചു. ജീവിതത്തിന്റെ ഈ സായന്തനത്തിൽ അവർക്ക് അനിവാര്യമായ സംരക്ഷണത്തിന്റെ ആവശ്യകത ബോദ്ധ്യപ്പെടുത്തി. മാതാപിതാക്കൾ പ്രായാധിക്യത്താലും രോഗബാധയേറ്റും അവശതയനുഭവിക്കുമ്പോൾ അവരെ ഏറ്റെടുത്ത് സംരക്ഷിക്കേണ്ടതിന്റെ മനുഷ്യത്വപരമായും നിയമപരമായും ഉള്ള ചുമതലയെ സംബന്ധിച്ച് ഒരു ലഘു പ്രഭാഷണം തന്നെ നടത്തി. യോഗത്തിൽ പങ്കെടുക്കുന്ന ഡോക്ടറും പൊലീസ് ഓഫീസറും, വക്കീലും മഹിളാ നേതാക്കളും അവരുടേതായ രീതിയിൽ ആ സാധു സ്ത്രീ അനുഭവിക്കുന്ന വേദനകളെക്കുറിച്ചും മക്കൾ ഏറ്റെടുത്ത് സംരക്ഷിക്കേണ്ടതിനെക്കുറിച്ചും ഓർമ്മിപ്പിച്ചു. ഈ സമയത്തെല്ലാം ആ വയോധികയുടെ കുഴിഞ്ഞു താണ നയനങ്ങളിൽനിന്ന് ഒലിച്ചിറങ്ങിയ കണ്ണീർ ചുളുങ്ങി തുടുപ്പു ചോർന്ന കവിൾത്തടങ്ങളെ നനയ്ക്കുന്നുണ്ടായിരുന്നു!

പെൺമക്കൾ മൂവരും തങ്ങളുടെ ദൃഷ്ടിപെറ്റ തള്ളയുടെ ദയനീയ വദനത്തിൽ അറിയാതെയെങ്കിലും പതിയാതിരിക്കാൻ പാടുപെടുകയായിരുന്നു. “എല്ലാം കേട്ടല്ലോ! ഈയമ്മയെ മക്കളായ നിങ്ങൾ തനിച്ചോ ഊഴമിട്ടോ നിങ്ങളുടെ വീട്ടിൽ കൂട്ടിക്കൊണ്ടുപോയി ഇനിയുള്ള കാലം നോക്കി സംരക്ഷിക്കില്ലേ....?”

“നിയമപ്രകാരം നിങ്ങൾക്ക് അവരെ സംരക്ഷിക്കാനുള്ള ചുമതലയുണ്ട്.” സമിതി അംഗമായ വക്കീൽ വീണ്ടും ഓർമ്മിപ്പിച്ചു.

“നിങ്ങൾ അതിനു തയ്യാറാവുന്നില്ലെങ്കിൽ എല്ലാവരുടെയും പേരിൽ നിയമപ്രകാരം കേസെടുക്കേണ്ടിവരും.” പൊലീസ് ഓഫീസർ ഗൗരവത്തോടെ പറഞ്ഞു.

“നിങ്ങൾ അവരുടെ ശാരീരികാവസ്ഥ നോക്കൂ! രോഗബാധിതയാണവർ! അടിയന്തര ചികിത്സ അവർക്കെത്തിച്ചില്ലെങ്കിൽ സ്ഥിതി ഗുരുതരമാകും” ഡോക്ടറും അവരുടെ ഭാഗം വ്യക്തമാക്കി.

എല്ലാവരുടെ കണ്ണുകളും ആ മൂന്ന് സ്ത്രീകളുടെ മുഖത്തേക്ക് പ്രതീക്ഷയോടെ നീണ്ടു. ഒട്ടുനേരത്തെ ആകാംക്ഷ നിറഞ്ഞ നിശ്ശബ്ദതയുടെ താളം ഭഞ്ജിച്ചുകൊണ്ട് മൂത്തവൾ സംസാരിച്ചു തുടങ്ങി.

“അനക്ക് കുട്ട്യേളച്ഛന്റെ സ്ഥിതി പറയാണ്ടിരിക്കാൻ പറ്റൂല. ഓർക്ക് പ്രഷറും ഷുഗറും.. പിന്നെയെന്തെല്ലോ ഉണ്ട്... ഓറെ നോക്കണം. എളേ പെണ്ണ് പെറ്റ് കിടക്കുന്നുണ്ട്. മൂത്ത പെണ്ണിന്റെ രണ്ടു പിള്ളരും ബീട്ടിത്ത

ന്ന്യാ... ആരാ ഇക്കൂട്ടരെയെല്ലാം നോക്ക... അമ്മ വന്നാല് നോക്കാനുള്ള സൗകര്യമൊന്നും... പ്പം ന്റെ ബീട്ടിലില്ല... ഈടെ ബേറേം മക്കളുണ്ടല്ലോ. അന്നപ്പോലത്തെ പ്രയാസൊന്നും ഓർക്കില്ലല്ലോ. ഓറ് ആർകൂട്ട്യാലും... എനിക്കൊന്നും ല്ല... ത്രേ... അനക്കു പറയാനുള്ളു.."

"ആര് കൂട്ടാൻ?... ഞാനോ...? പിന്നെ... പിന്നെ...? അമ്മ താമസിച്ച വീട് ആർക്കാ കൊടുത്തേ?... മൂത്തേച്ചിക്കല്ലേ...? കൊടുക്കുമ്പം.. ന്താ കരാറ്? മരണം വരെ അമ്മേന... നോക്കുന്നല്ലേ?... അങ്ങനെ പറഞ്ഞി ട്ട്ണ്ടെങ്കിൽ... ഏച്ച്യന്നെ... നോയ്ക്കോളണം... എന്ത് നിയമോം വ്യവ സ്ഥേം... പറഞ്ഞാലും ന്നെക്കൊണ്ടാവൂല്ല."

ഇതിൽനിന്ന് വ്യത്യസ്തമായി മൂന്നാമത്തവൾ പറയുമെന്ന് ആരെ ങ്കിലും കരുതുന്നുണ്ടോ? രണ്ടാമത് പറഞ്ഞവളുടെ ന്യായങ്ങൾ നിരത്തി അവളും പെറ്റമ്മയെ അകറ്റി നിർത്തി.

മലകൾ ഇളകി വരാം! ധ്രുവമേഖലയിലെ സഹസ്രാബ്ദങ്ങളുടെ പഴ ക്കമുള്ള ഹിമാനികൾ ഉരുകിയൊലിച്ചില്ലാതാകാം! പുഴയൊഴുകും വഴി വേറെയാക്കീടാം! എന്നാലും ആ സ്ത്രീകളുടെ മനമിളകില്ല!

സമിതി അംഗങ്ങൾ അവരോരുത്തരുടെയും വാഗ് വൈഭവം നിരത്തി ആ മൂന്ന് പെണ്ണുങ്ങളുടെ മുമ്പിലും വാദിച്ചു നോക്കി. അവരുടെ നിലപാ ടുകളിൽ അവർ കടുകിടെ ചലിച്ചില്ല! പെറ്റമ്മ അവർക്കാരുമല്ലെന്ന് നിഷ്ക്ക രുണം സ്ഥാപിച്ചുകൊണ്ട് അവർ വേദി വിട്ടിറങ്ങിപ്പോയി!

മാതൃഹൃദയത്തിന്റെ മേന്മ അവരെന്നെങ്കിലും തിരിച്ചറിയുമായി രിക്കും! ഇനിയൊരു പ്രതീക്ഷ ഇന്നിവിടെ വരാത്ത പെൺമക്കളിലാണ്. അവർ ഈ ചർച്ചയിൽ വന്നില്ലല്ലോ! സി ഡി എസ് ഓഫീസർ എല്ലാവരു ടെയും ഫോൺ നമ്പർ ശേഖരിച്ചിട്ടുണ്ട്. അതുപയോഗിച്ച് അവരെ രണ്ടു പേരെയും വിളിച്ച് അമ്മയുടെ കാര്യം ധരിപ്പിച്ചു.

വൃഥാവ്യായാമം! മുമ്പെ നടക്കുന്ന ഗോവുതന്റെ പിമ്പേ നടക്കും ബഹുഗോക്കളെല്ലാം! ഈ കവി വാക്യമാണ് മനസ്സിൽ ഓടിക്കയറിയത്! ഇനി എന്താണ് കരണീയം? മാതുവമ്മയുടെ ദയനീയ കഥ വിവരിച്ചും മക്കളുടെ നിരുത്തരവാദിത്വം ചൂണ്ടിക്കാണിച്ചും സംസ്ഥാന വനിതാ കമ്മീ ഷന്റെ ശ്രദ്ധയിൽപെടുത്താനും മക്കളുടെ പേരിൽ നിയമപരമായ മാർഗ്ഗം സ്വീകരിക്കണമെന്ന് ആവശ്യപ്പെട്ട് പൊലീസ് ഇൻസ്പെക്ടർക്ക് കത്തു നല്കാനും തീരുമാനിച്ചു.

എന്നാൽ ഈ അമ്മയെ എന്തു ചെയ്യും? മക്കളും കുടുംബവും ഉപേ ക്ഷിച്ചാലും അവരെ ഉപേക്ഷിക്കാൻ സമൂഹത്തിനെങ്ങനെ കഴിയും? അവർക്ക് അവശിഷ്ടകാലം കഴിഞ്ഞുകൂടാൻ ഉതകുന്ന ഒരു കേന്ദ്രം കണ്ടുപിടിക്കണം. അടുത്ത നഗരത്തിൽ ഒരു അഭയ കേന്ദ്രമുണ്ട്. പ്രശ സ്തമായ സ്ഥാപനമാണ്. ആരോരുമില്ലാത്ത ഒന്നുരണ്ടുപേരെ താൻ തന്നെ അവിടെ ഏല്പിച്ചിട്ടുണ്ട്. അവരവിടെ സുഖമായി കഴിയുന്നു! മദ റിന്റെ ഫോൺ നമ്പർ തപ്പിയെടുത്തു!

"മുനിസിപ്പൽ ചെയർമാനാണ്."

"എന്താ സാറെ? സുഖമല്ലെ? വെറുതെ വിളിക്കില്ലല്ലോ? എന്താണെന്ന് പറഞ്ഞാട്ടെ."

"മക്കളും ബന്ധുക്കളും ഉപേക്ഷിച്ച ഒരു വൃദ്ധയെ അവിടത്തേക്കയക്കട്ടയോ."

"കുഴപ്പമൊന്നുമുള്ളതല്ലല്ലോ? സാർ പറയുന്നതല്ലേ? തള്ളാൻ പറ്റില്ല. കൊണ്ടുപോന്നോളൂ. അവരുടെ വ്യക്തിഗത വിവരങ്ങൾ സംബന്ധിച്ച രേഖകൾ കൊണ്ടുവരണം."

ഇത്തരം കാര്യങ്ങളിൽ നഗരസഭയെ സഹായിക്കുന്ന ഒരു ക്ലബ്ബുണ്ട്. നഗരസഭയുടെ പരിസരത്തുതന്നെ! അവരുടെ കൂടി സഹായത്തോടെ മാതുവമ്മയെ അഭയ കേന്ദ്രത്തിലെത്തിച്ചു. അവരുടെ സുഖ വിവരം അറിയാൻ പല ഘട്ടങ്ങളിലും മദറിനെ വിളിച്ചു. അവർ നന്നായി ഭക്ഷണം കഴിക്കുന്നെന്നും ഈരണ്ടാഴ്ച കൂടുമ്പോൾ പതിവായി വന്നുചേരുന്ന ഡോക്ടർ അവരുടെ ആരോഗ്യ നില പരിശോധിക്കുന്നതും മരുന്ന് കഴിക്കുന്നതും അവർ വിശദീകരിച്ചു. അവരവിടെ അടുത്ത നാളുകളിലൊന്നും അനുഭവിച്ചിട്ടില്ലാത്ത ആശ്വാസത്തോടെയും സന്തോഷത്തോടെയുമാണ് കഴിയുന്നതെന്ന് അഭയ കേന്ദ്രം ഒരു നാൾ സന്ദർശിച്ച തനിക്ക് നേരിട്ടനുഭവപ്പെടുകയും ചെയ്തു!

തന്റെ സമയവും സന്ദർഭവും ആരാഞ്ഞ് ഒരു കൂടിക്കാഴ്ചയ്ക്കായി ഒരു ദിവസം അഭയ കേന്ദ്രത്തിലെ മദർ നഗരസഭാ ഓഫീസിൽ വന്നു! കുശലപ്രശ്നങ്ങൾക്കും മാതുവമ്മയുടെ സുഖവർത്തമാനങ്ങൾ അറിയിച്ചതിനുംശേഷം മദർ ആഗമനോദ്ദേശ്യം അറിയിച്ചു.

"സാറെ എന്താന്നറിയോ? മാതുവമ്മയുടെ ഭർത്താവ് പട്ടാളക്കാരനല്ലിയോ? പന്ത്രണ്ടു വർഷമായത്രെ അതിയാൻ മരിച്ചിട്ട്! മിലിട്ടറി പെൻഷൻ കിട്ടിക്കോണ്ടിരുന്നയാളാ.! അങ്ങേരുടെ ഭാര്യയാവുമ്പം കുടുംബ പെൻഷൻ കിട്ടണ്ടതാ. ഇത്ര കാലായിറ്റും അത് വാങ്ങിക്കാൻ ഒന്നും ചെയ്തില്ലാത്രെ! അതിശയം എന്നല്ലാണ്ടെന്നാ പറയാനാ? ലക്ഷക്കണക്കിന് രൂപ ഉണ്ടാകുമായിരിക്കും! ആയമ്മയ്ക്കത് വാങ്ങിക്കൊടുക്കാൻ ശ്രമിച്ചാലെന്താന്ന് സാറിന്റെ അഭിപ്രായം അറിയാനാ ഇപ്പം വന്നത്."

"അത് ലഭിക്കുമോ? വർഷം കുറെക്കഴിഞ്ഞില്ലേ? ഒട്ടേറെ രേഖകൾ അതിനാവശ്യമാണ്. അതൊക്കെ സമ്പാദിക്കാൻ പറ്റുമോ?"

തന്റെ സംശയങ്ങൾ മുന്നോട്ടുവെച്ചു.

"അതിനൊക്കെ സഹായിക്കാനാളുണ്ട്. സാറിന്റെ സഹായവും പിന്തുണയും ഉണ്ടാവണം. ആ സ്ത്രീക്ക് ലക്ഷങ്ങൾ കിട്ടുന്ന കാര്യമല്ലേ? അവർക്കവകാശപ്പെട്ടതല്ലേ? ശ്രമിക്കണം. ഞാനൊപ്പമുണ്ട്." മദർ ഉത്സാഹത്തോടെ ഇറങ്ങി.

ആഴ്ചകൾക്കുശേഷം അവർ വീണ്ടും വന്നു. പെൻഷൻ പേപ്പറുകളിൽ ചില രേഖകൾ ചെയർമാൻ സാക്ഷ്യപ്പെടുത്തണം. അതെല്ലാം ഒപ്പിട്ടു നല്കി.

മാസങ്ങൾ നാലഞ്ചു കഴിഞ്ഞു. മാതുവമ്മ അഭയ കേന്ദ്രത്തിലെ

ത്തിയിട്ട് ഒരു കൊല്ലം പൂർത്തിയാവുന്നു. ഒരുദിവസം മദർ ഫോണിൽ വിളിച്ചു. "സാർ ഒരുസന്തോഷ വാർത്തയുണ്ട്. മാതുവമ്മയുടെ പെൻഷൻ കുടിശ്ശിക സഹിതം അനുവദിച്ചു. വലിയ സംഖ്യയുണ്ട്. അവരുടെ പേരിൽ ബാങ്ക് അക്കൗണ്ട് എടുത്ത് അതിൽ നിക്ഷേപിച്ചിരിക്കയാ."

"നല്ല സന്തോഷം, അവർക്ക് വേണ്ടതെല്ലാം ചെയ്തു കൊടുക്കണം. കൂടുതൽ നല്ലൊരു ഡോക്ടറുടെ അടുത്തു കൊണ്ടുപോയി ഒരു പരിശോധന നടത്തണം. നല്ല ചികിത്സ കൊടുക്കണം." മനസ്സ് കുളിർപ്പിച്ച വാർത്തയായിരുന്നു അത്!

ഭരണപരമായ തിരക്കുകൾക്കിടയിൽ മാതുവമ്മയുടെ സുഖവിവരങ്ങൾ തിരക്കാൻ അല്പകാലത്തേക്ക് നേരം ഒത്തുവന്നില്ല.

നാലഞ്ചുമാസത്തിനു ശേഷം അത്ഭുതപ്പെടുത്തുന്ന മറ്റൊരു വാർത്തയുമായി ഫോണിന്റെ അങ്ങേത്തലയ്ക്കൽ മദർ!

"സാറെ, മാതുവമ്മയുടെ മൂത്ത മകളും അവരുടെ മകളുടെ ഭർത്താവും വന്നിരുന്നു."

"എന്നിട്ടോ, എന്തിനാണവർ വന്നത്?"

"ആയമ്മയെ അവരങ്ങ് കൊണ്ടുപൊയ്ക്കോളാമെന്ന് പറഞ്ഞു. വിട്ടുകൊടുക്കണമെന്നും നന്നായി സംരക്ഷണം നല്കുമെന്നും പറഞ്ഞു!"

"എന്നിട്ടോ"

"ഞങ്ങളെന്തു വിശ്വസിച്ചാ ആ അമ്മയെ അവരെ ഏല്പിക്കുന്നത്? അവരിവിടെ വന്നിട്ട് ഒന്നര വർഷമായി. അവർക്കുള്ള അഞ്ചുമക്കളിൽ ഒരാളെങ്കിലും ജനിപ്പിച്ച തള്ളയെ ഒന്നു കണ്ടു സുഖവിവരമന്വേഷിക്കാൻ ഈ കേന്ദ്രത്തിന്റെ പടി കേറിയോ? അതിൽ ഒരെണ്ണമെങ്കിലും ഫോൺ ചെയ്ത് അവർ എങ്ങനെയിരിക്കുന്നു എന്ന് തിരക്കിയോ...? ഇക്കാര്യമെല്ലാം ഞാനങ്ങോട്ടു ചോദിച്ചപ്പം ആ മോള് കണ്ണീരൊലിപ്പിച്ച് പറയുവാ... അങ്ങനെയെല്ലാം പറ്റിപ്പോയി... എന്ന്... കള്ളക്കണ്ണീരാ സാറെ... എങ്ങനെയോ കുറെ സംഖ്യ പെൻഷൻ പണമായി അവർക്ക് കിട്ടിയിട്ടുണ്ടെന്ന് ആരെങ്കിലും പറഞ്ഞു കാണണം... അങ്ങനെയുള്ളവരവാ. ഞാനവരോട് പറഞ്ഞു... ചെയർമാനാ അമ്മയെ ഇവിടെ ഏല്പിച്ചത്.. അദ്ദേഹം പറഞ്ഞാൽ നിങ്ങളോടൊപ്പം വിടാമെന്ന്! ഞങ്ങളെന്തു ചെയ്യണമെന്ന് സാറ് പറഞ്ഞാൽ അതുപോലെ ചെയ്യാം!"

"മദർ, അവരോടൊപ്പം ആ അമ്മയെ അയക്കണം എന്ന് പറയാൻ എനിക്കു സാധിക്കുമോ എന്ന് തോന്നുന്നില്ല. എന്തു ചെയ്യണമെന്നോ എവിടെ പോകണമെന്നോ ഒരു നിശ്ചയവുമില്ലാതെയാണ് അശരണയും അവശയുമായ അവർ മുൻസിപ്പൽ ഓഫീസിൽ ഞങ്ങളുടെ മുമ്പിൽ വന്നത്. ഈ മക്കളെ വിളിച്ചുവരുത്തി കൂടെക്കൂട്ടി സംരക്ഷിക്കുവാൻ ഞങ്ങൾ ഓരോരുത്തരും ആവർത്തിച്ചാവർത്തിച്ച് ആവശ്യപ്പെട്ടതാണ്. സ്വന്തം പെറ്റവയറിന്റെ വേദന കാണാൻ കണ്ണില്ലാത്ത ആ സ്ത്രീകൾ അവരെ തെരുവിലേക്ക് വലിച്ചെറിഞ്ഞാണ് അന്ന് ഇറങ്ങിപ്പോയത്! ആ അമ്മയുടെ കൈയിൽ അല്പം പണം വന്നു ചേർന്നിട്ടുണ്ട് എന്നറിഞ്ഞി

ട്ടുതന്നെയാണ് ആർത്തിയോടെ ഇവർ വന്നിട്ടുള്ളത്.. അവരുടെ കൂടെ അയച്ചാൽ തീക്കുണ്ഠത്തിലേക്ക് തള്ളിയിടുന്ന അനുഭവമായിരിക്കും."

"സാറിന് കേൾക്കണോ... പോകാൻ നേരത്ത് ആ മകൾ അമ്മയെ കാണാൻ താല്പര്യം പ്രകടിപ്പിച്ചു. പെറ്റ തള്ളയല്ലേ, കണ്ടിട്ട് പോയ്ക്കോട്ടെ എന്ന് ഞങ്ങളും കരുതി.. അമ്മേ എന്നും വിളിച്ച് അവരുടെ മുമ്പിലേക്ക് ചെന്നപ്പോൾ ആ അമ്മ: ഇവളെന്റെ മകളല്ല. ഇതിനെ എനിക്ക് കാണണ്ട എന്ന് വിളിച്ച് ബഹളം വെക്കുകയാണ് ചെയ്തത്. ഞാൻ ചോദിച്ചു അമ്മ മകളുടെ കൂടെ പോകുന്നോ എന്ന് അയ്യോ എന്നെ അയക്കല്ലേ അവളെന്നെ കൊന്നുതിന്നും എന്നും പറഞ്ഞ് കരച്ചിലോട് കരച്ചിൽ... ഒരിക്കലും അയക്കില്ല എന്ന് പറഞ്ഞപ്പോഴാണ് അവർ അടങ്ങിയത്."

മദർ ഫോൺ വെച്ചു.

പിന്നീടറിഞ്ഞു. പലപ്പോഴായി മറ്റു മക്കളും ഇതേ ആവശ്യവുമായി മദറിനെ സമീപിച്ചെന്ന്! എല്ലാറ്റിനും ഒരേ ഉത്തരമാണ് അവർ നല്കിയത്... ചെയർമാൻ പറഞ്ഞാൽ അമ്മയെ വിട്ടു തരാം.

പണം മനുഷ്യബന്ധങ്ങളെ ശിഥിലമാക്കുകയും അവനെ മൃഗജാതികൾക്കുപോലും സങ്കല്പിക്കാനാവാത്ത ദുരമൂത്ത ഒരു ജന്തുവാക്കി മാറ്റുകയും ചെയ്യുന്നു എന്ന് ആരാണ് പറഞ്ഞത്?

ഏതാനും ദിവസങ്ങൾക്കകം തന്റെ മനസ്സിന് അടക്കാനാവാത്ത സംഘർഷം സൃഷ്ടിച്ച ഒരനുഭവം കൂടി വന്നുചേർന്നു.

മൂത്തമകളും മകളുടെ ഭർത്താവും ചെയർമാന്റെ ഓഫീസിലേക്ക് കയറി വന്നു. ആഗമനോദ്ദേശ്യം അറിയാവുന്നതുകൊണ്ടുതന്നെ താപകോപങ്ങൾകൊണ്ടു തന്റെ മുഖം വിവർണ്ണമാകുകയും ഒരുതരം അസന്തുഷ്ടി പ്രകടമാവുകയും ചെയ്തിരുന്നു. ഇത് നഗരസഭാ ഓഫീസാണ്! ആർക്കും വിശ്വാസത്തോടെ കടന്നുവരേണ്ട സ്ഥലം! താനിരുന്ന സ്ഥാനം വികാരങ്ങൾക്ക് വിധേയമായിക്കൂടാ! അനിഷ്ടമൊതുക്കി അവരോട് ഇരിക്കാൻ പറഞ്ഞു.

"എന്താണ് വന്നത്?"

"സാറേ, ഞങ്ങൾ അഭയ കേന്ദ്രത്തിൽ പോയിരുന്നു. അവിടെക്കിടന്ന് കഷ്ടപ്പെടേണ്ടല്ലോ. അമ്മയെ ഞങ്ങൾ കൊണ്ടുപൊയ്ക്കൊള്ളാം എന്ന് പറഞ്ഞു. ചെയർമാന്റെ അനുവാദമുണ്ടെങ്കിൽ ഞങ്ങളുടെ കൂടെ അയക്കാമെന്നാണ് മദർ പറഞ്ഞത്."

"എന്നിട്ട്?"

"സാറ് മദറിനോടു പറയണം., അമ്മയെ എന്റെ കൂടെ അയക്കാൻ. ഞങ്ങള് പൊന്നുപോലെ നോക്കിക്കൊള്ളാം."

ഞരമ്പുകൾ വലിഞ്ഞു മുറുകുന്നുണ്ട്! മുഖത്തേക്കുള്ള രക്തക്കുഴലുകൾ ചോരത്തള്ളിച്ചയാൽ ത്രസിക്കുന്നുണ്ട്!

മനസ്സിനു ശാന്തത നല്കാൻ കണ്ണുകൾ അല്പ നേരം അടച്ചിരുന്നു! സ്വസ്ഥത കൈവരിച്ച് മെല്ലെ മെല്ലെ പറയാൻ തുടങ്ങി. "എങ്ങനെയാണ്

നിങ്ങൾക്ക് ഇക്കാര്യം എന്റെ മുമ്പിൽ വന്ന് പറയാനാവുന്നത്? ഒന്നര വർഷം മുമ്പ് ഇതേ ഓഫീസിൽ വെച്ച് ഞങ്ങൾ നിങ്ങൾ മൂന്നുപേരോടും യാചിച്ചു പറയുകയായിരുന്നില്ലേ. രോഗിയും അവശയുമായ നിങ്ങളുടെ വൃദ്ധയായ അമ്മയെ കൂട്ടിക്കൊണ്ടുപോയി സംരക്ഷിക്കണം എന്ന്. നിയമപരമായ ആ ചുമതല നിർവ്വഹിക്കാൻ തയ്യാറാവാതെ ഞങ്ങളെ നിഷേധിച്ചുകൊണ്ട് നിങ്ങൾ ഇറങ്ങിപ്പോയി. ഇപ്പോൾ അവർക്ക് കുറച്ചുപണം കൈയിൽ വന്നു. ആ വിവരം നിങ്ങൾ മനസ്സിലാക്കി. അപ്പോൾ നിങ്ങൾ വന്നിരിക്കുന്നത് നല്ല ഉദ്ദേശ്യത്തോടെയല്ലെന്ന് ആർക്കാണ് അറിയാത്തത്?.... ഒന്നും തോന്നരുത് ഞാനിരിക്കുന്ന കസേരയോടും എന്റെ മനസ്സാക്ഷിയോടും എനിക്കൊരു കടപ്പാടുണ്ട്... അതനുസരിച്ച് നിങ്ങളോടൊന്നിച്ച് ആ പാവം അമ്മയെ അയക്കുന്നതിനോട് എനിക്ക് യോജിപ്പില്ല."

കറുത്തു കരുവാളിച്ച് വീർപ്പിച്ച മുഖവുമായി അവർ ഇറങ്ങിപ്പോയി! മറ്റ് മക്കൾക്കാർക്കും തുടർന്ന് ഈ ആവശ്യവുമായി തന്റെ മുമ്പിൽ വരാൻ ധൈര്യമുണ്ടായിക്കാണില്ല!

ഏറെ നാൾ കഴിയുന്നതിന് മുമ്പ് മാതു അമ്മ തന്റെ ബാങ്ക് നിക്ഷേപം അവരുടെ മരണശേഷം അഭയ കേന്ദ്രത്തിന് ദാനം ചെയ്യുന്നതായി ഒരു ഒസ്യത്ത് എഴുതി വെക്കുന്നതിന് തയ്യാറായി.

കാർ അഭയ കേന്ദ്രത്തിലെത്തി. നിലവിലുള്ള ചെയർപേഴ്സണും കൗൺസിലർമാരും പിറകെ വന്നു ചേർന്നു. നഗരസഭയുടെ ആമ്പുലൻസും വൈകാതെ വന്നു നിന്നു. അഭയ കേന്ദ്രത്തിന്റെ പൂമുഖത്ത് ഒരു നീണ്ട മേശയിൽവെച്ച് സ്ട്രെച്ചറിൽ വെളുത്തൊരു ശീലയാൽ പൊതിഞ്ഞ് ആയമ്മ കിടക്കുന്നു. നെഞ്ചത്ത് വെള്ളപ്പൂക്കളാൽ കോർത്തൊരു പൂമാല്യം കാണാം. മദറും കന്യാസ്ത്രീകളും മൃതദേഹത്തിനടുത്ത് തന്നെയുണ്ട്. തങ്ങളുടെ സഹവാസി ഇനി ഒപ്പമില്ലല്ലോ എന്ന ആധിയാൽ ഇരുപതോളം അന്തേവാസികൾ ചുറ്റും ഇരിപ്പുണ്ട്. മിക്കവരും വൃദ്ധരും അവശരും! ചിലർ കണ്ണീർ തൂകുന്നുണ്ട്.

ചെയർപേഴ്സൺ നഗരസഭയ്ക്കു വേണ്ടി ആ ശരീരത്തിൽ റീത്തു വെച്ചു. "മക്കളോട് ഫോൺ ചെയ്തു പറഞ്ഞിരുന്നു. വരുന്നെങ്കിൽ 4 മണിയോടെ ശ്മശാനത്തിൽ എത്താൻ പറഞ്ഞു." അവരുടെ വാർഡ് കൗൺസിലർ പറഞ്ഞു.

"എന്നാൽ ആംബുലൻസിലേക്ക് എടുക്കവല്ലേ?" ആംബുലൻസ് പുറപ്പെട്ടു. അകമ്പടി സേവിച്ചുകൊണ്ട് ഞങ്ങളോടൊപ്പം മറ്റൊരു വാഹനത്തിൽ മദറും കന്യാസ്ത്രീകളുമുണ്ട്.

മുക്കാൽ മണിക്കൂർകൊണ്ട് ആംബുലൻസും അകമ്പടി വാഹനങ്ങളും ഗ്യാസ് ക്രിമിറ്റോറിയത്തിലെത്തി!

കുറ്റം പറയരുത്! പുത്ര പൗത്രരെല്ലാമായി ഒരഞ്ചാറു പേർ എത്തിയിട്ടുണ്ട്! ചലനമറ്റ ആ ശരീരം ഇറക്കിവെക്കുമ്പോൾ അക്കൂട്ടത്തിൽ നിന്ന് ഒരു തേങ്ങൽ ഉയർന്നതുപോലെ തോന്നി! "കർമ്മം ചെയ്യണം."

ഒരു ചെറുപ്പക്കാരനാണ്. ഏതോ ഒരു മകളുടെ മകനാണ്! അവർ

എള്ളും പൂവും നെല്ലും തുളസിയിലയും മൺപാത്രവും വെള്ളവുമൊക്കെയായിട്ടാണ് വന്നത്.

"ആവാമല്ലോ." പത്തുമിനിറ്റുകൊണ്ട് കർമ്മങ്ങൾ കഴിഞ്ഞു. ദുരിതങ്ങൾ തിന്നുന്ന കാലത്ത് കാൽക്കാശ് മുടക്കി തന്നെ നോക്കാത്തവൻ നടത്തുന്ന കർമ്മങ്ങൾ കൊണ്ടെന്തു ഫലം എന്ന പരിഹാസഭാവത്തിൽ ചേതനയറ്റ ആ ശരീരം ആ കാപട്യ പ്രവൃത്തികൾക്ക് മൂകസാക്ഷിയായി!

ആരൊക്കെയോ മൂക്കുചീറ്റുകയും ഏങ്ങലടിക്കുകയും ചെയ്യുന്നതിനിടയിൽ ആരോടും ഒരു പകയുമില്ലെന്ന് പ്രഖ്യാപിച്ചുകൊണ്ട് ട്രോളിയിൽ കയറി ആ വൃദ്ധമാതാവ് ഗ്യാസ് ചേമ്പറിനകത്തേക്ക് കയറിപ്പോയി!

ഓപ്പറേറ്റർ ചേമ്പറിന്റെ കവാടത്തിനടുത്ത് ഒരു കർപ്പൂരക്കട്ടയ്ക്ക് തീ കൊളുത്തിയിനുശേഷം കവാടം അടയ്ക്കുകയും ഗ്യാസ് പ്രവഹിക്കുവാനുള്ള സ്വിച്ച് അമർത്തുകയുംചെയ്തു. ഒരു ഹുങ്കാരത്തോടെ ചേമ്പറിനകത്ത് നിന്ന് തീ ആളിപ്പടരുന്ന ശബ്ദം കേൾക്കാമായിരുന്നു.

www.ingramcontent.com/pod-product-compliance
Lightning Source LLC
LaVergne TN
LVHW100307051026
849517LV00006B/2221